द टीव्ही गर्ल

FIND YOUR LOVE STORY HERE

AA000993

उमेश देवकर

Copyright © Umesh Deokar
All Rights Reserved.

ISBN 978-1-63974-575-3

This book has been published with all efforts taken to make the material error-free after the consent of the author. However, the author and the publisher do not assume and hereby disclaim any liability to any party for any loss, damage, or disruption caused by errors or omissions, whether such errors or omissions result from negligence, accident, or any other cause.

While every effort has been made to avoid any mistake or omission, this publication is being sold on the condition and understanding that neither the author nor the publishers or printers would be liable in any manner to any person by reason of any mistake or omission in this publication or for any action taken or omitted to be taken or advice rendered or accepted on the basis of this work. For any defect in printing or binding the publishers will be liable only to replace the defective copy by another copy of this work then available.

कुणावर तरी

मनापासून प्रेम करणाऱ्या

प्रत्येक प्रेमीस

मनापासून समर्पित.

अनुक्रमणिका

अनुक्रमणिका

दो लफ्ज़

किसी की मुस्कुराहटों पे हो निसार

किसीका दर्द मिल सके तो ले उधार

किसीके वास्ते हो तेरे दिल में प्यार

जीना इसी का नाम है

शैलेंद्र

विशेष आभार

फोटो क्रेडिट्स :

निकिता कांबळे
अमृता गोसावी
अच्युत इंगळे
शक्तीसिंह इंगळे

इमेज एडिटिंग:

विजय पोवार

ऋणनिर्देश, पावती

प्रत्येक गोष्टीची एक सुरवात असते. आणि त्याचं एक निमित्त असतं. त्या निमित्ताशिवाय त्या गोष्टीची सुरवात होऊ शकत नाही. तसेच ती गोष्ट पूर्ण करण्यासाठी अनेकांचं सहकार्य आवश्यक असतं. अनेकजनांच्या सहभाग आणि सहकार्यानंच ती गोष्ट पूर्ण होत असते. आणि याशिवाय परिस्थिती, वेळ, कल्पनाशक्ती इ. अनेक नैसर्गिक आणि ब्रह्मांडीय गोष्टींचाही हातभार असतो. त्या सर्वांप्रति आभार व्यक्त करणं आणि त्यांच्या ऋणात राहणं हे क्रमप्राप्त आहे.

या कादंबरीसाठी हि निमित्तमात्र ठरलेला माझा अभिनेता मित्र शक्तीसिंह इंगळे याचं मी प्रथम आभार व्यक्त करतो. त्याने एका व्यक्तीने लिहलेल्या पुस्तकाबद्दल आणि त्या व्यक्तीबद्दल मला एकेदिवशी माहिती दिली. ती दिलीच नसती तर मला हि कादंबरी लिहिण्याची प्रेरणा मिळालीच नसती. निव्वळ आणि निव्वळ त्याच्यामुळेच या पुस्तकाची सुरवात झाली. त्याचे पुन्हा एकदा मनापासून आभार.

त्याने सांगितलेली व्यक्ती म्हणजे मनाली काळे मॅडम, ज्यांना नुकताच साहित्यातला ग्रँडमास्टर हा किताब मिळाला. त्यांनी केवळ पाच दिवसात कादंबरी लिहून प्रकाशित केली, हे ज्यावेळी मला समजलं, तोच क्षण होता खरंतर या कादंबरीची सुरवात होण्याचा. तिथूनच प्रभावित होऊन मी लगेचच या कादंबरीची सुरवात केली आणि पुढच्या चोवीस दिवसात हि कादंबरी लिहून झाली. त्यांनी फेसबुकच्या व्हिडिओमध्ये

सोप्या करून सांगितलेल्या अनेक तांत्रिक गोष्टींमुळे हि कादंबरी मला स्वयं प्रकाशित करता आली. वाचनवेडा या फेसबुक ग्रुपवर हा व्हिडिओ पहायला मिळाला. विनम्र भाबल यांनी कदाचित मनाली मॅडमची ती मुलाखत घेतली नसती तर आज ही कादंबरी अस्तित्वातच आली नसती. अप्रत्यक्षपणे त्यांचं झालेलं हे सहकार्यही लाखमोलाचं आहे. मी मनाली मॅम आणि विनम्र भाबल यांचाही यासाठी अत्यंत आभारी आहे.

हि कहाणी लिहित असताना ती जशी लिहून होईल तो भाग मी दररोज माझे जवळचे मित्र जयसिंग माने आणि संताजी देवकर यांना वाचून दाखवत होतो. त्यावर चर्चा करत होतो. कहाणी जसजशी पुढे सरकत होती, तशी त्यांची उत्सुकताही वाढत होती. त्यामुळे मला ती लिहिण्यासाठी प्रोत्साहन मिळत गेलं. वेळोवेळी चर्चा मधून त्या दोघांनी केलेलं मार्गदर्शन मोलाचं ठरलं. लेखनामध्ये

खंड न पडू देण्याचं सर्वस्वी श्रेय त्यांनाच जातं. त्यांचाही मी मनोमन आभारी आहे.

या कहाणीचं लेखन सुरु आहे हे फारच कमी लोकांना माहीत होतं. ज्यांना माहित होतं, अश्यापैकी माझे मार्गदर्शक, मित्र, अभिनेते आणि गायक श्री. पंडित घोरपडे यांनी त्यांच्या व्यस्त शेड्युलमधून वारंवार फोन करून हि कादंबरी पूर्ण करण्याबाबत पाठपुरावा केला. त्यांच्या या प्रोत्साहनामुळे मला सलग लेखन करण्याबाबत संयम आणि शिस्त पाळता आली. त्यांचेही मनापासून आभार.

ज्यावेळी हि कहाणी लिहून झाली आणि तिच्या फॉर्मेटिंगचं काम सुरु झालं, त्यावेळी यामध्ये इमेजेसची आवश्यकता लक्षात आली. त्यासाठी स्पेशल मॉडेल फोटोग्राफीही करावी लागणार होती. पण लॉकडउनमुळे ते शक्य नव्हतं. हि कहाणी एका अभिनेत्रीची असल्यामुळे मला यातल्या मुख्य पात्रांसाठी त्या पद्धतीचं व्यक्तिमत्व असलेल्या मॉडेल किंवा अभिनेत्रीची गरज होती. त्याबाबत ज्यावेळी मी अभिनेत्री निकिता कांबळे यांना विचारलं त्यावेळी त्यांनी क्षणाचाही विलंब न करता मला लगेचच परवानगी दिली. आणि त्यांचे फोटोग्राफ्सही पाठवून दिले. असच सहकार्य अभिनेत्री अमृता गोसावी, अभिनेता शक्तीसिंह इंगळे आणि माझे मित्र अच्युत इंगळे यांनीही केलं. त्यानंतर त्या सर्व फोटोंच्या एडिटिंगची जबाबदारी विजय पोवार सर यांनी पार पाडली. या सर्व प्रक्रियेत त्याचंही बहुमोल सहकार्य मिळालं. या सर्वांचेच मनापासून आभार.

याशिवाय आमचे एडिटर मित्र तौफिक जमादार, नेचर फोटोग्राफर विलास तोळसनकर, ज्येष्ठ अभिनेते सुरेश करजगी, प्रभंजन चौगुले, संजय जगताप सर यांचंही प्रोत्साहन मिळालं. त्यांचाही मी आभारी आहे.

याशिवाय प्रत्यक्ष अप्रत्यक्ष अशा अनेक व्यक्ती, संस्था, प्लॅटफॉर्म्स यांचंही सूक्ष्मरुपात का होईना सहकार्य होतच असतं. आणि एक अनामिक शक्ती आपणाला हे लिखाणाचं, कलाकृती घडवण्याचं बळ देत असते. तसे विचार आपणाला स्फूरत जातात, आणि आपण ते कागदावर उतरवत जातो. आपल्याकडून हे काम करवून घेतलं जातं. अशा सर्व सूक्ष्म गोष्टी आणि शक्तींचंही मी मनापासून आभार मानतो.

धन्यवाद...!!

उमेश देवकर

लेखक.

पुस्तक परिचय

प्रत्येक गोष्टीचं एक वेगळेपण असतं. तसं या कहाणीचं, या कादंबरीचंही आहे. कहाणीमध्ये, कादंबरीमध्ये लेखक तुम्हाला ती गोष्ट सांगत असतो. ती कहाणी त्याच्या म्हणजे लेखकाच्या पर्स्पेक्टिव्हमधून, त्याच्या अँगलमधून लिहलेली असते. आपणही ती तशीच वाचतो एज अ थर्ड पर्सन. काहीवेळा ती कहाणी मुख्य पात्राच्या किंवा एखाद्या विशिष्ठ पात्राच्या अँगलमधून लिहिलेली असते, सांगितलेली असते. इथे मात्र असं नाहीये. जरी हि कहाणी एका मुख्य पात्राभोवती फिरत असली तरी ती या कहाणीतील सर्वच पात्र तुमच्याशी बोलतात. हि कहाणी लेखकाच्या किंवा कुणा एका स्पेशल व्यक्तीच्या पर्स्पेक्टिव्ह मधून लिहिलेली नसून ती सर्वच पात्रांच्या अँगल मधून लिहिली आहे. इथे लेखक कहाणी सांगत नाही, तर पात्रं स्वतः नेमकं काय घडलं ते सांगत राहतात. म्हणजे पात्रंच कहाणी सांगतात. त्यावेळी, त्या दिवशी, नेमकं काय घडलं असे अनेक प्रश्न तुम्हाला प्रत्येकाच्या बाजूने कळत राहतात. प्रत्येकजण बोलतो, आणि कहाणी तुम्हाला कळत जाते.

आणि सर्वात महत्वाचं म्हणजे पात्रं खरं बोलतात. कारण एकप्रकारे तो त्यांचा स्वतःशीच चाललेला स्वःसंवादच असतो. एक एक पात्र समोर येतं, बोलत राहतं आणि कहाणी पुढे सरकत रहाते. त्यासाठी या कादंबरीची रचना त्या पद्धतीने करण्यात आली आहे. जी व्यक्ती बोलणार आहे, कहाणी सांगणार आहे, त्या व्यक्तीचं नाव आणि फोटो त्या त्या चॅप्टरच्या आधी लावण्यात आला आहे. तिथून पुढचे चॅपटर हे त्याच्या अँगलमधून लिहले आहेत. त्या सर्व चॅप्टरमध्ये ते पात्र स्वतःचा उल्लेख 'मी' असा करत राहतं.

प्रत्येक कहाणीत घटना, परिस्थिती, बाह्यवर्णनं मोठ्या प्रमाणात असतात. इथेही ती आहेत, पण अशी वर्णनं किंवा डिस्क्रिप्शनस खूप लिमिटेड करण्यात आली आहेत. कहाणी मुख्यतः मानसिक लेवलला चालत राहते. त्या त्या वेळी, किंवा त्या त्या ठराविक परिस्थितीत मनात आलेले सहज विचार, मनाची अवस्था, इमोशन्स, फिलिंग्ज यावर कहाणीत भर देण्यात आला आहे. त्यासाठी प्रत्येक पात्रानुसार त्या त्या भूमिकेत शिरून मांडणी करण्याचा प्रयत्न केला आहे. आजच्या धावपळीच्या जीवनात लोकांच्याकडे असलेली वेळेची कमतरता आणि सोशल मीडियावरचे झटपट छोटे छोटे लेख वाचण्याची त्यांना लागलेली सवय लक्षात घेता, फार जास्त फाफटपसारा न मांडता, कहाणी जास्त भरकटू न देता, टू

द पॉईंट लिहिण्याचा प्रयत्न केला आहे.

आजची बोली भाषा ही हिंदी, इंग्लिश आणि मराठी या भाषेचं मिश्रण आहे. त्यातही प्रत्येकाच्या कामाचं, राहणीमानाचं, जडणघडणीचं त्यावर मोठं इम्प्रेशन असतं. म्हणजे कार्पोरेट्स आणि उच्च ठिकाणी काम करणारी, मेट्रो सिटीतील, वेल एज्युकेटेड लोकांच्या बोलण्यात, बोली भाषेत इंग्लिश शब्दांचं आणि वाक्यांचं प्रमाण जास्त असेल. आणि अनेक ठिकाणी छोट्या शहरात, खेडेगावात आणि कमी शिकलेल्या किंवा ज्यांच्या आजूबाजूला मराठी किंवा इतर स्थानिक भाषा जास्त बोलल्या जात असेल तिथं हे प्रमाण कमी असेल.

त्यामुळे भाषेची मोठी समस्या निर्माण झाली. शुद्ध मराठीत लिहिणं आजच्या घडीला मला तरी सोयीस्कर वाटत नाही. कारण ती आपली बोलीभाषा नाही. आणि माझ्या मते एखाद्या कहाणीचं नरेशन हे बोली भाषेतच व्हावं. पण दुसऱ्या बाजूला हि समस्या होती कि हि कहाणी ज्या ठिकाणी घडते, ज्या लोकांची कहाणी आहे, त्यांचं लिव्हिन्ग स्टँडर्ड बघता मॅक्झिमम शब्द आणि वाक्यही इंग्लिश आणि हिंदीत यायला हवीत. तरच त्या कहाणीला न्याय दिल्यासारखं होईल. पण त्यामुळे इतर लोकांसाठी वाचताना अडथळे येऊ शकतात. त्यांचं वाचनं मजेशीर होणार नाही. म्हणून मग रोजच्या बोलीभाषेतील इंग्लिश शब्द एका विशिष्ठ प्रमाणात घेत बॅलन्स साधण्याचा प्रयत्न केला आहे. त्यासाठी जवळ जवळ सर्वच इंग्लिश वाक्य आणि संवाद टाळले आहेत. मात्र शक्य तितके इंग्लिश शब्द मात्र घेतले आहेत. होप, तुम्हाला हा एक्स्परिमेन्ट आवडेल, आणि वाचताना सुलभता येईल.

हि एक काल्पनिक कहाणी आहे. पण अशीच पात्र, घटना, परिस्थिती आपल्या आयुष्यातही आलेली असते. त्या त्या घटनांशी रिलेट करून वाचण्याचा प्रयत्न केलात तर त्या त्या वेळी तुमचीही मानसिकता तीच होती किंवा असेल, असा अनुभव येईल. त्या त्या परिस्थितीमध्ये आपण असच वागलं असतो का, कि आणखी कसं वागलो असतो, याचाही विचार मनात येऊन जाईल. त्यामुळे वाचताना तुमचा इंट्रेस नक्कीच वाढत जाईल. यातली पात्रं खरं बोलतात. ते आपली बाजू लपवत नाहीत. आणि ती दुसऱ्याकडे नेमकं कोणत्या नजरेतून पाहतात, हे सर्व बघून तुम्हाला नक्कीच आश्चर्य वाटेल.

प्रस्तावना.

प्रत्येकाच्या जीवनात प्रेम हि अतिशय सुंदर गोष्ट आहे.

प्रेमात पडणं, प्रेमात असणं किंवा कुणावरतरी प्रेम करणं ही मुळातच फार रोमांचकारी कल्पना आहे. या विषयावर बोलेल तितकं कमी आहे. प्रत्येकाची एक वेगळी आणि अनोखी प्रेमकहाणी असते. प्रत्येक टप्प्यावर एक वेगळा अनुभव देत जाणारी प्रेमकहाणी निरनिराळे मोड घेत अधिकच बहरत जात असते. कधी त्यामध्ये अडथळे येतात. कधी विरोध सहन करावा लागतो. कधी एकमेकात दुरावा तयार होतो. अबोला होतो. तर कधी याच प्रेमाला अनेकांची साथ सोबतही मिळते. कुणाचं प्रेम विरहातही बहरतं. तर कुणाचं जवळीकतेतही एकमेकांना दूर सारत असतं. एकाचवेळी खूप काही चालू असतं. आणि व्यक्ती त्यामध्ये गुरफटून गेलेल्या असतात. पण काहीही असलं तरी प्रेमाची हि अवस्था खूपच रोमांचकारी असते, हे मात्र खरं. प्रेमात असताना व्यक्ती एका वेगळ्याच अवस्थेत असतो, वेगळ्याच प्रक्रियेत असतो, वेगळ्याच दुनियेत असतो. प्रत्येक गोष्टीचा विचार हा त्याला किंवा तिला ध्यानात घेऊनच अविरत सुरु असतो. त्याच्या किंवा तिच्या शिवाय कोणताच विचार, कोणतीच कृती होत नसते. ज्याच्यावर प्रेम करतो ती व्यक्ती जीवनाचा, विचाराचा अविभाज्य भाग बनलेली असते. तिचा किंवा त्याचा अदृश्य हस्तक्षेप प्रत्येक गोष्टीत असतो. आणि हे कुणाच्याही बाबतीत चुकलेलं नाही. प्रत्येकजण याच अवस्थेतून जात असतो. मानसिक पातळीवर हा हस्तक्षेप असतोच, पण भौतिक जगातही आपणाला तो दिसतो. त्याचे परिणाम मग चांगले अथवा वाईट, योग्य अथवा अयोग्य, हितकारक अथवा अपायकारक हे भौतिक जगातही तितकेच दिसतात जितके ते अंतर्मनात चालू असतात.

प्रत्येकाला वाटतं, आपलं प्रेम यशस्वी व्हावं. ते पूर्णत्वाला जावं. पण बहुतेकवेळा हे खूप कमी जणांच्या बाबतीत सहज पार पडणारी प्रक्रिया आहे. अनेकांना मात्र याच्या अनेक टप्प्यातून पार व्हावं लागतं. कधी एकमेकांबद्दल अविश्वास तयार होतो. कधी अन्य एखादी व्यक्ती किंवा परिस्थिती यामध्ये अडथळा, गोंधळ किंवा समस्या निर्माण करते, तर कधी आपल्याकडून होणाऱ्या चुका ताटातूट करतात. पण काहीही झालं तरी या अवस्थांतून मिळणारं सुख आणि दुःख पार करतच हा प्रवास करावा लागतो. आणि हा प्रवास तेव्हाच पूर्णत्वास जातो, जेव्हा एकमेकांवरचा विश्वास आणि प्रेम अतूट असतं. प्रत्येकासाठी त्याच्या जीवनातली ती व्यक्ती अतिशय स्पेशल असते. आणि

त्यासाठी त्यांची त्यांची स्वतःची व्यक्तीनुरूप बदलणारी अनेक कारणंही असतात. पण कितीही प्रेम असलं तरी त्यासोबत त्या व्यक्तीबद्दलच्या अपेक्षाही जोडल्या गेलेल्या असतात. प्रेमाच्या एका टप्प्यावर कधीकधी या अपेक्षा डोकं वर काढतातच. निरपेक्ष प्रेम करणं वाटतं तितकं सोपं असतं नाही. कोणत्याही अपेक्षेशिवाय त्याला किंवा तिला प्रेम देणं हेही बहुधा अवघड झालेलं बघायला मिळतं. पण याचा अर्थ असाही नाही की असं निरपेक्ष प्रेम कुणी करतच नसेल. नक्कीच करत असतील लोक. अगदी उच्चकोटीची निरपेक्षता त्यामध्ये नसेलही कदाचित, पण आपल्या प्रिय व्यक्तीचा आनंद आणि त्याची स्वप्नं पूर्ण करण्यासाठी धडपडणाऱ्या व्यक्तींची संख्याही काही कमी आहे असं नाही. खरंतर प्रेमात असलेल्या अशा व्यक्ती, आपल्या प्रिय व्यक्तींसाठी आणि त्यांच्या स्वप्नांसाठी धडपडतानाच आपणाला जास्त दिसतात. कधीकधी त्यांचा आनंद, त्यांची स्वप्नं हाच यांचा श्वास बनून जातो.

प्रेम करण्याच्या प्रत्येकाच्या पद्धतीत नक्कीच व्यक्तिपरत्वे फरक असणार, यात शंका नाही. पण शांत, सायलेंट राहून आपल्या प्रिय व्यक्तीच्या आनंदासाठी, स्वप्नांसाठी कोणत्याही अपेक्षेशिवाय प्रेम करत राहणं, हि एक प्रचंड रोमांचक अनुभव देणारी कल्पना आहे. आणि या प्रक्रियेतून प्रत्येकजण थोडाबहुत तरी गेलेला असतो. प्रत्येकानं आपल्या प्रेमात किंवा आपल्या प्रेमासाठी असं काहीतरी नक्कीच केलेलं असतं. तुम्ही कधीतरी प्रेमात होता किंवा सध्या असाल तर नक्कीच तुम्हाला अश्या एकतर्फी निरपेक्ष केलेल्या गोष्टी नक्कीच आठवत असतील. त्या तुम्हाला नक्कीच आयुष्यभर आनंद देत राहतील.

या नॉव्हेलमध्येही अशीच एक कहाणी तुम्हाला वाचायला मिळेल. जी वाचत असताना तुम्हाला वेळोवेळी त्या गोष्टींची, त्या त्या वेळच्या मानसिक अवस्थेची आठवण करून देईल. प्रत्येक पान वाचताना ते क्षण पुन्हा जिवंत झाल्याचा अनुभव येईल. आणि तुम्हाला तुमच्या निरपेक्ष प्रेमाचं अभिमानही वाटेल. या कहाणीत तुम्हालाही तुमचं प्रेम सापडतं का ते पहा आणि आम्हाला नक्की कळवा. कॉफी पित तुम्ही हि कहाणी वाचत असाल तर तोही एक वेगळा अनुभव असेल. माझ्यासाठी तरी ही एक सुखकारक प्रक्रिया आहे. तुम्ही कुणावर प्रेम करत असाल, कुणी तुमच्यावर प्रेम करत असेल, तर त्या प्रत्येकासाठी हे नॉव्हेल एक खूप सुंदर भेट असेल. हि भेट त्या व्यक्तींना तुम्ही जवळ असल्याचा अनुभव देत राहील. अशी ही सुंदर भेट तुम्ही त्यांना दिलीच पाहिजे, कोणत्याही अपेक्षेशिवाय, अगदी निरपेक्षपणे.. तुमच्या प्रेमाची पोचपावती म्हणून. कदाचित हे वाचून त्यांना तुम्ही त्यांच्यावर करत असलेल्या प्रेमाची कल्पना येईल.

किआरा

किआरा

1
पाऊस, कॉफी आणि ती.

फेसाळत्या कॉफीचा मंद स्वाद पूर्ण गलरी भर दरवळतोय. पाऊस थांबून आता बराच वेळ झाला आहे. पण अजूनही काळ्याकुट्ट ढगांनी आकाश झाकून गेलय. सेटवर जशी लायटिंग करतात तसं वातावरण डिम झालंय. पण मन प्रसन्न आहे. वर्षभर असच वातावरण असावं... डिम, मंद. मला आवडतं, हे असं वातावरण... स्वप्नवत..!! मग ते सेट वरचं कृत्रिम असू दे.. माणसांनी बनवलेलं, नाहीतर हे असं नैसर्गिक...! निसर्ग निर्मित. माझ्या आतलं जग दोन्हीकडं रमतं. सगळं काही

आतल्या जगावरच तर अवलंबून आहे... खुश राहणं आणि नाखूष राहणं.

आज छान वाटतंय... आतही आणि बाहेरही.

गॅलरीत वेताच्या झोपाळ्यात बसून कॉफी पिण्यातली मजा काही औरच असते... आणि ती ही ऐन उन्हाळ्यात, वादळी पावसानंतर. पाऊस निघून गेल्यावर पाठीमागून हलकीशी आणखी एक सर यावी, आणि वाऱ्याबरोबर येणाऱ्या थंडगार तुषारांनी अंगावर काटा यावा... आणि हातात कॉफीचा मग.

वाह... क्या बात है... सुखच सुख...

पण आपण एकटेच हवं... नको आणखी कुणी...

अशी धुंदी अनुभवायला खरंच आपण एकटं असावं.

नाहीतरी आपण एकटे असतोच कुठे... एकटे असलो तरी एक अनामिक मैफिल कायम सोबत असते. मनाच्या मैफिलीत बसायलाही जागा न उरावी इतकी गर्दी असते... विचारांची, आठवणींची, कल्पनांची..!!

शिवाय मोबाईल असतोच बाजूला...बाजूला कुठे... बाजूला कधीतरीच... हातातही नव्हे... तोही डोक्यात... बिनकामाच्या व्हर्चुअल रिलेशनशिप्स घेऊन. कधीकधी वाटतं कुणी चुत्याने बनवल्या असतील या भानगडी..हे एप्स आणि सगळं काही... नाही म्हणजे अगदीच वाईट आहे हे सगळं असं नाही म्हणायचं मला.. पण यार अशा मंद वातावरणातही मन इथं कमी आणि त्यातच जास्त अडकलेलं असतं.. म्हणून राग येतो. घरात येताना पायातले सँडल्स कसे आपण कोपऱ्यात, स्टँडवर ठेवून येतो.. आणि पुन्हा हवं तेव्हा बाहेर जाताना पुन्हा घालून जातो... तसं नाही ना यार हे... नाही मोकळं वाटत... सतत कुणाच्यातरी मेसेज ची वाट पाहत राहणं, वारंवार चेक करणं, नुकतंच स्क्रोल करत राहणं, मन ना असं कुठंतरी विनाकारण अटकून पडल्या सारखं वाटतं. एकटं असं वाटतच नाही, तसा फील घेताच येत नाही. यार तसा फील घेणं हि खूप गरजेचं असतं. हातात कॉफी असताना फक्त कॉफी बरोबरच असावं, अगदी प्रामाणिक, एखाद्या प्रामाणिक प्रियकरासारखं..!! कॉफीतून येणाऱ्या त्या चॉकलेटी वाफेबरोबर खेळत राहावं... बॅकग्राऊंडला असणाऱ्या डीम वातावरणाचा आणि सेटवर उगाचच फवारतात तशा हलक्या तुषारांचा हि विसर पडावा. नाहीतरी सेटवर येणारी ती कॉफी बऱ्याचदा कॉफी कमी आणि गोमूत्रच जास्त वाटते. एवढ्या सारा सेटअप करून, लाखो रुपये खर्च करून काय उपयोग.. साला तुम्ही डोंगराएवढं बजेट वापरून अगदी डीक्टो सेट उभे करता... आणि हातात पाणचट कॉफीचे कप देता, यार कसलं मॅनेजमेंट करता...? डिरेक्टर तोच...ज्याला कॉफी कशी द्यायची कळते. ज्याचं कॉफीवर हि बारीक लक्ष असतं.. जरी ते त्याचं काम नसलं तरी. अरे, तिथूनच तर उत्साह

निघतो ना... मन कसं प्रसन्न होतं.. मजा येते काम करायला... मागे सेट नसले तरी चालतं मग... पण तरी ही ते लागतातच, टिव्हीवर दिखाऊगिरी करायला. मनाला दिखाऊगिरी चालत नाही, त्याला सच्चेपणा लागतो, गडद कॉफीसारखा.

ओव्हन मधून काढलेल्या केकचा वास अजूनही आतमध्ये दरवळतोय. आणि अशा वातावरणात टोस्ट खायची इच्छा झालीय, पण लाइटने बरोब्बर काशी केलीय. आपल्याकडे हाच प्रॉब्लेम आहे. नाही पाऊस आला तोपर्यंत लाईट गायब. गावाकडे तर हे नेहमीच असायचं. इथे एवढा प्रॉब्लेम नाही. मुळात काही प्रोब्लेमच नाही इथे. सगळं कसं हाताशी, लॅपटॉप, ओव्हन, रोटीमेकर, टोस्ट मेकर, टीमेकर... अगदीच काही हवं असेल तर झोमॅटो, स्वीगी... अगदी सगळं सगळं. आले तेव्हा कशी होते. काहीच नव्हतं, एक बॅग आणि स्वप्नाशिवाय. लाजरी.. बुजरी... धड बोलता हि येत नव्हतं. पुढे काय होणार आहे याचा पत्ताही नव्हता. पण नशिबानं थोडीफार साथ दिली... आणि आज बऱ्यापैकी इथं आहे... अगदी स्वकर्तृत्वावर.. हो हो... अगदी स्वतःच्या हिमतीवर..च..!! असो..

दूर कुठेतरी कुणीतरी सिगारेट ओढतंय. त्याचा वास इथपर्यंत आलाय. अपार्टमेंटस् ची हीच तर खासियत असते. त्या वासानं वातावरणात थोडी ढवळाढवळ केलीय. पण मला काही प्रॉब्लेम नाही. मला चालतो वास. हो, मी हि स्मोक करते, पण रेग्युलर नाही. तेवढी एडीक्ट नाही मी. समोर कुणी ओढली सिगारेट तर माझं काहीच ऑब्जेक्शन नसतं, पण ते अगदी मनापासून आवडतं असंहि नाही. पण दुरून येणारा सिगारेट चा वास नजर मात्र चौफेर फिरवतो, शोध घेतो.

इथं एक बरं आहे, ते म्हणजे प्रायव्हसी. गावाकडून इथे आल्यानंतर शहरातलं सर्वात जास्त काय आवडलं असेल तर इथली प्रायव्हसी. कुणाला कुणाचं काही देणंघेणं नाही, आपलं घर, आपलं आयुष्य, आपली दुनिया. इथं टिकून रहायला मला सर्वात जास्त काय प्रेरित करतं तर हे. म्हणजे मी इनट्रोव्हर्ट आहे असं नाही, पण आपल्या कामाच्या वेळेनंतर आपणाला एक स्पेस हवी असते, फक्त आपल्या साठी..आणि ती खूपच आवश्यक आहे, माझ्यासाठी तरी. ती इथे मिळते.

एकटं असलं की स्वतःशी बोलता येतं. आठवणींच्या जगात रमता येतं. स्वप्नांचे इमले रचता येतात. दिवास्वप्नं बघता येतात. दिवास्वप्नं पहायची सवय अजून काही गेली नाही माझी. किती लहान होते मी तेव्हा... आई म्हणायची, "एक राजकुमार येणार आणि तुलाहि घेऊन जाणार". अजूनही वाट पाहतेय, अजूनही ते दिवास्वप्न पाहतेय. पण कसलं काय.. अन कुठलं काय. तो काही आलाच नाही. भलतंच कुणीतरी आलं.

परवानगी शिवाय..!! छे.. नको, तो विषय..!!

स्वप्नांची पण एक वेगळीच दुनिया असते. तिथे आपले नियम चालतात. आपण म्हणू तसं घडत तिथे, जसं आपणाला हवंय तसं. तिथं सेंटरला आपण असतो, केंद्रस्थानी.. आणि सारी दुनिया आपल्या भोवती. त्या दुनियेला आपण हवं तसं वळवू शकतो, वाकवू शकतो, आपणाला हवं तेव्हा. सारच तर आपल्या मर्जीनं चालू असतं, आपल्यासाठी. आईला हे पटत नाही. अजूनही. ती म्हणते.. स्वप्न आणि वास्तव यात थोडाफार फरक असणारच. अगदी जसच्या तसं कसं शक्य आहे. पण मला नाही पटत. मला सगळं तसंच हवय, जसं मला हवं. मी तशीच आहे, अन तशीच असणार. त्या टीव्हीतल्या मुली सारखी. तसंच तर बनायचं आहे मला, तिलाच तर जगायचं आहे.

आईनंच मला सवय लावली, त्या सिरीयलची. मी जेवत नसले कि टीव्ही ऑन करून मला भरवत बसायची. आईनं किती हि आटापिटा केला तरी न जेवणारी मी सिरीयल लागली की तोंड आ करून नुसती बघत राहायची. आई भरवत राहायची आणि मी एकटक टीव्ही कडे बघत. मला काहीच समजायचं नाही. अक्षरश: पागल होते मी त्या सीरिअल साठी. लहान होते ना मी, खूप लहान. लहानपनाची बीज भविष्यात आपली मूळं इतकी खोलवर मुरवतील, कि आयुष्याचा वृक्ष कसा आणि कुठल्या ऋतूत, किती बहारणार हे असं कधी वाटलं नव्हतं. किमान मला तरी माहित नव्हतं. पण माझी बीजं तेव्हाच रोवली गेली, त्या टीव्हीतल्या मुलीच्या रुपात, आणि मी तिलाच फॉलो करत चाललीये. माझ्या पासून तिला असं वेगळं नाही करता येणार.. किंबहुना ती मीच आहे असं वाटतं. ती मीच आहे का.. मी तीच.. काहीच समजत नाही.

अजूनही लाईट आलेली नाहीये. सहा वाजताहेत, पण अंधार केव्हाच गडद झालाय. पुन्हा एकदा कॉफी ची तल्लफ झालीय, पण माझी चहाची वेळ आहे. लाईट नसल्यामुळे टीमेकर आ वासून माझ्याकडे बघतोय. गॅस पेटवण्याशिवाय पर्याय नाही. चहात आणि कॉफीत तसा फारसा फरक नाही करत लोक. लोकांना काहीही चालतं. आपण उगीच विचारतो त्यांना चहा कि कॉफी. लोकंही उगीच उत्तर देतात... चहा.. कॉफी. माझं तसं नाहीये, मला चहाच्या वेळी चहाच हवा आणि कॉफीच्या वेळेस कॉफीच. त्या टीव्ही गर्ल सारखं..! तिलाही ज्यावेळी जे करायचं, त्यावेळी ती तेच करायची. लहानपणीही तीला ज्यावेळी चॉकलेट हवं त्यावेळी चॉकलेटच हवं आणि ज्यावेळी आईस्क्रीम हवं तेव्हा आइस्क्रीमच. मीही तशीच आहे, मला आता आधी टीव्ही वरच काम करायचं, तर मी टीव्ही वरच करते, ज्यावेळी सिनेमात करायचं असेल त्यावेळी सिनेमातच करेन. लोक म्हणतात,

तुझ्यात खूप पोटॅनशिअल आहे, तू सिनेमाचे प्रोजेक्ट सोडू नको, पण मी तेच करणार जे मला हवंय. आणि तेच करतेय जे मला हवंय. मला नाही पर्वा कुणाची.

चहा मस्त उकळतोय. आता त्यात दूध घालायचय. कुणी शोधून काढली हि पद्धत मला माहित नाही. मुळात चहा असा बनवतच नाहीत. आणि दूध तर त्यात घालायचंच नसतं. त्याची रेसिपीच पूर्ण वेगळी आहे. पण लोकांना ना प्रत्येक गोष्टीत मोडतोड करायची सवय असते. आणि त्यांनी ती चहाच्या बाबतीतही केलीय. नेमकं असच करतात लोक.. स्वतःच्या तर करतातच, पण दुसऱ्यांच्याही जीवनात ढवळाढवळ करतात. मला नाही पटत. प्रत्येकाचं एक लाईफ असावं, त्याची त्याची मतं असावी, त्याचं त्याचं एक जगणं असावं. माझी मतं ठाम आहेत, माझा फोकस क्लिअर आहे. आणि म्हणून मी इथं आहे. हो, हो मान्य आहे की मी अजून त्या उंचीवर नाहीये, पण जे काही आहे ते माझ्या मर्जीनं आहे, माझ्या डिसिजननं आहे. आई म्हणते मग उकळलेल्या चहात तुला दूध कसं चालतं..? चालतं.. मेरी मर्जी.... मी अशीच आहे.

दारावरची बेल वाजली. रश्मी आली वाटतं. रश्मी...माझी मेड. छान जेवण बनवते. अगदी आईच्या हातासारखं. चपाती तर अशी बनवते.. काय सांगू. नाही, मला येतं जेवण बनवता.. पण तुम्हाला माहीतच आहे माझं शेड्युल. कामाची अशी फिक्स वेळ नसते आमच्या इंडस्ट्रीत. अन मला घरचच जेवण लागतं.. मोस्टली. रश्मीची खूप मदत होते. तिच्या पोळ्यांना जेवढे पदर असतात ना.. अगदी तसेच आहेत तिच्याही जीवनात.

तिला हि काहीतरी मोठं करायचं आहे.. डान्स छान करते. मी ज्यावेळी माझं प्रोडक्शन हाउस चालू करेन ना, त्यावेळी नक्की तिच्यासाठी काहीतरी करेन. गोड आहे हो खूप... सिनेमातच हवी होती. लई भारी भारी कला आहेत तिच्या अंगात.. पण परिस्थितीनं पोळ्या लाटतेय.

तीच तर एकटी अशी आहे, कि जी मला जवळची वाटते. ती ही सिंगल आहे अजून. आमचं छान जमतं. मनान मोकळी आहे, पण विचारानं चांगलीच मॅच्युअर आहे. फर्स्ट टाईम मला भेटली तेव्हा म्हणाली, तुम्ही ना त्या सिरीयल मधल्या हिरॉईन सारख्या दिसता. मी म्हटलं अगंबाई ती मीच आहे, केवढी बावरली होती त्यावेळी. मी सांगितलं अगं, मेकअप काढला कि थोडं डिफरंट दिसतं माणूस. मग पटलं तिला. केवढी खुश झाली. आपलं हि असंच असतं ना, दोन दोन मुखवटे. दाखवायचे वेगळे आणि आतून वेगळे. असं का असतं माहित नाही. कदाचित या समाजात राहायचं म्हटलं तर असंच वागावं लागत असेल. खरा मुखवटा घरात ठेवून, खोटा घालून मिरवायचं. मीही तशीच असेन का.. असेन का आहे? कधी

कधी नाही समजत. मी खरी असेन तरी कशी? टीव्हीतल्या त्या मुलीसारखी, कि जिला पहात माझं बालपण गेलं, कि तिच्या सारखी जिला पहात बालपण तर गेलं.. पण माझ्या माझ्या समजुती प्रमाणे, तिची जी प्रतिमा मी माझ्या मनात बनवली तिच्या सारखी? आई म्हणते, प्रतिमा खोटी असते. तो आभास असतो. खरा नसतो. प्रतिमेचं असं स्वतःचं काही अस्तित्वच नसतं. जो पर्यंत आपण तीला ऊर्जा देतो, तोपर्यंतच ती अस्तित्वात असते. आपण बाजूला झालो कि ती संपते. तो हि.. तेच म्हणतो. कोण तो..? जाऊ दे नकोच तो विषय.

रश्मी आताच गेली. काम नसेल तर आज थांब इकडेच म्हटलं तिला. पण नाही म्हटली. काहीतरी काम आहे म्हटली. एवढ्या पावसात आता काय काम असेल तिचं. हल्ली जरा वेगळीच वागते. आधी थांब म्हटलं की बिनधास्त थांबायची, पण आता नखरे करते. सांग म्हटलं तर टाळते. कुठेतरी जुळलंय कि काय हिचं? काय माहित.? वयच आहे म्हणा तिचं ते..! या वयात एक अनामिक ओढ असतेच. मला नव्हती का..? नव्हती का.. कि नाही का...? मला बोलायचंच नाहीये या विषयावर. प्रत्येकजण म्हणतो, मी हट्टी आहे, रुड आहे. इमोशनलेस आहे. होय आहे हट्टी, आहे रुड. पण इमोशनलेस..? कसं शक्य आहे...? कोण असतं का कधी इमोशनलेस...? सांगा ना... असतं का असं कुणी? मग प्रत्येकजण असं का म्हणतो.? माझं नाही वर्कआऊट होत कुणाबरोबर..! अन जिथे होतंय तिथे तरी कुठे मी शहाणपणानं वागतेय म्हणा..! मला नाही समजत माझा काय प्रॉब्लेम आहे.. सगळंच कॉम्प्लिकेटेड आहे.

जरा बरा मूड होता, नाही तो विषय डोक्यात आला. चार दिवस गॅप आहे शूटला. थोडा आराम करावा, मस्त रहावं म्हटलं.. तरी विचारांची साखळी कुठेतरी भलतीकडेच जुडते. पण नाही, ऑन ऑफ होता येतं मला. शेवटी आर्टिस्ट आहे मी. मूड चेंज करणं जमतं मला. चलो... पाऊस पुन्हा सुरु झालाय... पण नशिबानं लाईट आलीय. और एक कॉफी तो बनती है ना..!! तुम्ही घेणार का..?

कॉफी आणि सिगारेट तसं मिसमॅच कॉम्बिनेशन. पण मी कुठे रोज ओढते. मूडस्विंगसाठी चलता है. स्पेअरला असते माझ्याकडे. गॅलरीतून विजा पहा ना केवढ्या भयानक वाटताहेत. मला पाऊस चालतो, पण विजांची थोडी भीती वाटते. थोडी कसली, खूप जास्त. पण आता खूप लांब आहेत त्या. आवाज मात्र जवळ येतोय. विजांचं एक गणित मला चांगलंच समजलय. इथं या उंच टॉवरमध्ये रहायला आल्यापासून. त्या खूप दूर तिकडे क्षितिजावर चमकतात. आणि त्यांचा आवाज मात्र सर्वत्र आस्मानभर दहशत करतो आणि तो हि खूप वेळानं. आपण मात्र उगीच घाबरतो. इथे आली तेव्हा मी हि खूप घाबरायचे, पण विजांसारखच

या शहराचं सुद्धा गणित मला समजलं. जशास तसं वागायचं, कुणाला कुठपर्यंत लिमिटमध्ये ठेवायचं. आणि आपण बेखोप जगायचं. पण कित्येक मुलींना जमत नाही ना, पाघळतात लगेच, भुलतात आणि मग फसतात. कुणी फसतात, कुणी घाबरवलं कि घाबरतात. माझ्या वरही प्रयत्न झालेत नाही असं नाही. पण बरंच काही आपल्यावर हि डिपेंड असतं. आपण हि कसं आणि कधी चमकायचं, कधी धडधडायच आणि कधी काळजात धडकी भरावयाची. आणि हे शिकायलाच हवं.

सिगारेट संपलीय. कॉफी अजून शिल्लक आहे. कॉफीचं एक बरं असतं. ती जास्त असते. तिचा मगही मोठा असतो. सिगारेट तशी छोटी असते. जीवनातही असंच असावं. नको त्या असं म्हणणार नाही मी, पण काही गोष्टी छोट्या असाव्यात, आणि काही मोठ्या. खूप मोठ्या. सगळंच हवं असतं आपणाला एका विशिष्ट वेळी, आणि त्यातलच काही नको असतं काही वेळानंतर. स्वार्थ असतो का तो आपला.. माहीत नाही. पण नात्यांच्या बाबतीत थोडं जड जातं, असं करताना. मला ही त्रास होतो.. असं वागण्याचा नव्हे, पण असं वागल्यामुळे समोरच्याला होत असलेल्या त्रासाला पाहून. पण ज्यांची ध्येय फिक्स असतात, आणि त्यांचे रस्तेही ठरलेले असतात. मग हातात ऑप्शन राहत नाही. तो म्हणतो की, ध्येयं फिक्स असावी, रस्ते फ्लेक्सझिबल असले तरी चालतील, एकमेकांना पूरक. आणि इथंच माझं बिघडतं, नाही पटत. आणि मी वेड्यासारखी वागते. मला का नाही पटत? त्याचंही असू शकतं..!!

कॉफी जेवढी थंड होत मुरत जाते, तेवढी अधिक गडद स्ट्रॉंग बनते. मग मजा येते. तो म्हणतो, नातं हि असच असतं. जितकं जास्त मुरत जाईल तितकं पक्क होतं, घट्ट होतं. कॉफीनं मी थंड होणारच नाही असं म्हणून कसं चालेल. आधी तिनं उकळनं आणि मगात ओतल्यावर हळूहळू थंड होत जाणं, ओघानंच आलं. नात्यातही असं उकळनं, थंड होणं गरजेचं असतं. सगळं कळतं पण वळत नाही ना..! म्हणून तर 2 वर्ष झालं तोंड नाही बघितलं एकमेकांचं. का वागते मी अशी मलाच माहित नाही. ती 'टीव्ही गर्ल' तर यापेक्षा खूप वेगळी होती, आपल्या विचारांशी पक्की, तडजोड न करणारी पण तरीही समंजस, समजूतदार. आणि मी..?

मी फक्त विचारांशी पक्की... तडजोड न करणारी. समंजस...? समजूतदार...? बहुतेक अजिबात नाही. पण आज एवढा का विचार... हा पाऊस जबाबदार याला.. कि वातावरण... कि हि कॉफी..?

खूपदा एकांतात अशी तंद्री लागते. आणि आज तर सगळंच जुळून आलंय, बाहेर पाऊस, मंद लायटिंग, सिगारेटचा वास, कॉफीचा स्वाद, मी आणि ती...

'टीव्ही गर्ल'.

2

कॅब, ट्रॅफिक सिग्नल्स आणि हास्याची देवता.

"एन डी एक्स स्टुडिओ.."

कॅब चालू लागली. हे असं आहे आमचं प्रोफेशन. चार दिवसाची सुट्टी मिळाली, म्हणून थोडी रिलॅक्स होते. कालचा पाऊस आणि कालची संध्याकाळ. जाम मस्त होती. आणि त्यात कातरवेळी काहीतरी हुरहूर लागली की आणखीनच नशा वाढते.

हल्ली काहीतरी हरवल्याची, सुटत चालल्याची जाणीव वाढतेय. एकांत हि नकोसा वाटतो. मन अलगद जुन्या फोल्डर्स मध्ये शिरकाव करतं. काल रात्री ही मनात नसताना का म्हणून फोल्डर्स चाळत बसले माहित नाही. मध्यरात्री कधी झोप लागली माहीतच नाही. डोळ्यांच्या कडा थोड्याशा ओलसर झालेल्या जाणवत होत्या इतकंच. दुपारपर्यंत उठण्याचा प्रश्न नव्हताच, पण स्टुडिओतून आलेल्या फोननं जाग आली. ओमप्रकाश चा फोन होता. ओमप्रकाश... मी करत असलेल्या शोचा डिरेक्टर. काहीतरी महत्वाचं असणार म्हणून नाईलाजानं फोन रिसिव्ह केला. त्यांनं अर्जंट स्टुडिओत येण्यास सांगितलं. काहीतरी इम्पॉरटंट ऍडिशन करायची आहे म्हणे. निघावच लागलं.

कामाच्या बाबतीत मी अगदी प्रॉम्प्ट आहे. मी कधीच आढेवेढे घेत नाही. तेच तर गुडविल आहे माझं. कामाच्या वेळेत कामच. सेटवरची फालतूगिरी मला अजिबात चालत नाही. तुम्ही माणूस म्हणून कसंही असा, पण तुम्ही ऍक्टर म्हणून सिन्सीअर असलंच पाहिजे, या मताची मी आहे. टाईमपास करायचा असेल तर तुम्ही या क्षेत्रात येऊच नका. आणि कलेशी प्रतारणा तर नाहीच नाही. आणि तुम्ही असं करत असाल तर तुमच्या इतकं नालायक आणि मूर्ख कुणीच नाही.

सिग्नल पडला आणि कॅब थांबलीय. हॉर्नचा आवाज कान बधिर करतोय. इथं हॉर्न वाजवण्याचं नेमकं कारणच काय, हे मला अजूनपर्यंत समजलेलं नाहीये. आणि सिग्नल्स असतानाही ट्रॅफिक हवालदारांची टोळी इथं का असते, हेही. पण आपल्या इथं हे असंच असतं. असो. माझ्या कॅबचा ड्राईव्हर अगदीच गोरा गोमटा आहे, अगदी माझ्या आधीच्या सिरीयल मधल्या हिरो सारखा. त्याच्या ऐवजी सिरीयल मध्ये हा असता तरी चाललं असतं. कदाचित ऑडीयन्सनी यालाच जास्त पसंती दिली असती. माझं आपलं निरीक्षण..! पण तसं नाहीये. हा गाडी चालवतोय. कदाचित हेच त्याच्या नशिबात असेल. किती दिवस माहित नाही, कदाचित आयुष्यभर..!!

सिग्नल सुटला. गाड्यांची एकच चढाओढ चाललीय. मॅरेथॉनमध्ये झेंडा फडकावल्या नंतर जशी लोकं सुटतात तशी. किंवा कार रेस आणि हॉर्स रेस सारखी. इथं कुठली स्पर्धा नाहीये आयोजित केलेली, पण आयुष्याची रेस आहेच. प्रत्येकाला कुठंतरी पोहोचायचं आहे, वेळेत किंवा वेळे अगोदर. उशीर कुणालाच नकोय. मग आमच्या इंडस्ट्रीत असो किंवा इतर कुठेही. उशिरा मिळालेल्या गोष्टींचा उपयोगच काय.? कदाचित म्हणूनच तो नव्वद सेंकदाचा सिग्नल ही युगासारखा वाटतो. पण 'तो' म्हणतो की कितीही पळालं तरी पुढे पुन्हा सिग्नल

आहेच, आणि कितीही गडबड केली तर अगदी काही मिनिटांचाही फरक पडत नाही. मग कशाला उगीच घाई करा. असं सिग्नलच्या बाबतीत म्हणणारा तो हायवे ला मात्र सुसाट सुटलेला असतो. म्हणून मग मला तत्वज्ञानी माणसांचा राग येतो.

समोर फ्लाय ओव्हरच्या टर्नवरती नवीनच लाँच झालेल्या टूथपेस्टचं भलंमोठं होर्डिंग लावलं आहे. कालपर्यंत तरी तिथं दुसरीच ॲड होती. त्यावर असलेल्या हसऱ्या चेहऱ्याच्या मॉडेलला मी ओळखते. माझ्या बरोबरच कदाचित सुरवात केली असेल तिने. पण चांगलाच जम बसवलाय. हिंदीत मोठ्या बॅनरच्या दोन सिरियल्स आणि बऱ्याच ॲड मध्ये झळकतेय सध्या. थोडी जेलेसी फील होते मला तिला बघून पण प्रत्येकाचा प्रवास वेगळा आहे. हो वेगळाच आहे. मी शांतपणे विचार करत विंडो मधून बाहेर बघतेय. नेव्हिगेशनमध्ये रेड झालेली ट्रॅफिक लाईन बघून ड्राईव्हरने कॅब नाइंटी डिग्रीत वळवली. बहुतेक शॉर्टकट घेतोय तो. आयुष्यातही असे अनेक शॉर्टकट असतातच कि. तिने हि घेतले असतील का इथपर्यंत पोहचण्यासाठी.? त्या माघाच्या होर्डिंगवरच्या मॉडेलने? मनात उगीच प्रश्न उभे राहतात. घेतले असतील तर घेतले असतील. आपणाला दुसऱ्यांच्या आयुष्यात डोकावून बघायचं कारणच काय? मी ही एका टप्प्यावर आहे. माझ्याकडेही बघून लोक असं काहीतरी बोलत असतीलच कि..! मध्ये नाही का समीरबद्दल अन माझ्याबद्दल. अरे हो.... समीर म्हणजे तोच... ज्याला मी ‘तो’ म्हणतेय मघा पासून.

समीर म्हणतो.. आपण उंचीवरची लोकं आहोत, एखाद्या टेकडीवरची. आणि बाकी सगळे खाली आहेत. त्यांना आपण सहज दिसतो, त्यांच्या नजरेत भरतो, कारण आपण उंचीवर आहोत. आपण त्यांच्या पासून लपून नाही राहू शकत. खालून बघणारांना सगळं काही दिसतं. म्हणून आपण हि जपून वागावं. पण प्रत्येकवेळी त्यांनाही अगदी बरोबरच दिसेल असही नाही. पण जसं दिसेल त्यानुसार ते अर्थ लावणारच. आपण दोघे एकमेकांपासून थोडंसं अंतरावर उभे आहोत. पण बघणारा जर आपल्या सरळ रेषेत असेल तर त्याला जे दिसायच ते दिसणार, ज्याची तो ऑलरेडी अपेक्षाच करत होता. पण म्हणून का आपण किलोमीटर अंतरावर उभं राहायचं? असंही नाही. होता होईल तेवढं आपण आपले एथिकस जपायचे. कधीकधी खूप शहाणा वाटतो तो. अशी भक्कम साथ असली की मग पावलं चुकत नाहीत. शॉर्टकट्स ची गरज लागत नाही.

अजून एक नवा सिग्नल. कॅब पुन्हा थांबलीय. आयुष्याचंही असंच असेल ना... सिग्नल वर सिग्नल. आता माझंच बघा ना, एक काम संपलं, एक सिरीयल संपली की थांबायचं. पुन्हा नव्या कामाची वाट पहायची. पण नवं काम लगेच मिळेल

याची काही गॅरंटी नसते. आमचं प्रोफेशनच डिफरंट आहे. इथं अनसर्टनिटी जास्त आहे. म्हणून मग काम संपलं, किंवा संपत आलं आणि हातात नवीन काही काम नसेल तर जास्त भीती वाटते. सिग्नलचं मात्र बरं आहे, जे काही असेल साठ, नव्वद सेकंदा नंतर पुढे सरकायच. अशी खूप प्रोफेशन्स आहेत, जिथं आमच्यापेक्षा जास्त सिक्युरिटी असते. पण आम्ही आर्टिस्ट लोक, आम्हाला ते तसं अकरा ते सहावालं चक्र नको असतं. आम्ही आमच्या इनसिक्युरिटीतही खुश असतो.

गाडी अजून थांबलेलीच आहे. अजून तीस सेकंद बाकी आहेत. सिग्नलवर दोन मुलं दिसताहेत. एक थोडी मोठी मुलगी आणि तिच्याबरोबर एक छोटा मुलगा, तिचा भाऊ असेल कदाचित. गाड्यांच्या काचावर थाप मारून ग्लास खाली घेण्यासाठी विनवत आहेत. भीक मागत आहेत ते. मन सुन्न होतं हे सगळं बघून. पण काय बोलावं, हेच कळत नाही. इथं तत्वज्ञानाचा काहीच उपयोग होत नाही. बघायचं आणि सोडून द्यायचं, पुढे सरकायचं आपल्या रस्त्याने. आमच्या चित्रपटात आणि मालिकांत जी गरिबी असते ती वेगळी असते. यांच्यापेक्षा खूपच वेगळी. तिथं आम्ही सेटवर गरिबी उभी करतो. गरिबांची घरं, त्यांचे कपडे, त्यांची भांडीकुंडी... सर्व काही. त्याला आम्ही रंग देतो, रंगवतो. भडक करतो. चेहऱ्यालाही रंग लावतो. आणि आम्ही गरीब दिसतो, गरीब बनतो. पण खरोखरच्या गरिबीला कुठे रंग असतो. आयुष्याचा रंग उडाल्यावर... येते ती गरिबी. ती खरी गरिबी. बर्गर आणि पिझ्झा खाऊन झाल्यावर, गरिबीची कितीही अक्टिंग केली तरी त्या भावा बहिणींच्या चेहऱ्यावरची ती उदासी आणि लाज कुठून येणार. दोन दिवस उपाशी राहून जरी अक्टिंग केली, तरी ओके शॉट नंतर खाणार असलेल्या मलईदार डिशची चमक डोळ्यातून थोडीच पुसता येणार. आई म्हणतेच.. तुझी दुनिया खोट्याची आहे. तुझा टीव्ही तला हिरो पण खोटा, व्हिलन पण खोटा, श्रीमंतीही खोटी आणि गरिबीही खोटी.

आज ट्रॅफिक खूपच जास्त आहे. इथे नेहमीच असं असतं. खचाखच भरलेल्या लोकांचं शहर आहे हे, ट्रॅफिक तर असणारच. प्रत्येकजन इथं आपलं नशीब अजमावतोय. कुणी नुकतंच इथं येऊन पोहोचलय, कुणी काही वर्षांपूर्वी, तर कुणी काही पिढ्यापासून इथंच आहेत. सर्वांना या शहरानं सामावून घेतलंय, त्यांच्या स्वप्नासह. कित्येकांची पुरी झालीत, कित्येकजण अजून चाचपडत आहेत. रिहानाचं बरं होतं. रिहाना.. तीच ती... माझी टीव्ही गर्ल. ती तिच्या राजकुमाराला शोधत शहरात गेली होती. पण ते शहर एवढं मोठं नव्हतं. या शहरात आली असती तर वेडी झाली असती ती. इथं येणारी माणसं वेडीच असतात म्हणा. कशाचं तरी वेड घेऊन आलेली असतात. आई नव्हती का म्हटली मला, वेड लागलंय तुला,

अक्टिंगच भूत बसलंय तुझ्या डोक्यावर. अंग, एवढं मोठं शहर ते, ओळख ना पाळख, कोणत्या भरवशावर निघाली आहेस तू. राहाणार कुठे, खाणार काय...? पण मी वेडी झाली होते ना.! मी थोडीच ऐकणार होते. नशीब आईनं परवानगी दिली, नाहीतर पळून आले असते. बाबांचं काही नव्हतं, त्यांचं एकच तुला जे करायचं आहे ते कर. थोडं जड गेलं सुरुवातीला. पण ऍडजस्ट झाले इथे. या शहरानं सामावून घेतलं.

कॅब थांबली. मी स्टुडीओजवळ पोहचले. स्टुडिओ... स्वप्नांची फॅक्टरी. होय स्वप्नांचीच. इथं स्वप्न बनतात, मग ती टीव्ही वरती विकली जातात. होय, तुमची आमची स्वप्नं. बऱ्याचदा अपूर्ण राहिलेली. खूपदा अपूर्णच राहतात... आपली स्वप्नं. आपण धडपडत असतो, सतत.. ती पूर्ण करण्यासाठी. आणि याचाच फायदा कुणीतरी घेतं. आणि आपलीच स्वप्नं आपणाला विकतं. टीव्ही आणि सिनेमात दिसणारे छान छान चेहरे, त्यांचं छान छोकीचं राहणं, वागणं... त्यांचे रंगीबेरंगी कपडे, महागड्या गाडया, आलिशान घरं.. सगळं तर आपल्या स्वप्नातलं असतं. आपणाला मोहून टाकतं. यातली प्रत्येक गोष्ट आपणाला हवी असते, पण मिळत नसते. कमी जास्त प्रमाणात अपूर्णच राहिलेली असते. पण अपूर्णतेचीही स्वतःची एक गोडी असते, हे समजायला खूप वेळ लागतो. मी हि नव्हते का मोहून गेले, आकर्षित झाले. पण मला माझं स्वप्नं इथं सापडलं. आपल्या स्वप्नासाठी, छंदासाठी काम करायला मिळणं, या सारखं भाग्य नाही.

कॅब माघारी वळली. टर्न घेताना ड्राईव्हर हळूच माझ्याकडे बघत असताना मी त्याला पाहिलं. मी पाहिल्यामुळे तो थोडा गडबडला. अन एक हलकीशी स्माईल देऊन निघून गेला. खरं तर मी तीच आहे का.. टीव्ही तली हिरॉईन, हे तो कन्फर्म करत होता. तसं त्याला मघाशीच कन्फर्म झालं होतं कॅब मध्ये. मधून मधून मिरर मध्ये तो माझ्याकडे बघत होता. माझ्या लक्षात आलेलं, पण मी इग्नोर केलं. मला सवय झाली आता. पण माघारी जाताना मला आणखी एकदा पहायचा मोह त्याला आवरता आला नाही. नेहमी असंच होतं. सर्वसामान्य लोकांना सेलिब्रेटींच एवढं का आकर्षण असतं, समजत नाही. हे सगळीकडे सेमच असतं. कधी काळी मलाही होतं. पण याचं उत्तर आजही माझ्याकडे नाहीये. तुमच्यासारखीच माणसं आहोत आम्ही. चेहऱ्यावरचा मेकअप उतरवला, आणि कॅरेक्टरचा कॉश्च्युम उतरवला कि आम्हीही तुमच्या सारखेच दिसतो, सर्व सामान्य. आणि मी तर आहेच तुमच्या सारखीच, सर्वसामान्य.! मी ही तिथूनच आलेय. मीच काय पण इथं खुपजण असे आहेत, जे तुमच्या इथूनच आलेत, आणि आज ही तसेच आहेत जसे पूर्वी होते. काही वेगळं नाही आहे हो... सेटवरच्या लाईट्स ऑफ झाल्या की बऱ्याचवेळा

आमच्याही आयुष्यात अंधार असतो. तुमच्या सारखी आमचीही लाईट बिल्स बऱ्याचदा थकलेली असतात. घरांचे हफ्ते, आणि ईएमआई थांबलेले असतात. घरी असल्यावर आम्हीही तुमच्या सारखे शॉर्टस आणि बरमुडा घालतो. आम्हीही उपवास धरतो, चुकून सोडतो. तुम्ही जसे रडता, हसता, तसेच आम्हीही हसतो, रडतो. आम्हालाही दुःख होतं. आम्ही ही फसले जातो, फसवले जातो. आई, वडील, भाऊ, बहीण, नातीगोती आम्हालाही असतात. नैतिकतेचं भान आणि नियम आम्हालाही असतात. कमरेचं काढून नंगानाच करणं, एवढंच काम नसतं. आम्हालाही भावना असतात. आमच्यावर ही बलात्कार होतात. आत्म्यावर आणि मनावर. असो..!!

कॅप्सूल लिफ्ट मधून मी ऑफिस मध्ये निघालीय. कॅप्सूल लिफ्टची मजाच काही और. अगदी ढगात निघाल्यासारखं वाटतं. लोकं किती क्रीटीव्ह असतात ना...! काय काय शोध लावतात. कॅप्सूल लिफ्ट... भारी आहे. मला तर जाम आवडते. बऱ्याचदा मी कानात हेडफोन घालून खालून वर दोन चार फेऱ्या मारतेच. पल्लवी म्हणते.. काय लहान आहेस का तू..? तिला काय माहित.. मी लहानच आहे अजून... त्या टीव्ही गर्ल सारखी...!! पल्लवी.... माझी को-स्टार. वेल एज्युकेटेड, फुलली प्रोफेशनल. काय पण लोक असतात ना. काय काय नियम करून ठेवतात. असच बोलायचं, असच चालायचं, असच वागायचं, असच हसायचं. सगळी लिमिटेशन्स, आणि बॉउंड्रीज. आणि म्हणे काय तर... वेल मॅनर्स. आपणाला नाही जमत. कामाच्या बाबतीत ओके असलं म्हणजे झालं. कशाला पाहिजे हे सगळं. लाईफ कसं मुक्त असावं... बाउंड्रीलेस. मनमौजी... माझ्या सारखं. पंच्छी बनू, उडके फिरू... मस्त गगन में...

एव्हाना माझ्या लिफ्टमधून खालीवर दोनचार फेऱ्या झाल्या सुद्धा..!!

रिसेप्शनिस्टची गोड स्माईल. माझाही तितकाच छान प्रतिसाद. या पोरी खूप गोड असतात आणि तितक्याच गोड हसतात देखील. आमच्या इंडस्ट्रीत असं गोड हसण्याला, आणि दिसण्याला खूप महत्व. हि शो ऑफची दुनिया आहे. इथं दिसणं तसं खूप म्हत्वाचं. आणि लोकांनाही तेच आवडतं ना..! तुमचं दिसणं महत्वाचं आहेच, पण टॅलेंट शिवाय फक्त दिसण्याला काय आधार आहे. कचकुड्याच्या बाहुल्यांची संख्या इथं काही कमी आहे असं नाही. पण कित्येक मुलं मुली अगदी प्रामाणिक राबतानाही दिसतात. छोट्या छोट्या शहरातून, गावातून येऊन इथं संघर्ष करणं, वाटतं तितकं सोपं नाही. सतत पर्समधल्या नोटां मोजून व्यवहार करणं फार अवघड आहे. किती भराभर संपतात नोटा. संपणाऱ्या एका एका नोटेबरोबर पोटात जाणाऱ्या घासांची संख्याही कमी करावी लागते. आणि एक

दिवस तो दिवस उजाडतोच... रिकाम्या खिश्याचा. हा दिवस कधी येऊच नये असं वाटत असतं. पण येतोच. आणि त्यावेळी हे हसरे, गोड चेहरे पार कोमेजून जातात. पोटात भूक असतेच, पण कुणाकडे तरी चार पैशांची मदत मागताना आत्मा पाक लाजून जातो. संघर्षाची सुरवात इथूनच होते. हातात काम नसतं. स्वप्नं झोपू देत नाहीत. घराकडून, गावाकडून येणाऱ्या फोनला द्यायला उत्तरांच आटलेपण असतं. कुठेतरी चमकल्याशिवाय इंडस्ट्रीचंही लक्ष जाणार नसतं. पण चमकणार तरी कसं? अंधारात फक्त चाचपडनं होतं. नकारघंटा ऐकून ऐकून जीव गुदमरायला होतो. छोटया छोट्या कामासाठी झगडावं लागतं. कित्येक रात्री कधी कधी उपाशीपोटीही जातात. भूक जगणं शिकवते, पण मरण यातना देऊन..! अशावेळी या गोड चेहऱ्याची काय अवस्था होत असेल, जरा कल्पना तरी करून पहा. हसणं किती दुर्मिळ आणि मौल्यवान होऊन बसतं. आणि अश्या पार्श्वभूमीवर एखादी जरी स्माईल दिसली तरी तिचं मोल आणि गोडवा खूप किमती ठरतो. आणि असं हसणं हरवून बसलेल्या स्ट्ररग्लर्सकडे बघून, त्यांना गोड स्माईल देणारी, आणि त्यांच्याही चेहऱ्यावर आशेची कळी खुलावणारी रिसेप्शनिस्ट मला एखादया देवते समान वाटते.

आत अजून कुणाची तरी मीटिंग चालू आहे. मी पोर्चमध्ये वेटींग करतेय. जगात सर्वात अवघड काम कुठलं असेल तर वेटींग करणं. मग ते कशाचंही असो... माणसांचं, कामाचं, यशाचं अथवा पैशाचं.! आज हातात बऱ्यापैकी काम आहे, पण सुरवातीचे दिवस खूप कठीण होते. काळाकुट्ट अंधार. आठवलं तरी कसंतरीच होतं. ऑडिशन्स वर ऑडिशन्स देऊन जीव मेटाकुटीला यायचा. सिलेक्शन कुठंच व्हायचं नाही. वाटायचं सगळं सोडावं आणि घरी निघून जावं. फोनवर फक्त वेटिंग करत बसायचं. पण रिटर्न फोन काही यायचा नाही. कमीत कमी तुमचं सिलेक्शन नाही झालेलं, हे सांगायला तरी एखादा फोन, एखादा मेसेज यावा, असं वाटायचं. पण इथे तशी पद्धत नाही. तुमचं तुम्हीच ओळखायचं.

आणखी एक मुलगी इथे वेटिंग करतेय. जरा मॉडच वाटतेय. मोठ्या घरातली असावी. यांचं बरं असतं थोडं. फायनान्सिअली वेल बॅकग्राऊंड असणाऱ्या घरातून आलेल्या मुलींना तसं इथं थोडं सोप्प जातं. लिंक्स असतात, कनेक्शन्स असतात, पैश्याची काही कमी नसते, भुकेचा तर प्रश्नच नसतो. तरीही त्या कुपोषित दिसतात. नाही, नाही... तसं नाही, झिरो फिगरची क्रेझ असते. आणि मॉडेलिंगसाठी त्यांचं तसं असणं आवश्यकही असतं. या मुलीचीही पर्सनॅलिटी खूप अपिलिंग आहे. लांब नाक, निळसर डोळे, रंगवलेले केस,ओठांचा विशिष्ठ धनुष्याकृती आकार आणि बार्बीगर्ल सारखा सडपातळ बांधा. खूपच अपिलिंग

दिसतेय ती. इतकी कि हास्याची देवताही तिच्याकडे टकमक बघतेय.

3

कॉफी बोलेना.

'आर यु मॅड...?

तू काय बोलतोयस तुला कळतंय का? वेडा झाला आहेस का...? मी इथं पर्यंत पोहचण्यासाठी किती मेहनत घेतलीय माहित आहे का तुला..?' मी.

'आय एम सॉरी, मी काहीच करू शकत नाही.' ओमप्रकाश.

‘काहीच करू शकत नाही म्हणजे? तू हे कसं काय करू शकतोस? टेल मी’ मी.

‘हा मॅनेजमेंट चा डिसिजन आहे. चॅनेलचा डिसीजन आहे. मी काहीही करू शकत नाही. ट्राय टू अंडरस्टॅन्ड.’

‘काय समजून घेऊ मी. तू हा शो सोडायला संगतोयस मला. इनफॅक्ट मला या शोमधून बाहेरचा रस्ता दाखवला आहे, तेही केव्हा, जेव्हा मी टॉप फोर कंटेस्टट मध्ये असताना, आणि काहीही बालिश कारणं देतोयस तू’.

‘मी बालिश कारणं देत नाहीये, मॅनेजमेंटचा डिसिजन आहे हा.. तुझा ऑडिअन्स रेषीओ घसरलेला आहे मार्केटमधला. आणि हे तुलाही माहित आहे. चॅनेलनं सर्वेक्षण केलंय, लोकांना तू नको आहेस. इनफॅक्ट लोकांना हे पटत नाहीये कि तू इथपर्यंत पोहचलीसच कशी’ ओमप्रकाश.

‘पोहचलीस कशी म्हणजे काय? माझा परफॉर्मन्स बघा ना, जीव तोडून मेहनत घेतेय मी या शो साठी. माझं स्वप्नं आहे हे. आणि लोकांना पटत नाहीये म्हणजे..?’

रागानं माझं डोकं गरम झालंय.

‘पटत नाहीये म्हणजे लोकांना वाटतय हे सगळं ठरवून चाललंय, स्क्रिप्टेड आहे हे. तुला प्रमोट केलं जातंय. आणि यामुळे चॅनेलचं रेप्युटेशन खराब होतंय..’ ओम.

‘व्हॉट डु यू मिन..? कोण प्रमोट करतय मला.. सांग ना, कोण करतंय, आणि कधी? तू डिरेक्टर आहेस ना या शोचा. तू बघत नाहीस का माझी मेहनत? मेहनत करतेय मी इथं... मेहनत. मी कधी बोलली का तुला मला प्रमोट कर म्हणून? ज्युरी किती हार्ड ठेवली आहेस तू? त्यांना विचार ना, प्रत्येक राऊंडला हार्डवर्क करत पोहचलीय मी इथं. मग.. काहीही काय बोलतोस यार तू...’ मी.

‘हे बघ, मला पटतंय सगळं. मी तुझी मेहनत बघतोय. मला ही खूप वाईट वाटतय. मला ही धक्का बसला हे ऐकलं तेव्हा. पण काय करणार, डिसिजन झालाय ऑलरेडी. ऑफिशिअल लेटर दिलं गेलय तुझ्या हातात, आज पासून तू या शो चा पार्ट नाही आहेस’. ओम.

‘मी आज पासून शोचा पार्ट नाहीये, होय ना? मला लेटर देताय ना.. आय विल शो यु.. मी काय चीज आहे, मीही दाखवून देते तुम्हाला..

माय नेम इज ’किआरा‘..!!

’किआरा.. कूल. वेड्या सारखं करू नकोस. तुला माहित आहे, चॅनेलच्या आपोजिट तू काहीही करणार नाहीयेस. एग्ग्रीमेन्ट मध्ये तसं साईन केलेलं असतं आपण. कोणत्याही कारणाशिवाय चॅनेल तुम्हाला केव्हाही बाहेर घालवू शकतं. आणि शोमधून बाहेर केलं याचा अर्थ चॅनेलनं तुझ्याशी संबंध तोडलेत असं नाही.

हा फक्त पर्टीक्युलर या शोच्या बाबतीतला निर्णय आहे. तुझी आणखी एक सिरीयल ऑलरेडी चालू आहे इथं. चॅनेलनं हेही क्लिअर केलं आहे की हा फक्त या शो शी रिलेटेड डिसिजन आहे. तुझी ती दुसरी सिरीयल आणि त्यातला तुझा रोल कन्टिन्यु राहील. शिवाय आणखी एका नवीन सुरु होणाऱ्या शोची होस्ट म्हणून तुझ्या हातात अप्रूव्हल आहे. आणि किआरा.. कार्पोरेट्स मध्ये असे डिसीजन होत असतात. तुला हे माहित आहे'. ओम समजावतोय मला.

'अरे पण हा माझ्यासाठीही रेप्युटेशनचाच भाग आहे. लोकं मलाही विचारातील, मी काय सांगत फिरू त्यांना?' मी.

'किआरा, कुणाला काहीही सांगायची गरज नाहीये. तुला इंडस्ट्रीचे नियम, कायदे कानून, गोष्टी कश्या फेस करायच्या असतात सर्व चांगलंच माहित आहे. यु आर प्रोफेशनल यार' ओम.

'येस, आय एम प्रोफेशनल. बट, माझ्या स्वतःसाठीही हा शो महत्वाचा होता, मी हातातल्या चांगल्या ऑफर्स सोडून यात का पार्टीसीपेट झालीय, तुला सगळं काही माहित आहे. आणि मला हे समजेना झालंय, कि मला प्रमोट केलं जातंय असं लोकांना का वाटतंय. हे काय कारण असू शकतं का? चॅनेल हे कारण कसं काय देऊ शकतं?' मी.

'ते मला काही माहित नाही. आणि कारण काय.. द्यायचंच म्हटल्यावर काहीही देऊ शकतात हे लोक. त्यानं काय फरक पडणार आहे. तू तरीही बाहेरच असणार आहेस. आणि तुला आवडलं नसेल तर कळवं त्यांना तसं, मला दुसरं कारण द्या, हे कारण मला आवडलेलं नाही, देतील ते' ओम.

'व्हेरी फनी, जोकचा पार्ट नाही हा' मी. माझा वैतागले.

'हो माहिती आहे, बी प्रॅक्टिकल, घरी जा आणि शांत झोप. आपण उद्या बोलू यावर' ओम.

'ठीक आहे, पण माझ्यासाठी अवघड आहे हे सगळं' मी.

'आय क्नो, जास्त विचार करू नको, चल बाय' ओम.

'बाय...' मी.

मन अगदी सुन्न झालंय. काहीच कळेना.

हे काय सुरु झालं अजून, यार, सगळं काही व्यवस्थित चालू होतं. आणि हे मध्येच काय? हा ओमप्रकाश काहीतरी एडिशन आहे म्हणून बोलावतो काय, आणि हि बॅड न्यूज देतो काय...!

कसं असतं ना... एका क्षणात अख्ख आयुष्य कोलमडून पडतं. हेलकावे खाऊ लागतं, खवळलेल्या समुद्रात सापडलेल्या जहाजा सारखं.

आज इंडस्ट्रीत येऊन बरीच वर्ष झाली. अप अँड डाउन्स खूप पाहिलेत. छोट्या मोठया धक्क्यांनी हलून जाणारी नाही मी. पण हा माझ्यासाठी मोठा सेटबॅक आहे. माझी नेहमी इच्छा होती, अशी काहीतरी कॉंटेस्ट व्हावी, कि ज्यात आपल्या टॅलेंटचा कस लागावा. आपल्या कलागुणांना वाव मिळावा. पण आज कालचे शोज तुम्ही पाहता ना. काय अवस्था आहे शोजची हे काही वेगळं सांगायला नको. ज्यावेळी हा शो डिक्लेर झाला, तेव्हापासून मी एक्सायटेड होते. शोजची बक्षीस आणि त्याबरोबर मिळणाऱ्या असाईंमेंट्स मोठ्या आहेत म्हणून नव्हे, तर माझ्यात असलेल्या खऱ्या टॅलेंटची जगाला ओळख होईल म्हणून. खुप एक्ट्रेस सामील झाल्यात यामध्ये. बेस्ट फोर पर्यंतचा प्रवास सोपा नव्हता माझा. स्पर्धा ज्येन्युअनली चालू आहे. चॅनेल किंवा इतर गोष्टींचा तसा अजिबात इंटरफेअर नाहीये. आणि आज अचानक हे काय..? लोकांना माझा काही प्रॉब्लेम असेल नाही वाटत मला तरी. कुठलं आणि कसलं सर्वेक्षण केलंय यांनी. आणि मला सॉफ्टकॉर्नर दिला जातोय हे काय नवीनच. मला नाही वाटत असं काही. काहीतरी द्यायचं म्हणून कारण दिलं असेल यांनी. पण शॉकिंग आहे सगळं. काय करू काहीच समझेना..!!

कुणी मुद्दाम तर हटवत नसेल ना मला या शो मधून..? कोण असेल..? मला नाही वाटत असं काही. मग चॅनेलनं असा का डिसीजन घ्यावा? डोकं बधिर झालंय. मोठ्या बॅनरच्या दोन सिरीयल हि सोडल्यात मी या शोसाठी. त्याचं काही नाही, पण फुल्ल कॉनसनट्रेट केलंय मी यावर. पोर्चमध्ये वेड्यासारखी बसलीय. रिसेप्शनिस्टची स्माईल आता मला साद घालेनाशी झालीय. मघाच्या त्या मॉडेलला वाईल्ड कार्ड एन्ट्री मिळालीय माझ्या जागी. काही पण. नुकत्याच झालेल्या एका रिजनल सोशल प्रोग्रॅमची विनर आहे म्हणे ती.

म्हणून काय झालं..? कोण असेल ती असेल, मला काय करायचं आहे तिचं. तिचाही आता राग येऊ लागलाय. पण तिच्यावर राग काढून काय उपयोग... चॅनेलचा डिसीजन आहे हा. ती नसती तर तिच्या जागी दुसरी कुणी असती. तिच्या फॉलोअर्सचा फायदा होईल म्हणे शोच्या टीआरपीला. अरे पण माझं काय..? माझे फॉलोअर्स नाहीत काय? आणि काय म्हणत होता ओमप्रकाश... माझा ऑडिअन्स रेषीओ घसरलाय, माझी क्रेझ कमी झालीय.. कुणी ठरवलं हे..?

कॅब घराच्या दिशेने धावतेय, पण माझं मन सैरभर झालंय. त्याला दिशाच सापडेना. ओमप्रकाशचे शब्द डोक्यात घर करताहेत. माझी क्रेझ कमी झालीय. माझा ऑडिअन्स रेषीओ कमी झालाय. समीर बोलला होता मला, तेच ते एकसारखे रोल करू नकोस. अडकून पडशील त्या इमेज मध्ये. आज डोक्यावर घेणारी लोकं

उद्या पायदळी घेतील. झालं असेल का असं..? खरं असेल का ओमप्रकाश बोलला ते. खरंच असं झालं असेल का..? गेल्या तीनचार वर्षा पासून मी तेच ते रोल करतेय हे खरं आहे. एकसारखेच आहेत ते रोल. पण मी तरी काय करू.. माझी पहिली सिरीयल 'अवनी' किती गाजली होती. लोकांनी मला किती डोक्यावर घेतलं होतं. पण एक वर्षातच संपली ती सिरीयल. नंतर तसेच रोल ऑफर झालेत मला. लोकांनीही मला स्वीकारलं होतं ना त्या इमेज मध्ये. मग मीही स्वीकारले ना ते रोल. काय चुकलं माझं..? आत्ताची हि सीरिअल साईन करताना, समीर बोलला होता.. नको करू ही सिरीयल. रिपीट होतोय रोल. आणि करायचीच असेल तर त्या सिरीयल मधला निगेटिव्ह रोल कर. तू करू शकते तो खूप चांगल्या प्रकारे. पण तो सेकंड लीड होता ना. आणि मला लीड रोल सोडायचा नव्हता. समीर बोलला होता.. फर्स्ट लीड, सेकंड लीड असं काही नसतं. भूमिकेची व्याप्ती किती आहे आणि त्याचं डिजाईन कसं आहे, यावरून रोल सिलेक्ट करायचा असतो. किती भांडले होते मी त्यांच्याशी. तुला माझ्याबद्दल जेलेसी होतेय असं म्हटलं होतं मी त्याला. तो समजावत होता खरं तर.. पण मी ऐकण्याच्या मनःस्थितीत नव्हते. मी हवेत होते ना.. खूप वाद घातला होता मी त्याच्याशी. मी नको तसं बोलले होते. मला आठवतंय, हर्ट झाला होता तो. पण एकाही शब्दानं काही बोलला नाही मला. शेवटपर्यंत फक्त समजावत होता. पण मी ऐकलं नाही. नंतरही मी दुसऱ्या एका सिरीयल मध्ये सेमच रोल साईन केला. तेव्हाही फोन करून बोलला होता मला. पण बीझी आहे, नंतर कॉल करते म्हणून मी टाळलं त्याला. त्यानंतर त्यांनं केलेला लांबलचक मेसेज अजून आठवतो मला. आतातरी थांब. पुन्हा तोच तो रोल नको करू, म्हणून बरंच समजावलं होतं त्यानं. पण किती रुड उत्तर दिलं होतं मी त्याला... 'मला समजतं, काय करायचं आणि काय नाही. कुठले रोल स्वीकारायचे अन कुठले नाही. तु तुझ्या प्रोजेक्टवर लक्ष दे. ते अडकलेत ते कसे रिलीज होतील ते बघ आधी.' कुठून एवढी मस्ती येते माझ्यात काय माहित. माणसाचं असंच असतं. यशाची हवा डोक्यात गेली ना, कि माणूस असंच करतो. पण त्याच्या बाबतीत मी असं नाही वागायला पाहिजे होतं. माझ्या भल्याचाच विचार करतो तो नेहमी. अगदी माझी पहिली सिरीयल पण त्यानच मिळवून दिली होती मला. किती प्रयत्न केले होत त्यावेळी त्याने, किती तयारी केली होती, कितीवेळा रिहर्सल करून घेतली होती. त्यावेळीही मी हट्ट करत होते. मी अशीच स्क्रीनटेस्ट देणार, हेच कपडे घालणार, अशीच डायलॉग डिलिव्हरी करणार. पण किती समजावून सांगितलं होतं मला. आणि खूप वेगळ्या पद्धतीनं माझी तयारी केली होती. एका डिरेक्टरचं माईंडच वेगळं असतं. त्यांचं थिंकिंगच वेगळं असतं.

आणि या माणसाचं तर सगळंच डिफरंट आहे, त्याचं वागणं, त्याची लाईफस्टाईल, त्याचं थिंकिंग. किती वेगळ्या पद्धतीनं विचार करतो हा माणूस. त्याच्या या थिंकिंग वरच तर भुलले होते मी. भुलले होते, म्हणजे आय मिन मला त्याचं नेचर आवडलं होतं. प्रत्येकाला सपोर्ट करायची त्याची भावना. त्याची मॅच्युरिटी. प्रत्येक गोष्टीचा मॅच्युरिटीनं, भविष्याचा वेध घ्यायची त्याची स्टाईल. खूप जवळ आलो होतो आम्ही.. पण...

काही नाही.

कॅब थांबली. मी माझ्या फ्लॅटच्या दिशेने निघालेय. मन उदास आहे. लिफ्ट केव्हा माझ्या फ्लोअरवर पोहचली कळलंच नाही. डोक्यात विचारांची गर्दी आहे. आता अक्ख घर खायला उठेल. आभाळ पुन्हा भरून आलंय, माझ्या मनासारखं. ते गळायच्या आधीच माझे डोळे वाहू लागलेत. सोफ्यावर सुन्न पडून आहे. कुणाच्यातरी खांद्यावर डोकं ठेवून रडायला जवळ कुणीच नाही. आई इथं असती तर तिच्या कुशीत शिरून हमसून रडले असते. किती निर्दयी असते ना दुनिया. स्वतःच्या स्वार्थासाठी काहीही करू शकते. दुसऱ्यांचा विचार न करता. एकट्या मुलींसाठी फाईट करणं खूप अवघड असतं. सिस्टिम बरोबर चाला नाहीतर बाहेर फेकले जाल. तोंड बांधून बुक्क्यांचा मार. पण कुणीतरी पाठीमागं आहे याच्या. हे सहज नाही घडलेलं. पण कोण असेल? आणि का केलं असेल असं? का चॅनेलची काही वेगळीच स्ट्रॅटेजी असेल, प्रपोगंडा करून टीआरपी वाढवण्यासाठी. काहीच समजत नाही. नाही, तसं असतं तर त्यांनी मला विश्वासात घेतलं असतं आधी. इथं चालतं हे असं. पण तसं काही असेल असं वाटत नाही. पण हे सगळं नॉर्मल नाहीये. कुणीतरी मुद्दाम केलय, घडवून आणलंय, माझ्या आतला आवाज सांगतोय. समीर नेहमी म्हणतो.. आतला आवाज ऐक. आपलं मन आपल्याशी खरं बोलतं. ते नेहमी आपणाला दिशा दाखवतं, आगाऊ सूचना देतं. ज्या ज्यावेळी संभ्रमात असशील तेव्हा आतला आवाज ऐक. काहीतरी गटस् फीलिंग येतंच. माझं मन मला सांगतंय, कुणीतरी आहे याच्या पाठीमागं. कोण असेल, काहीच कळेना. काय करू...? समीर ला फोन करू का...?

नाही, नको. गेल्या दोन वर्षात साधा एक फोन नाही केलेला मी. अन आता अडचणीत असताना करू? काय वाटेल त्याला? नको.. त्याला काहीच वाटणार नाही. आज ही तो तसाच बिहेव करेल, जस आधी करायचा, जणू काही झालंच नाही असं. त्याची खासियत आहे ती. तो चटकन माफ करून टाकतो, किमान मला तरी. पण कोणत्या तोंडानं फोन करू, धीर होईना. नकोच..जाऊ दे.

अंधार दाटलाय. आज दुपारीच पाऊस सुरु झाला. माझ्या दुःखाची वेदना कदाचित त्याला समजली असेल. मगातली कॉफी माझ्याकडे बघतेय. तिच्या वाफा हि माझ्याबरोबर बोलेनात. पण तिचा स्वाद मात्र आज ही तोच आहे. तिला माझं दुःख समजत असेल कदाचित. म्हणून तिच्या वाफा गप्प आहेत, बोलेनात. पण जिभेवर गोड चव देऊन ती माझ्या उरातलं कडू दुःख कमी करण्याचा प्रयत्न करतेय. माझी सखी आहे ती. माझ्यासारखीच, कडवट, हार्ड पण आतून गोड.

थोडं बरं वाटतंय. मोबाईल स्विच ऑफ आहे. रश्मीला यायला अजून खूप वेळ आहे. विजांनी थैमान घातलंय. इकडून तिकडे आणि तिकडून इकडे चौफेर कडाडताहेत. आज खूपच जवळ आहेत. एक अदृश्य बिजली तर ऑलरेडीच माझ्यावर पडलीय. पण ती कृत्रिम आहे कदाचित, कुणीतरी निर्माण केलेली, हिच्या सारखी नैसर्गिक नाही. पण वीजच ती, घाव तर घालणारच. समीर बोलायचा... यशाच्या शिखरावर असशील तेव्हा सावधगिरीनं वाग. शिखरावर विजा लवकर पडतात. पावलं जपून टाक. कधी कुठे कुणी तुझ्यासाठी माईन्स लावलेले असतील माहित नसेल. उध्वस्त होशील. वरच्या प्रत्येक पायरीवर धोका वाढत जाईल. तू तुझ्या धुंदीत राहू नको. अलगद कुणीतरी कधी कडेलोट करेल सांगता येत नाही. मन, कान आणि डोळे सतत उघडे ठेव. पॉलिटिक्स कधीच कुणाला चुकलेलं नाही, मग क्षेत्र कोणतंही असो. आणि असं झालं तर डगमगू नको, वार कुठून झालाय, बाण कुठून सुटलाय शोधून काढ.

शोधेन मी, नक्की शोधेन.

अवघड वेळी काही अदृश्य शक्ती आपणाला मदत करत असतील का? ज्याला आपण देव म्हणतो, तो आपल्यापाठी उभा रहात असेल का? दिशा अंधारहीन होतात, तेव्हा कुणी आशेचा प्रकाश घेऊन येत असेल का? का आपणालाच वादळवाऱ्यात, मनाचा घट्ट दिवा करून आपली वाट शोधावी लागत असेल. समोरून येणाऱ्या संकटावर मात करून मुक्कामाच्या ठिकाणी पोहचावं लागत असेल. तुला तुझाच सोबती बनावं लागत असेल. माहित नाही.

पण तरीही एक अदृश्य शक्ती आपल्या बरोबर असेलच असेल. जी ओरडून सांगत असेल, घाबरू नको, मी आहे तुझ्या बरोबर.. नेहमी आहे तुझ्या बरोबर. तुझ्या सोबत, तुझ्या आत.

कोण असेल माझ्या बरोबर, कोण असेल माझ्या सोबत, कोण असेल माझ्या आत?

मला रिहानाची आठवण येतेय.

रिहाना... माझी टीव्ही गर्ल...!!

4

रिहाना

'एक राजकुमार येणार आणि मला घेऊन जाणार'.

नेहमी हेच वाक्य असायचं तिच्या तोंडात. आता तर खूप मोठी झाली होती, तरीही तसंच बोलायची. अगदी लहानपणा पासूनची तीची ती सवय. मोठेपणी ही नाही बदलली. मला आवडायचं तिचं हे अल्लडपण. कारण मी ही तशीच होती, तिच्या सारखीच अल्लड. पण मी छोटी होते खूप. अन ती मोठी. ती टीव्हीच्या आत होती, आणि मी टीव्हीच्या बाहेर.

दोघींच्या मध्ये एक पारदर्शक पडदा होता, काचेचा, पण कधी जाणवलाच नाही. हातात हात घालून एकत्र खेळत असल्यासारखं जाणवायचं मला. कुठल्यातरी उंच टेकडीच्या पायथ्याला घर होतं तीचं. घराच्या समोर मोठ्ठ अंगण आणि दरीच्या बाजूला उंचच उंच झाडी. टेकडीवर कसला तरी टॉवर होता एक, नाही नाही लाकडी पवनचक्की होती बहुतेक. मऊशार आणि हिरव्यागार गवतावरून बदकांच्या मागे दुडुदुडु धावताना खूप भारी दिसायची. मस्तच होती ती, खूप गोड. कश्मीरच्या खोऱ्यातून उचलून आणलीय का तशी लालबुंद दिसायची. टेकडीच्या उतारावर असलेल्या एका भल्यामोठ्या दगडावर बसायची, गाणी म्हणत. तिचे ते बोबडे बोल जणू काही कुणालातरी साद घालताहेत, असं वाटायचं. युगायुगापासून कुणाचीतरी वाट पाहतेय असं वाटायचं. वाटेनं येणारी जाणारी लोकं तिच्याकडे बघून गमतीनं तिच्या आईला म्हणायची, खूप गोड आहे तुमची मुलगी, आमच्या मुलाशी लग्न कराल का हो हिचं? आई काही बोलायच्या आतच हि बोलायची..

'नाही, नाही, मी नाही कलनाल कुणाशी लग्न.. एक लाजकुमाल येणाल आणि मला घेऊन जाणाल.' लोकं मोठं मोठ्यानं हसायची. छान शिकवलं आहे की हो लेकीला, किती चुरुचुरु बोलते बघा कि, लोक म्हणायचे. आई म्हणायची, नाही हो... आम्ही नाही शिकवलं काही हिला, कुठून शिकली काय माहित'?

खरं होतं तिच्या आईचं. कुठून आणि का शिकवेल तिला ती. मुलगी खरंच गोड होती, एखाद्या राजघराण्यातल्या सारखी, पण घरी आठराविश्वे दारिद्र्य पूजलेलं होतं. कशाला दाखवेल कुठली आई हवेतली स्वप्नं..! पण मुलीचा पायगुण चांगला होता. तिच्या येण्यानं त्या घरात सुख शांती नांदू लागली. चार घास पोटात व्यवस्थित जाऊ लागले आणि परिस्थिती बऱ्यापैकी ठीकठाक झाली. खूप असं काहीच नव्हतं, पण कमीही कशाची नव्हती. घरातली धनधान्याची टोपली तळाबरोबरच असायची. पण लेकीचा गोड आणि हसरा चेहरा पाहिला कि आई बापाला टोपलीतुन तोंड सांडेस्तोवर सुख वाहताना दिसायचं. पण तरी ही न परवडणारी स्वप्नं न बघितलेलीच बरी.

हळूहळू मोठी होत गेली. शाळेतही खूप हुशार, शिक्षकांची खूप लाडकी. पण पुढं जाऊन खूप नाही शिकू शकली. कॉलेजेस खूप लांब होती, तिच्या गावा पासून.

शिक्षणाचा खर्च परवडणारा नव्हता तसा तिच्या कुटुंबाला. आई वडीलही म्हणायचे, बस झालं आता. गरजे पुरतं शिक्षण झाल, खूप झालं. पण ही खूप हट्टी, ऐकेल कुणाचं तर शपथ. हीनं डिस्टन्स लर्निंग थ्रू कॉलेज चालू ठेवलं. आणि तिथंच तिच्या मनानं काहीतरी पक्क ठरवलं, आणि हात धुऊन त्या गोष्टीच्या मागे लागली. लोकांनी वेड्यात काढलं. पण ही जुमानणारी थोडीच होती. हि धडपडत राहिली ध्येय गाठेपर्यंत.

तीचं शिक्षण सुरूच होतं, पण तिच्या सारख्या कितीतरी मुलींचे चेहरे शिक्षण थांबलं म्हणून कोमेजलेले तिला दिसत होते. त्यांच्या डोळ्यातली आस तिला साद घालत होती. हिचं मन चरफडत होतं. मुलांचं थोडं ठीक होतं, त्यांना मुलीपेक्षा स्वातंत्र्य जास्त असतं. पण मुलींचं तसं नसतं. पडती बाजू नेहमी त्यांनीच उचलायची असते. त्यांनी कमी शिकलं किंवा कधीकधी नाही शिकलं तरी चालतं. त्यांच्या शिकण्या न शिकण्यानं काहीच फरक पडत नाही कदाचित. मला हेच तर बदलायचं आहे. फरक पडतो हे दाखवायचं आहे. आणि किती फरक पडतो ते हि.

झपाटल्या सारखी ती कशाच्या तरी मागे लागली. तिची झोप उडाली. खरं तर तिलाही शिकायचं होतं, कॉलेजात जायचं होतं. पण प्रत्यक्ष कॉलेजात जाणं तिच्याही नशिबात नव्हतं. पण तीनं काहीतरी ठरवलं होतं. आपण तिकडे एवढ्या लांब कॉलेजात जाऊ शकत नाही ना, मग कॉलेजचं इकडे आणायचं. आणि आपल्याच कॉलेजातून आपण ग्रॅज्युएशन कम्प्लिट करून बाहेर पडायचं. वाह...कल्पना खूप चांगली आहे. पण मूर्खपणाची हि तितकीच आहे. जी मुलगी एवढी गरीब आहे की जी तीचं पुढचं शिक्षण खूप मुश्किलीनं घेतेय, जिच्या घरची परिस्थिती एवढी बेताची आहे की हिच्या शिक्षणाची फी भरताना आईवडिलांना घाम फुटतो, त्यांना घर आणि शिक्षण दोन्ही पाहताना तारेवरची कसरत करावी लागते, अशी मुलगी एक कॉलेज काढायचं स्वप्न पहाते आणि वरून त्याच कॉलेज मधून ग्रॅज्युएट व्हायचीही स्वप्नं पहाते, याला मूर्खपणा म्हणावं नाहीतर काय? स्वप्न म्हणून पहायला ठीक आहे, पण वास्तवाचा याच्याशी ताळमेळ बसवणं खूपच अवघड. हा वेडेपणा आहे, शुद्ध वेडेपणा. होय वेडीच आहे मी, होय वेडीच आहे मी. असं काहीतरी करायला वेडंच व्हावं लागतं. आणि मी झालीय वेडी. आणि मी हे करणार.

अगं, तुझं वय काय.. जेमतेम अठरा एकोणीस वर्षाची तू. कसं शक्य आहे तुला? सर्वांचं हेच म्हणणं. पण तिला त्याची परवा नव्हती. अशावेळी काहीतरी अदृश्य शक्ती संचारलेली असते, या लोकांच्या अंगात. त्यांना त्या गोष्टी झपाटून टाकतात. त्यांना त्या शक्य वाटतात. आवाक्यात वाटतात. इतरांना ते नाही समजू

शकत. शक्यतेच्या एका वेगळ्या परिमाणावर पोहचलेलं असतं त्यांचं मनोबल. आणि तेच परिणाम साधतं. गोष्टींना रूप धारण करायला भाग पाडतं. आणि आता ही तेच घडणार होतं.

आईवडिलांना वाटायचं.. बस झालं आता. मुलगी मोठी झाली. तीचं लग्न करावं. ते तिच्याजवळ विषय काढायचे. पण ही ऐकेल तर शपथ. 'मला नाही करायचं लग्न, एक राजकुमार येणार आणि मला घेऊन जाणार' हिचं पालुपद सुरूच होतं अजून. आई ओरडायची.. 'बस, झालं रिहाना.. आता मोठी झालीस तू. लहान मुलासारखं बोलणं बंद कर.'

खरं होतं आईचं.. मोठी झाली होती ती. असं बोलायला खरंच लहान नव्हती.

'मान्य आहे तू दिसायला सुंदर आहेस, म्हणून काय आपण आपली पायरी सोडून स्वप्नं पहायची? काही कळतंय का मी काय म्हणतेय ते.

तिला सगळं कळतंय. लहान नाही आता ती. खूप मॅच्युअर आहे. तिला माहित आहे आपल्या घरची परिस्थिती. इथं पर्यंतचा प्रवास हालअपेष्टात जरी नसला तरी काही अगदीच समृद्धीतही झालाय असंही नाही. आता आता तर आईवडिलांना तिच्या लग्नाचंही टेन्शन आहे. आपली मुलगी सुंदर आहे, नाजूक आहे. एखादया चांगल्या घरात तिचं लग्न लावून द्यायचं म्हटलं तरी हात ढिले सोडावे लागणार, हे त्यांना चांगलंच माहित आहे. सगळं कळतंय तिला. पण ती सुंदर आहे, म्हणून ती असं म्हणतेय असं नाही. तिला माहित आहे, हे शक्य नाही. कुठून येणार राजकुमार? राजकुमार असण्यासाठी आधी राजेशाही तरी असली पाहिजे ना. राजा नाही, राजेशाही नाही, मग कुठला राजकुमार? आणि जरी असला कुठे या जगात, तरी तो मला का घेऊन जाईल? माझ्या पर्यंत का येईल? सगळं कळतंय तिला. पण लहानपणापासून कुठून तरी डोक्यात शिरलेलं ते स्वप्न आजही अलगद तिच्या ओठातून बाहेर पडतं. आपली मुलगी सुंदर आहे, एखादया राजकुमारी सारखी दिसते, म्हणून आपण ही खूपवेळा लाडानं म्हणतोच कि असं काहीतरी आपल्या घरातल्या बाळाला. पण तसं म्हणण्यामागं काही स्पेशल इंटेनशन नसतं आपलं. हिच्या बाबतीतही तसंच काहीतरी झालं असेल. पण कधीही, कुठेही, कुणीही लग्नाचा विषय काढला कि हिच्या ओठातून हे वाक्य अलगद बाहेर येतं, तिच्याही नकळत.

वास्तवतेचं भान तिलाही आहे. पण आता ती सवय होऊन गेलीय. वयात आलेल्या कुठल्याही मुलीला वाटतं, एखादा राजकुमार आपणाला मिळावा. हिला वाटत नसेल का..? जरी वाटत असलं तरी स्वप्नरंजन आणि वास्तविकता यातला फरक कळण्याएवढी मॅच्युअर होतीच ती. आपण असं बोलायला नको, उगीच

पाठीवर आपलं हसं होईल, हेही कळत होतं तिला. पण लग्नाचा विषय निघाला रे निघाला की हे वाक्य निसटायचंच तिच्याकडून. नंतर तिला थोडं ऑकवर्ड वाटायचं. पण एक अनामिक आशाही वाटायची, मनाच्या तळात. खूप खोल आत काहीतरी जाणीव झालेली असायची, वर तर्कबुद्धीला ती जाणवायची नाही, पण वाटतं ना आपणालाही खूप वेळा. काहीतरी फीलिंग येतं वेगळं, कशाचंतरी आश्वासक, जे आतून आश्वस्त करत असतं, तसच काहीतरी. तोंडातून वाक्य गेलं की दाताखाली जीभ धरून डोक्यावर हातानं टपली मारून घ्यायची आणि गोड हसायची.

आणि त्यात आता हे कॉलेज काढण्याचं खुळ. सर्वांनी सांगून पाहिलं, पण ही बधली नाही. रोज कुणाला तरी भेटायला जायची. माहिती मिळवायची. गावातल्या नेट कॅफेत जाऊन काहीतरी सर्च करत राहायची. हळूहळू जास्त आश्वासक वाटत होतं तीचं बोलणं, चालणं, वागणं. तिच्या वयापेक्षा मोठी वाटायची बोलायला लागली की. आई वडिलांना काहीच कळत नव्हतं. वडील थोडी भावनिक साथ देत होते. पण त्या पलीकडे देण्यासारखं त्यांच्याकडे काहीच नव्हतं. गावातल्या प्रतिष्ठित लोकांना जाऊन भेटायची, त्यांना काहीतरी समजावून सांगायची. काहींना पटायचं. काही खिल्ली उडवायचे. पोरगी अशी झपाटल्या सारखी वागते, कुणा कुणाला जाऊन भेटते, आईच्या जीवाला घोर लागायचा.

पण शोधणाराला वाट सापडतेच ना कधीतरी. हिलाही काहीतरी सापडलं. तिच्याच शाळेच्या एका रिटायर्ड मुख्याध्यापकांना तीची धडपड पाहून कौतुक वाटायचं. एवढीशी मुलगी काहीतरी अचाट करण्याचा प्रयत्न करतेय बघून नवल वाटायचं. एकदा तिला बोलावून घेऊन तिच्याशी चर्चा केली. तीनं सगळा प्लॅन समजावून सांगितला. अवघड होतं सगळं. वाटतं तितकं सोप्प नव्हतं. पण सरांनी मदत करायची ठरवलं. लवकरच काही मर्जीतल्या काही लोकांना एकत्र करून एका एज्युकेशन सोसायटीची स्थापना केली गेली. एक टप्पा पार झाला होता. पण अजून पुढचा प्रवास बाकी होता. जागेची, जमिनीची आवश्यकता होती. होईल म्हणायची काहीतरी. येईल जुळून. आपण प्रयत्न करत राहायचं. आणि तसं पाहिलं तर टीव्हीत, सिनेमात गोष्टी फार चटकन शक्य होतात. तिथं पिकं भराभर वाढतात. झाडं पटापट मोठी होतात, त्यांना फळही चटकन लागतात. झाडासारखी माणसंही पटापटा मोठी होतात, त्यांची परिस्थितीही पटकन बदलते. खऱ्या आयुष्यात मात्र खूप संघर्ष असतो. तिथे खूप वेळ लागतो गोष्टी बदलायला. कारण सिनेमा किंवा टीव्ही तल्या मालिका छोट्या असतात ना, काही तासांच्या, प्रत्यक्ष आयुष्य खूप मोठं असतं, खूप दिवसांचं, खूप महिन्यांचं, वर्षांचं.

गावातल्याच एका दानशूर व्यक्तीनं, टेकडीच्या बाजूची भलीमोठी पडीक जमीन त्याच्या पत्नीच्या नावानं एज्युकेशन सोसायटीला दान द्यायचं ठरवलं आणि तसं केलंही. म्हटलं होतं ना टीव्हीत गोष्टी लवकर बदलतात. इथंही बदलल्या. एका वर्षातच तीनं खूप मोठा टप्पा पार केला होता. करायला लागलं की होतंच. ब्रम्हांडही साथ देतं. तीच कॉलेजचं पहिलं वर्षही संपलं. चांगल्या मार्कांनी ती पासही झाली. सगळीकडे कौतुक होत होतं तीचं. आईलाही अप्रूप वाटत होतं. ही पोरगी वेगळी आहे, एव्हाना सर्वांच्या लक्षात आलं होतं, सर्वांच्या, अगदी गावातल्या सर्वांच्या, सिरीयल बघणाऱ्या ऑडिअन्सच्या आणि माझ्याही. मी तर फॅनच झाले होते. छोटी होते मी तरी मला सर्व काही समजत होतं. सिरीयल पुढे पुढे जाईल तशी मीही मोठी होत होते, आणि आणखीनच प्रेमात पडत होते, रिहानाच्या, माझ्या टीव्ही गर्लच्या.

मोठा टप्पा पार झाला होता, पण आता खरी लढाई होती. कॉलेज मग जरी ते छोटंसं जरी बांधायचं म्हटलं, तरी पैसे पाहिजेत. खूप पैसे. थोड्या थोडक्या पैशाने होणारं हे काम नव्हतं. मीटिंग मध्ये गावातून वर्गणी काढायची ठरली. काढली सुद्धा. पण जमून जमून किती जमणार अशी.? लागणारी रक्कम आणि जमा झालेली रक्कम यात खूप अंतर होतं. मधली दरी खूप मोठी होती, भरून न येणारी. काहीच सुचत नव्हतं. आता कुठं तीला कळून चुकलं होतं की हे अवघड काम आहे. खूप वेगवेगळ्या पद्धतीनं तीनं आणि तिच्या टीमनं प्रयत्न करून पाहिले. पण हे वाटतं तितकं सोप्प नव्हतं. बघता बघता वर्ष कधी संपत आलं, कळलंच नाही. तीची परीक्षा तोंडावर होती. पण डोक्यातून हे भूत उतरत नव्हतं. तिचं सगळं लक्ष इकडेच होतं. कशीबशी परीक्षा दिली. हे वर्ष संपलं. गेल्यावर्षी खूप मोठं यश मिळालं असं वाटत होतं, खूप मोठा टप्पा पार केला होता. पण हे अक्ख वर्ष तसं बसूनच गेलं होतं. सुरवातीच्या काही महिन्यात जेवढी वर्गणी मिळाली होती, तेवढीच. हळूहळू तो ओघ आटत गेला. तसा लोकांचा उत्साहही मावळत गेला. मिटींगला येणाऱ्या लोकांची संख्याही रोडावत गेली. शेवटी शेवटी तर कुणीच येईना, जणू काही सर्वांचा इंरेस्टच संपला होता. उताराला असलेल्या त्या दगडावर जाऊन सुन्न बसलेली असायची ती. मार्गच सापडत नव्हता. त्या गोड दिसणाऱ्या, गोड हसणाऱ्या मुलीचा चेहरा आता पाक कोमेजून गेला होता. खिल्ली उडवणाऱ्या लोकांची संख्याही काही कमी नव्हती. समोर अंधार होता.

जेव्हा मार्ग सापडत नसतात, तेव्हा दिशा बदलायची असते. तीनं काहीतरी ठरवलं. इथं बसून काहीच होणार नाही. इथं शक्य होते तेवढे प्रयत्न करून झाले होते. तीनं शहरात जायचं ठरवलं. तिला मदत करणाऱ्या मुख्याध्यापकांची मुलगी

शहरात दिलेली होती. ती वकील होती आणि सोशली फार ॲक्टिव्ह होती. तीनच तर सुरवातीला सर्व लीगल प्रोसेस मध्ये यांना मदत केली होती. तिला रिहानाचं कौतुक वाटत होतं. तिनं तिच्याकडे जायचं ठरवलं. तीनही तीचं स्वागतच केलं. आईच्या मनात नसताना आईची काहीतरी समजूत काढून ती तिच्याकडे आली. खूप लांब नव्हतं शहर, आणि कॉलेजच्या ॲडमिशन, सबमिशनच्या निमित्तानं हिचं थोडंफार येणं जाणं होतंच.

वंदना ताई तीचं नाव. तीनही खूप मदत केली. खूप लोकांना, सामाजिक संस्थांना भेटी दिल्या. प्रत्येक ठिकाणी या पोरीची जिद्द बघून कौतुक व्हायचं. खूप ठिकाणी मदतही मिळाली. काही ठिकाणी भविष्यासाठी आश्वासनंही मिळाली. शहरातले काही व्यापारी, उद्योजक आणि प्रतिष्ठित लोकांनीही मदत केली. तिचा हा प्रवास टीव्ही वर बघताना मी तर जाम पागल झाले होते. तिथूनच खरंतर जिद्द माझ्यात उतरली होती.. तिच्यातली. दोन महिने अथक प्रयत्न करून ती माघारी घरी आली. पूर्वीपेक्षा आता तिच्याजवळ जास्त रक्कम होती. पण तीही एवढी ठोस नव्हती की एका कॉलेजची सुरवात होऊ शकेल. एक कॉलेज, म्हणजे बिल्डिंग आली. सुरवातीला अगदी छोटी असली तरी. त्यात बेंच आले, शिक्षक आले, त्यांचे पगार आले, साहित्य आलं, आणि खूप काही काही. आणि हे सगळं कोण करत होतं तर एक वीस वर्षांची मुलगी.... न पटणारंच होतं सगळं. टीव्हीतच चालू होतं म्हणून बरं वाटत होतं.

तिच्या सेकंड ईअरचा रिझल्ट लागला. गेल्या वर्षीपेक्षा खूप कमी मार्क्स पडले होते. वाईट वाटलं पण काही इलाज नव्हता. सगळं लक्ष इकडच तर होतं. नवीन वर्ष सुरु झालं होतं. ग्रॅजुएशन स्वतःच्या कॉलेजमधून कम्प्लिट करायचं होतं. ऑलरेडी दोन वर्षे दुसऱ्या कॉलेज मधून पूर्ण झाली होती. अजून हिच्या स्वतःच्या कॉलेजचा पत्ताच नव्हता. आणि सुरु झालं तरी थर्ड इयरची बॅच सुरु व्हायला अजून तीन वर्षं उजाडणार होती. तीला तिचा पण पूर्ण करायचा होता. तिनं कॉलेज थांबवायचा निर्णय घेतला. ॲडमिशन काढून घेतलं. आणि घेईन तर स्वतःच्याच कॉलेजमध्ये ॲडमिशन. अनेकांनी समजावलं. पण ऐकते ती रिहाना कसली.

दिवसामागून दिवस जात होते. बघता बघता महिनेही संपले. काहीच हालचाल नाही. काहीच प्रगती नाही. आईवडिलांना वाटायचं, मुलीचं लग्न करावं, एकवीस वर्षांची होत आली होती ती. पण कसलं काय, कुणी विषय काढायचा. आणि चुकून कधी आईनं विषय काढला तर पटकन ओठावर येणारे शब्द 'एक राजकुमार येणार आणि...' ओठातच अडखळायचे तिच्या. पुढे पुढे तर ते शब्द ओठापर्यंतही पोहचेनात. लग्नाचं नाव काढे पर्यंत चटकन उत्तर देणारी आपली मुलगी अबोल

झालेली पाहून आईनं तो विषयच काढायचा बंद केला. मुलीची अवस्था तिला बघवत नव्हती. एक सारखी त्या दगडावर बसून असायची.

ज्या वयात मुली सुखी संसाराची स्वप्नं बघतात, रेखाटतात, त्या वयात हि मुलगी काहीतरी विचित्र ध्यासानं ग्रासली होती. मला या गोष्टीचं पुढं जाऊन मी मोठी झाल्यावरही अप्रूप वाटत राहिलं. कदाचित याच कारणामुळं माझ्यात देखील एक ध्येयाप्रति जिद्द आणि नात्याप्रति कडवटपणा आला असेल असं वाटतं. ध्येयापुढं सगळं गौण वाटतं. एकेदिवशी तिची आत्ते बहीण तिच्या घरी आली. यापूर्वीही ती कधीतरी आली होती हि लहान आली असातना. पण त्यानंतर पुन्हा कधी आली नव्हती. ती शहरात राहायची. मध्ये रिहाना वंदना ताईकडे गेली होती तेव्हा आवर्जून तिच्याकडे गेलेली. तिच्या घरचेही लोक खूप चांगले होते. पण तिच्या वडिलांच्या नोकरीमुळे ते बहुधा दूर कुठेतरी असायचे. हल्ली त्यांची बदली इकडे झाली होती. नाही म्हणजे आत्या मध्ये मध्ये दोनचार वर्षांनी यायची यांच्या घरी. पण तासभर बसून आल्या पावली निघून जायची. पण त्या दोन दिवसात चांगली मैत्री जमली होती या दोघींची. तिचं लग्न ठरलं होतं. म्हणून तिला घेऊन जायला आली होती ती.

तिला हिचं नाव खूप आवडलं होतं... रिहाना. तुझं नाव खूप छान आहे.. पण आपल्यातलं वाटत नाही, असं म्हणाली. ‘अग बाबांना वाचनाची खूप आवड. माझ्या जन्माच्यावेळी कुठलीतरी कादंबरी वाचत होते बाहेरची. रोज एक प्रकरण वाचायचे आणि आईला सांगत बसायचे. हळूहळू आईला हि गोडी लागली, ती ही पुढे काय पुढे, काय रोज विचारायची बाबांना. त्या कादंबरीतील त्या राजकुमारीचं नाव होतं रिहाना. पुढे माझा जन्म झाला आणि दोघांनीही हेच नाव ठेवलं माझं.. रिहाना.’

‘होय का.. इंटरेस्टींग आहे. तरीच तू राजकुमारी सारखी दिसतेस, सुंदर.’ ती म्हणाली. ‘आणि मला सांग तू तुझ्या आईच्या पोटातून ती गोष्ट रोज ऐकत असशील, होय ना?’ ती पुढे म्हणाली.

‘माहित नाही’ रिहाना म्हणाली.

मला तर वाटतय, रिहाना आईच्या पोटातून ती गोष्ट नक्की ऐकत असणार. गर्भातून बाळाला खूप काही मिळत असतं. मोठमोठ्या व्यक्तिमत्वांची जडघडनही अशी गर्भातच होत असेल. होय कि नाही?

5

आय लव्ह बिअर.

पल्लवीच्या फोनने जाग आली.

सक्काळी सक्काळी आता काय काढलं हीनं. यार लोक झोपूही देत नाहीत निवांत. फोन फ्लाईट मोडला टाकायचा विसरला कि हे असं असतं. कटकट आहे राव नुसती.

त्रासलेल्या मूड मध्ये मी फोन रिसिव्ह केला.

'काय आहे पल्लू यार, एवढ्या सकाळी. का फोन केला आहेस? चांगली झोपली होते ना मी.'

'अगं, झोपतेस काय मूर्ख, टीव्ही ऑन कर अन बघ जरा, काय चाललंय ते' पल्लवी.

'काय चाललंय, झोपू दे ना यार पल्लू, काय कटकट आहे' मी.

'अगं मूर्ख मुली.. टीव्ही वर तुझी न्युज फ्लॅश होतेय.

शो मधून तुझी माघार म्हणून. काय खरं आहे का हे'? पल्लवी.

'काय..? शीट यार.. हे न्युज वाले पण ना?' मी मूड नसताना उठून बसले.

'अगं, काय, न्युज वाले काय... काय चाललंय.. काही कळेल का आम्हाला' पल्लवी.

मी टीव्ही ऑन करत...

'हो, हो थांब जरा.. मी तुला नंतर फोन करते'

मी फोन कट केला.

'टीव्ही ऍक्टरेस किआराची रिऍलिटी शो मधून माघार.

वैयक्तिक कारणास्तव निर्णय.' बातमी.

काय पण लोक असतात. कशाही न्युज चालवतात. आता यांचं नाटक सुरु. सगळीकडे बोंबाबोंब करून टाकतील. यांना ना काहीतरी मसाला हवाच असतो. कुठून कुठून बातम्या काढतात, देव जाणे. आता चारी बाजुंनी नुसते फोन यायला सुरवात होईल. एवढ्यात फोन वाजला.

बघा म्हटलच होतं ना...आलाच फोन. पल्लवीचाच आहे, हिला तर ना दमच नसतो. एखादी गोष्ट समझे पर्यंतच..

'हा बोल, विचार काय, विचारायचं ते..' मी.

'ये, अगं चिढतेस काय? आणि चिडलीस तरी काही फरक पडत नाही. मला सांग काय लहरीपणा लावला आहेस, का सोडलास तू शो? असं काय कारण आहे, कि तुला शो सोडावा लागतोय. तुझा लहरीपणा अजून जात नाही आहे का?' तिचा प्रश्नांचा धडाका.

'हो, नाहीये जात, बस का आता. आणि काय हवंय, आणखी काही ऐकायचं आहे' मी वैतागून.

'हो, आहे ऐकायचं. तू कितीही चिडलीस ना तरी मी फोन ठेवणार नाही. काय झालंय मला नीट सांग. का सोडलास तू शो...?'

'मी नाही सोडला, मला बाहेर केलं आहे शो मधून' माझा आवाज गहिवरला. डोळ्यातून पाण्याच्या धारा लागल्या. कालपासून दाबून ठेवलेलं बाहेर येऊ लागलं.

'काय? शो मधून बाहेर केलय तुला? कुणी आणि का..?' तिला काही कळेना.

माझ्या डोळ्यातील धारा थांबेचनात. आतून गहिवरून आलं.

'मला नाही माहित का ते' मला हुंदका आवरता आला नाही.

'हे बघ, तू रडू नको.. शांत हो आधी, मी येऊ का तिकडे?' पल्लवी.

'हो, ये..!!' मला कुणाचीतरी गरज होतीच.

'मी निघतेच, तू शांत हो आधी, शांत राहा मी पोहचतेच बघ तासाभरात' ती.

टीव्ही अजून चालून आहे. न्युज वाल्यानी सपाटाच लावलाय. एवढं चांगल खाद्य मिळाल्यावर सोडतात होय ते. सगळ्या चॅनेलची स्क्रिप्ट जणू काही एकाच माणसाने लिहिली आहे, इतकी सेम असते. एकच वाक्य वेगवेगळ्या दहा पद्धतीनं बोलतात. वाक्य तेच, पण फक्त फिरवून फिरवून मोठमोठ्यानं ओरडत असतात. सत्य काय, असत्य काय.. याचा विचार करणच सोडून दिलंय या लोकांनी. हातात एवढं सशक्त माध्यम आहे, पण एखाद्या गोष्टीचा दुरुपयोग कसा करावा हे यांच्या कडून शिकावं. ज्यांच्याबद्दल न्यूज चालवतोय त्यांच्या मनाचा विचार करावयाची सुद्न्यबुद्धी नसतेच कि काय यांच्याजवळ. प्रत्येकजण गुन्हेगारच आहे असं समजून न्यूज चालवतात. रोज कुणीतरी बकरा लागतोच, आज मी सापडलेय.

कॅन्टिन्युअस फोन वाजतोय. तो आता वाजनारच. त्याला आता इलाज नाही. कदाचित अजून थोडे दिवसांनी मी शोची विनर असते. त्यावेळीही असेच फोन वाजले असते. ओमप्रकाश चा फोन,

'हॅलो, बोल' मी.

'कशी आहेस? ओम.

'कशी असणार? हे काय चालू आहे टीव्हीवर ओम, झालं एवढं पुरे नव्हतं का?' मी.

'किआरा, हे होणारच होतं, तुलाही माहित आहे' ओम.

'अरे पण काय हे, मी शो सोडलाय म्हणे, वैयक्तिक कारणास्तव, काय हे?' मी.

'मग काय हवंय तुला, तुला शो मधून बाहेर केलं आहे, असं हवं आहे का?' ओम् चिढला.

'अरे, पण हे असं का केलं, कुणी केलं, त्याचं कारण काय, मला न विचारता माझ्या माघारी हा डिसीजन घेतला गेलाय, माझी काहीही चूक नसताना, त्यामुळे माझ्यावर अन्याय झालाय, यांच्याबद्दल काहीच नाही. मी स्वतः माघार घेतलीय असं म्हटलं की सगळे प्रश्नच मिटले कि. लोक काय बोलायचं ते बोलायला रिकामी माझ्या बद्दल, होय कि नाही. याबद्दल तुला काय बोलायचं आहे का, का ते हि

नाही?' मी वैतागून.

'किआरा, काय बोलायचं याबद्दल, बोलून काही उपयोग आहे का?' तो.

'असं म्हटलं की झालं.. कमीतकमी मला सांग तरी हे असं का केलं गेलंय, आणि कुणी केलंय? कोण इन्व्हॉल्व्ह आहे का यामध्ये' मी.

'किआरा, मला खरंच काही माहित नाही. पण मी माहिती काढण्याचा प्रयत्न करतोय, मला समजल कि मी सांगेनच ना तुला, एवढा तरी विश्वास आहे ना?' ओम.

'विश्वास आहे म्हणूनच तुला विचारतेय, मला काहीच कळेना यार' मी रडवेली होऊन.

'डोन्ट वरी, काळजी करू नको, होईल सर्व ठीक' ओम.

'होईल नाही, मी करेन च सर्व काही ठीक, मी शब्द देते तुला, मी शोधून काढेन हे सर्व, आणि मी पुन्हा एन्ट्री करेन शो मध्ये, बघच तू' मी.

'तसं झालं तर आनंदच आहे मला, पण सध्या तू थोडं धीरानं घे, घाई करू नको आणि कोणतंही चुकीचं पाऊल उचलू नको. पुढच्या एपिसोडस साठी वेळ आहे अजून. आपण बघू काय करायचं ते, हे सगळं अचानक घडलंय, सो मलाही अजून नीट समजलेलं नाही. मी थोडी माहिती घेतो, तोपर्यंत तू रिलॅक्स राहा, ओके?' ओम.

'हा, ठीक आहे, ठेवते मी फोन, नंतर बोलू' मी.

दारावरची बेल वाजतेय, पल्लवी आली बहुतेक.

रश्मी आहे.

'तू सकाळी सकाळीच कशी काय आलीस?'

'अहो दीदी, मी न्युज बघत होते, आणि मला कळलं की...' रश्मी.

'तुला हि कळलं... ये बैस जरा' मी.

'काय झालं दीदी...?' ती.

'काही नाही, तू बैस जरा. तू कॉफी घेणार का?'

'नाही नको, पण तुम्ही बसा, मी बनवते' रश्मी.

'बर, ठीक आहे, बनव' मी.

आता ना लोकांना उत्तर देता देता डोकं दुखेल माझं.

हि पल्लवीही अजून आली नाही. आता तर निघाली असेल, मी पण ना.. अशावेळी, वेळेची गती हि खूप मंदावते ना.

'दीदी, कॉफी...' रश्मी.

'तू हि घे, आणि बैस इथं माझ्या जवळ' मी.

वेड्यासारखी माझ्याकडे बघतेय. हातातलं काम सोडून पळत आलीय, माझ्यावर जीव आहे तिचा.

'काही झालेलं नाही, तू काळजी करू नको' मी.

'पण, तुम्ही शो सोडला आहे, असं..' रश्मी.

'नाही, मी शो सोडलेला नाही, त्यांनी मला काढलंय शो मधून... आता, प्लिज का म्हणून विचारू नको, मी सांगेन नंतर तुला' मी.

ती गप्प... एकटक माझ्याकडे बघतेय.

'मी तुझ्या मांडीवर डोकं ठेऊन पडू का जरा?' मी.

माझ्या डोळे ओलसर झालेत. डोळ्यातून थेंब कधी ही तिच्या मांडीवर पडेल. आईच्या कुशीत शिरल्या सारखं वाटतय. मी डोळे बंद केलेत. रश्मीला काहीच समजत नसेल, काय बोलावं, काय करावं. तशी अजून लहान आहे. बऱ्याचदा मीच तिची समजूत काढत असते. एखाद्याला समजावनं, त्याचं सांत्वन करणं खूप अवघड असतं. मोठमोठ्या लोकांना समजत नाही. आणि रश्मी तेवढी पोक्तही नाही. मला ना नेहमी वाटायचं, मला कुणीतरी लहान किंवा मोठी बहीण असावी. रश्मीनं बऱ्याच अंशी ती पोकळी भरून काढलीय. एवढ्या मोठ्या शहरात तीच तर जवळ असते.

दारावरची बेल वाजली. पल्लवी..

रश्मी, कॉफी बनवतेय तिच्यासाठी, पण तिचं सगळं लक्ष इकडेच आहे. मी झालेला सगळा वृत्तांत पल्लवीला सांगितला. ती शांत आहे, कसलातरी विचार करतेय.

हि पोरगी पण डिफरंट आहे. माझं ऐकूण घेतलं. आणि एखादया सीआयडी ऑफिसर सारखी पायावर पाय टाकून, एका हातात कॉफीचा मग आणि दुसऱ्या हातात सिगारेट पकडून, कोपऱ्यात एकटक नजर लावून विचार करतेय. कधी कधी वाटतं, हि पोलिसमध्येच हवी होती, नाहीतर पॉलिटिक्स मध्ये, चुकून इकडे आलीय.

'तुझी कुणाशी काही दुश्मनी?' पल्लवी.

'ये, गप्प गं? डोकं खाऊ नको. काय क्राईम डायरीचा एपिसोड चाललाय का?' मी.

कधीकधी ना डोकं फिरवते ही. मूर्खासारखे प्रश्न विचारते.

'मी सीरीअसली विचारतेय' पल्लवी.

मी शांतच.

'हे बघ.. जिथपर्यंत माझा एक्सपिरिअन्स आहे, मला असं वाटतंय कि हे कुणीतरी घडवून आणल आहे. हे परपझफुली केलं गेलंय. कारण तुझा परफॉर्मन्स बघता चॅनेल असं काही करेल असं वाटत नाही. इनफॅक्ट तसं करून त्यांना काहीच फायदा तोटा नाही. पण चॅनेलला असं करायला भाग पाडण्या इतपत बडा खिलाडी आहे कुणीतरी याच्या पाठीमागं. एवढं मी पक्क सांगू शकते.' पल्लवी.

'बडा खिलाडी?' मी.

'येस्स्स, बडा खिलाडी. लक्षात येईना कोण ते. म्हणून तुला विचारतेय तुझी कुणाशी दुश्मनी?' ती.

'माझी कुणाशी आणि काय दुश्मनी असणार.' मी हसले.

'तरीही..?' ती.

'अगं, छोटी मोठी भांडणं, वाद तर होत असतातच. आणि त्यात असा माझा रुड स्वभाव. कितीतरी लोकं दुखावली हि असतील, पण म्हणून काय कुणी हे असं करेल असं मला वाटत नाही.' मी.

'कुणीही काहीही करू शकतं, जो दुखावला आहे तो कधी हि डंख मारू शकतो. पण हि तुझ्या रुड वागण्यानं दुखावलेली व्यक्ती असणं शक्य नाही. हा कार्पोरेट गेम आहे, जो कुणीतरी तुझ्यावर केलाय. त्यासाठी दुखणंही मोठं असणार, आणि जे कोणी असेल त्याचा रिचही मोठा असणार. विचार करावा लागेल' डिटेक्टिव्ह पल्लवी.

'बाय द वे, तू काही खाल्लं आहेस का..? ती.

'नाही अजून..' मी.

''ओके, तू काहीतरी खाऊन घे, मी जरा इकडे तिकडे फोन लावून माझ्या पद्धतीनं चौकशी करते, काही तरी माहिती मिळतेय का बघते' पल्लवी.

'ओके' मी.

'अन रश्मी, तूही थांब इकडे आज, मीही थांबते, हिचं थोडं टेन्शन कमी होईल' पल्लवी.

' बरं, दीदी' रश्मी.

हि पल्लवी पण ना. कुठल्या गोष्टीचा कसा विचार करेल, काही सांगता येत नाही. आली इथं ते एक बरं झालं, थोडा धीर आला मला.

आज पाऊस पुन्हा दुपार धरतोय बहुतेक. काळे ढग आत्ताच जमा झालेत. कुठेतरी वादळ झालंय बहुतेक. वादळ तर माझ्या आयुष्यातही आलंय. पण अशा वादळात हि मला भक्कम उभं राहावं लागेल. टिकून राहावं लागेल. वादळं तर येत जात असतात. वादळ दोन नाहीतर जास्तीत जास्त चार दिवसांच असतं. पण हानी

मात्र आयुष्यभराची करतं. थाटलेला संसार मोडून टाकतं. घरं उध्वस्त करतं. पण पुन्हा त्यातून उभं राहायचं असतं. पण प्रत्येक वेळी असं उध्वस्त होऊन पुन्हा उभं राहण्यापेक्षा आपली घरच एवढी पक्की बांधायची असतात, त्यांच्या भिंती एवढ्या मजबूत करायच्या असतात, कि वर्षानुवर्षे अशी वादळं पचवायची क्षमता त्यांच्यात असली पाहिजे.

रश्मी किचनमध्ये आवराआवर करतेय. पल्लवीची धडपड चालूच आहे. तिच्या सिगारेट्सचा वास हॉल मध्येही घुमतोय. एखाद्या इन्व्हेस्टिगेशन ऑफिसरच्या कॅरॅक्टर मध्ये घुसल्यागत तीचं काम चालू आहे. दिवस ढळतोय. पाऊसाला सुरवात झालीय. पण वातावरणात उगाचच एक उदासी आहे. पल्लवीच्या चेहऱ्यावरही काही आश्वासक भाव दिसत नाहीयेत. तीचं कॉलिंग चालूच आहे. परवा सारखाच थंडगार वारा येतोय, पण त्याचा थंडावा माझ्या मनापर्यंत पोहचत नाहीये.

'वाइन आहे शिल्लक तुझ्याकडे?' पल्लवीच्या प्रश्नानं माझी तंद्री भंग झाली.

'नाही, बिअरचे टिन आहेत बघ हवे तेवढे' मी.

'हवे तेवढे, वॉव... रश्मी..?' पल्लवीनं हाक मारली.

'हा, दीदी..' रश्मी.

'हे बघ, बिअरचे तीन टिन घेऊन ये, आणि काहीतरी खायला आन चटपटीत, आणि तू हि येऊन बैस' पल्लवी.

'मला नको दीदी..' रश्मी.

'मलाही नको..' मी.

'खूप शहाण्या आहात दोघीही... जा घेऊन ये' पल्लवी.

'मला खरच नकोय' मी.

'हो.. ?' पल्लवी. तिचे विचित्र हावभाव.

हि पल्लवी ना... नग आहे नग. कम्प्लिट सिच्युएशनच्या अपोजीट वागते. हि काही ऐकणार नाही. आज आम्हा दोघींनाही लोड करणार.

आय लव्ह बिअर. बिअरच्या पहिल्या घोटातच कसं मस्त वाटतं. खूप मस्त. टिनला तोंड लावून बिअर पिण्यातली मजाच काही और. टिनचा हाताला होणारा ओलसर स्पर्श आणि जिभेवर रेंगाळणारी कडवट चव खूप छान फील देते. कितीही दुःख असली तरी समोर बिअर आणि बाजूला आवडती माणसं असली की मजा येते. स्नॅक्स आणि टिश्यु पेपरची कमतरता नसेल तर पार्टी आणखी मस्त वाटते. साली, कुणी शोधून काढली असेल बिअर ना, त्याला लाख लाख धन्यवाद द्यावेसे वाटतात. असं काहीतरी स्पेशल बनवलं आहे ना त्यात.. मला सांगता येत नाही,

पण फील मात्र खूप सुपरब येतो. बाहेर पावसाळी हवा, आणि आत कसलंतरी दुःख हवं सोबतीला. खुशीत बिअर पिणारे वाय झेडच म्हटले पाहिजेत. तसं कुठल्याही ड्रिंकसाठी दुःखच कॉम्प्लिमेंटरी असावं. पण बिअर सोबत स्पेशिअली विरहाचं दुःख असावं. ते जाम मस्त फील देतं. पण आज मी भलत्याच मूड मध्ये आहे.

'ये, कुणाशी दुश्मनी तुझी?' पल्लवी पुन्हा त्याच प्रश्नावर.

मी रश्मीकडे बघून स्माईल दिली.

तिला कळायचं ते कळलं.

'ये, हसतेस काय.. पहिला टिन तर संपलाय माझा.'

मी 'कुठे काय?'

'अगं, खरंच विचारतेय, मला अजून काही झालेलं नाही. तू हसू नको.'

'माहिती आहे मला, पण तोच प्रश्न सकाळपासून तीनवेळा विचारला आहेस तू' मी.

'हो, कळतंय मला, पण मी दिवसभर सगळीकडे फोन फिरवले, कुठुनच काही पत्ता लागत नाही' पल्लवी.

'असू दे, जाऊ दे तो विषय, आपण छान एन्जॉय करू आज' मी.

'जाऊ दे कसं? आणि आपण एन्जॉय करायला थोडंच पितोय' पल्लवी.

'बरं, आपण गम मध्ये पितोय' मी.

' नाही यार, आपणाला काही सुचेना म्हणून पितोय.' हसते.

'व्हेरी फनी' मी. हिला लगेच चढते.

'हो, फनीच आहे सगळं, तु शोमध्ये टॉप फोर पर्यंत पोहचतेस काय, तुला बाहेर काढलं जातंय काय, एकाच वेळी सर्व न्युज चॅनेल्सना न्युज मिळते काय, सगळंच फनी आहे.' पल्लवी.

'काय, काय बोललीस तू..?, परत बोल' मी अवाक.

'काही नाही, कुठे काय?' पल्लवी.

'बोललीस ना सर्व न्यूज चॅनेल्स ना एकाचवेळी न्यूज मिळते काय' मी.

'एक्झॅक्टली, हाच तर मॅटर आहे ना.. बातमी कुठेच लीक नाहीये, कुणालाच काही माहिती नाहीये, चॅनेलने पण अजून काही अनाउन्समेंट केलेली नाहीये, मग एकाचवेळी सर्व चॅनेल्सना बातमी पोहचतेच कशी? सांग ना, कशी पोहचते?' डिटेक्टिव्ह.

'हा यार, मग काय म्हणायचं आहे तुला' मी.

'मला हेच म्हणायचं आहे, कि हे कुणीतरी घडवून आणलंय' पल्लवी.

'कुणी..?' मी.

'म्हणून तर विचारतेय, ना तुझी कुणाशी दुश्मनी?' ती.

पहिल्याच टिन बरोबर गाडी रुळावर यायला लागलीय. आम्ही उत्तरच्या जवळ आहोत. पण कोण?

कुणी केलं असेल हे?

विचार करत करत दुसरा टिनही संपला. रश्मी अजून पहिलाच टिन हातात धरून बसलीय.

'ये, संपव, पटकन, आणि तो दुसरा घे' पल्ली रश्मीला.

'नको दीदी, मला बास' रश्मी.

'काय गं सारखं.. हे नको दीदी, ते नको दीदी. गपचूप घे, तुझी हि बुद्धी चालेल' पल्ली.

पल्लीनं बळजबरीनं तिच्या हातात टिन दिला.

या शहानीनं हि नॉनस्टॉप तोंडाला लावलाय. आता तमाशाच आहे.

'गुड, इंटरेस्टींग, माईंड ब्लोईंग, बोला आता रश्मी मॅडम, तुमचं मत मांडा' पल्ली.

दोन मिनिटं रश्मी शांत.

आता सूत्रं ती हातात घेणार होती. मी ओळखलं.

आता सिआयडी प्रद्युमनच्या जोडीला दया आला होता.

'कसं आहे दिदिचा कुणाला काही प्रॉब्लेम नाही, त्यांचं कुणाशी काही भांडण नाही. त्यामुळे हे कुणी केलं असेल हे मला सांगता येत नाही. पण एक गोष्ट मला समजत नाही, इतना बडा लफडा हो गया फिर भी समीरभैया का फोन क्यूँ नही आया?' रश्मी आऊट.

'हा यार, समीरचा फोन कसा नाही आला तुला, कि आला होता?' पल्लवी.

'नाही, नाही आला फोन' मी.

'असं कसं शक्य आहे, दुनियाभर हि न्यूज पसरली असेल आतापर्यंत. आणि काहीही झालं, तरी समीरचा फोन येणारच' पल्लवी.

आश्चर्यच आहे म्हणा. माझ्याही हे कसं लक्षात नाही आलं हे. मी काल त्याला फोन करू कि नको, करू कि नको या दुविधेत पडले होते, पण आज या अशा परिस्थितीत त्याचा फोन येणारच. मी कितीही वाईट वागले, काहीही झालं तरी समीर फोन करणारच.

रश्मीचा मुद्दा बरोबर होता. तिनं इन्व्हेस्टिगेशनची दिशाच पलटवून टाकली. हि गोष्ट नॉर्मल नव्हती.

पल्लवी वेगळ्याच नजरेनं माझ्याकडे पहात होती.

'मूर्ख आहेस का पल्ले, काहीही काय?' मी.

मला हे पटूच शकत नाही. माझ्या मनातही असा विचार येऊ शकत नाही.

तिचा रोख समीरकडे आहे.

6
मंथरा आणि सँडविच

'पल्लवी, काही हि बोलू नको. काल रात्री पासून बघतेय, तुझं डोकं ना ठिकाणावर नाही.' मी.

'माझं डोकं ठिकाणावर नाहीये, माझं.? अगं तुझ्या समोर मी समीरला फोन लावला ना, एकदा सोडून दोनदा लावला, रात्री आणि आताही' पल्लवी.

'हा ना मग, असेल बिझी, असेल काहीतरी कामात, नसेल त्याला वेळ' मी.

'हो.. वेळ नसेल. मी त्याला तुझ्या बाबत बोलले, तर थोडा बिझी आहे आपण नंतर बोलू असं बोलला रात्री. आता फोन केला तर, मी करतो तुला नंतर फोन असं बोलला, याचा अर्थ काय? याचा अर्थ त्यांन मला अव्हॉईड केलं आणि पर्यायानं तुलाही. बरं, तुझ्याबद्दल मी बोलत होते म्हटल्यावर तो बोलायलाच हवं होता, किंवा त्याचा रिटर्न फोन यायलाच हवा होता, आणि याबद्दल तुला हि खात्री असेल. बरं, मला नाही आला फोन, पण तुला तरी आला का...? नाही ना...?' पल्लवी.

पल्लवीच्या बोलण्यात पॉईंट होता. काहीही झालं तरी समीरचा फोन येणारच. आणि तिच्या तोंडून माझं नाव ऐकताच अगदी कामात असेल तरी तिला रिटर्न फोन येणारच. आणि दोन फोनच्या मध्ये एक अक्खी रात्र गेली होती. थोडं वेगळंच होतं त्याचं वागणं. पण याचा अर्थ हे सगळं त्यानं केलं असेल, त्यांनं मला शो मधून बाहेर काढलं असेल, शक्यच नाही. इमपॉसिबल. कधीच शक्य नाही असं होणं. दुनिया काहीही बोलत असली त्याच्याबद्दल तरी मी समीरला चांगलं ओळखते. नाही, म्हणजे तसा खुनशी आहे तो. डोक्यात एखादी गोष्ट घेतली की एखाद्याची वाट लावूनच गप्प बसतो. मुळात चिडत नाही तो लवकर, खूप शांत असतो एखाद्या थंड रक्ताच्या प्राण्यासारखा. पण विसरतही नाही लवकर काही. योग्य वेळ आली की दंश करणारच विंचवासारखा. त्यानं टाकलेले तिढे भल्या भल्यांना सुटत नाहीत. गाठी उमगत नाहीत. स्कॉर्पिअन आहे ना तो. पण म्हणून माझ्या बाबतीत, शक्यच नाही. मला माहित आहे केवढं प्रेम करतो तो माझ्यावर. बोलून दाखवत नाही, पण मी ओळखते. मीच काय, सर्वांना माहीत आहे हे. गेले दोन वर्षे आम्ही भेटलेलो नाही. मध्ये मध्ये एखादा फोन, टेक्स्ट करतो दोघंही एकमेकांना. पण अगदीच ऑफिशियल काही असेल तर, फक्त कामापुरतं. खूप रुड वागलेय मी त्याच्याशी. खरतर एवढा सपोर्ट कुणीच करत नाही कुणाला, आणि समजूनही नाही कोण घेऊ शकत मला त्याच्या एवढं. पण मी अशी का वागत असेल त्याच्याशी, मलाच नाही समजत. तो दुखावलाही गेलाय खूप माझ्यामुळे. पण म्हणून तो असं काही करेल मला कधीच पटणार नाही. इतरांना नाही पण मला लगेच माफ करतो तो, प्रत्येक गोष्टीत. माझ्याकडून काहीच अपेक्षा नाहीत म्हणतो. त्यामुळे तुझ्यावर रागावण्याचा, तुझ्यावर रुसण्याचा काहीच संबंध येत नाही. उलट तुझ्या हसऱ्या, खेळकर, टेन्शन न घेता बिनधास्त जगण्याच्या आणि आपलीच चूक असतानाही समोरच्यावर आगपाखड करण्याच्या आणि त्यातच आनंद मानण्याच्या वृत्ती, मीही शिकतोय असं चेष्टेने म्हणतो. पण यावेळी त्याचा फोन कसा नाही. एवढं रामायण होऊनही त्यांनं फोन न करणं, थोडं विचित्र

वाटतंय. काही कामात अडकला असेल का, काही टेन्शन मध्ये असेल का, का खरंच दुखावला गेला असेल म्हणून मला टाळत असेल. माझा राग आला असेल त्याला, म्हणून नसेल करत फोन कदाचित. माझ्याशी संबंध तोडले असतील का मनातून त्याने, काहीच कळत नाही. पण एवढं मात्र मला नक्की कळतं, हे असं काही तो कधीच करू शकत नाही, माझ्या बाबतीत तरी.

'तू शांत बस जरा, कुठला विषय कुठंही जोडू नको' मी.

'ओके, बसते मी शांत, तूच सांग मग काय करायचं ते' पल्लवी.

दोघीही शांत.

प्रत्येक कहाणीत एक मंथरा असतेच. मला पल्लवी तिच्या सारखी वाटू लागलीय. कान भरतेय नुसती मघापासून.

माझी पूर्ण खात्री आणि विश्वास आहे समीर बद्दल. काही प्रश्नच येत नाही. पण पल्लवी बोलतेय ते मुद्देही टेक्निकली बरोबर आहेत. चॅनेलकडून बातमी अनाउन्स नाही. तिथूनही कुणी पोहचवलेली नाही. याची खात्री करून झाली आहे. अश्या व्यक्तींन हे काम केलं आहे की जी चॅनेलशी खूप जवळची असली पाहिजे आणि मिडियातही वरच्या लेवलचे कॉन्टॅक्ट असले पाहिजेत. कारण सर्व न्युज चॅनेल्सना सेम स्क्रिप्ट मिळाली आहे, याचा अर्थ बातमी सोर्स कडून मिळालीय. समीर सोर्सशीही कनेक्टेड आहे आणि चॅनलच्या तर खूपच जवळचा. टॉप अथॉरिटीच्या खूप जवळचा, आणि माझ्याकडून न कळत का होईना, दुखावला गेलेला. टेक्निकली तरी गोष्टी जुळताहेत. आणि त्याचा स्वभावही वेळ आली की डंख मारण्याचा. तो तुमचं छोटं मोठं नुकसान करणारच नाही. असं करेल कि तुम्हाला आयुष्यातून उठवेल. तोपर्यंत तो वाट बघेल. तुमची स्वप्नं, तुमचं आयुष्य पूर्ण होता होता तो तुमच्या हातून काढून घेईल, तुम्हाला बरबाद करेल. त्याला दिलेल्या दुःखाचा बदला तो असा घेतो. तोपर्यंत तो तुमच्यावर नजर ठेवून असतो, एखाद्या चितर पक्षासारखा. असं काही झालं नसेल ना? योग्य वेळेची वाट पाहून त्यानं हे केलं नसेल ना? टॉप फोर पर्यंत पोहोचणं, आणि तिथून गडगडनं मला उध्वस्त करेल मानसिकरीत्या हे त्याला माहित असेलच. हीच संधी तर त्यानं साधली नसेल ना? संधी सोडेल तो 'समीर' कसला...!! मंथरेचा उतारा काम करू लागला होता. डोक्यात भिनू लागला होता.

'पल्लवी, समीर असं करू शकेल, आय मिन समीरनं हे सगळं काही केलं असेल?' मी.

'मला ही नाही वाटत. पण सांगताही येत नाही. समीरला पूर्ण ओळखणं वाटतं तेवढं सोप्प नाही. तो जेवढा बेस्ट डिरेक्टर आहे, त्याच्या कितीतरी पट जास्त तो

रिव्हेन्ज घेण्यात पटाईत आहे. तो सहसा डिप्लोमॅटिक वागत नाही, जवळजवळ नाहीच, मैत्रीत तर नाहीच नाही. पण त्याचा दिमाग खूप शातीर आहे, तो वचपा काढतोच काढतो. तो आतून लगेच दुखावतो. पण तरी ही शांत असतो. संयम हि त्याची ताकत आहे, शक्ती आहे. पण दुखवणाराला तो सोडत नाही. त्याचं अंतिम लक्ष असतं समोरच्याला पूर्णतः बरबाद करणं, तो पुन्हा उभी राहायची संधीच देत नाही. तो घाव कुठे घालेल, कधीच सांगता येत नाही. तुम्ही त्याच्या कुठल्यातरी पर्टीक्युलर गोष्टीत आड गेलात, तर तो तुमच्याही त्याच गोष्टीत वार करेल असं नाही, तो तुमच्या दुखऱ्या नसेवर घाव घालणार. मुळात तो वार करतच नाही, घाव घालतो. तो तुमचं जास्तीत जास्त नुकसान करतो, कधीच न भरून येणारं. कधी कधी त्यांनं घातलेला घाव खूप छोटा असतो, वाटतं काहीच फरक पडणार नाही. पण असं नसतं, तुमचं अक्ख आयुष्य फाटत जातं. तुम्ही उध्वस्त होता. त्यानं योग्य ठिकाणी वार केलेला असतो.छोटासा, पण मुख्य टाकाच तोडलेला असतो. मी त्याच्या हाताखाली काम केलंय. इंडस्ट्रीत मी त्याला तुझ्या आधीपासून ओळखते.' मंथरा विष कालवतच होती.

मला त्याचं हे नेचर माहित आहे. पण माझ्याबाबतीत शक्यच नाही...

काय करावं समझेना. मीच फोन करू का?

अन काय विचारू त्याला, कि हे सगळं तूच केलं आहेस का? काय वाटेल त्याला? त्यानं जे माझ्यासाठी केलंय, एका क्षणात त्या साऱ्याची माती होईल. नाही नकोच.

असं विचारणंही धाडसाचं होईल. आणि कशावरून मी तर्क लावू, त्याच्यावर संशय घेऊ? ही पल्लवी सांगतेय म्हणून. नाहीच नाही. मी एवढीही बावळट नाही.

'पल्लवी, आपण आणखी माहिती काढू, तू तुझे कॉंटॅक्टस वापर. आपण वेगळ्या पद्धतीनं विचार करून बघू. काहीतरी समजेलच. असं नाही काही कि ही गोष्ट खूप दिवस लपून राहील. आपण असं एकदम विनाकारण आपल्या हातात काही नसताना समीरबद्दल बोलणं, विचार करणं योग्य नाही.' मी.

'हो, बरोबर आहे, तू वेगळा अर्थ काढू नको, पण माझ्या लिंक्स अशाच जुडताहेत, म्हणून मी बोलले. आपण आणखी काही माहिती मिळतेय का पाहू. चल मी निघते आता' पल्लवी.

'आणि समीरचा फोन आला तर बोल त्याच्याशी. त्याला कल्पना दे, तो चॅनेलच्या जवळचा आहे, कदाचित तो तुला मदत करेलही. आपण विचार करतोय तसं काही नसेल ही. ओके, चल बाय' पल्लवी निघाली.

समीर... समीर...

तू तरी फोन कर ना मला. संशयाचं भूत या बाईनं घातलंय माझ्या मनात ते तरी निघून जाईल.

'दीदी..'

दचकलेच मी. रश्मी पाठीमागे उभी आहे.

हे भूत रात्रीपासून बेडरूम मध्ये पडून आहे, माझ्या लक्षातच नाही.

'उठलीस, जा फ्रेश हो, आणि चहा करून पी.

अवतार बघ जरा आरशात कसा भुता सारखा केला आहेस' मी हसत बोलले.

पल्लवी गेलीय, आता थोडं बरं वाटतय. काल आल्यापासून फक्त तोच तोच विषय आणि तिचे ते तर्क.

माणसाचं मन किती विचित्र असतं ना, कधी काय आणि कसा विचार करेल सांगता येत नाही. वेळप्रसंगी आपल्या जवळच्या माणसांच्यावरही आपण संशय घेऊ लागतो. जवळच्या..? समीर जवळचा आहे मला? मग मी इतका लांब का ठेवलंय त्याला? का तो इथं नाहीये, माझ्या सोबत किंवा मी तिथे त्याच्या सोबत? हा माझाच निर्णय आहे, मीच असं केलंय, पण का? का माझ्याकडे याचं काहीच उत्तर नाहीये. मी घाबरतेय का कशाला? कशाला..? ते तरी माहित आहे का मला..? कि माहित आहे, पण मला बोलायचंच नाही, त्यावर विचारच करायचा नाही.? नेमक्या कोणत्या अवस्थेत आहे मी.? मला तो हवाही असतो आणि नकोही... एकाचवेळी हि दुविधा का...? कुणीही मला झटकन विचारलं की तुझ्या सर्वात जवळचा व्यक्ती कोण.. तर का मनात त्याचंच नाव येतं? पण का ते ओठापर्यंत पोहचत नाही आता? का मी ते तिथपर्यंत पोहचूच देत नाही? का असा एकही दिवस येत नाही की त्या दिवशी मला त्याची आठवण येत नाही? आणि तरी ही मी त्याला भेटत नाही, कॉल करत नाही. का..? का...? आणि का...?

इतका तो माझ्या जीवनाचा भाग असेल, तर मी त्याच्यावर कसा संशय घेऊ. अजूनही प्रेम आहे का माझं त्याच्यावर? मुळीच नाही. प्रश्नच येत नाही. मग मला का त्याला माझ्या आयुष्यातून काढूनही टाकता येत नाही. असं कुठलं नातं आहे आमच्यामध्ये, जे तुटतही नाही आणि जुळतही नाही. अशी कुठली अदृश्य गोष्ट आहे, जी त्याला एका विशिष्ठ अंतरावरच रोखून ठेवते? जवळही येऊ देत नाही आणि लांबही जाऊ देत नाही. मागच्या जन्माचं आमचं काही नातं आहे का..?

रश्मी फ्रेश झालीय. आता छान दिसतेय. पण अजून थोडा हँग ओव्हर दिसतोयच तिच्या चेहऱ्यावर. तिला सवय नाहीये या सगळ्याची.

'दीदी, मी एक बोलू का..?' रश्मी.

'हा, बोल ना...' मी.

'दीदी, पल्लवी दिदीचं जास्त डोक्यात घेऊ नका. ती काहीही बोलतेय. समीरभैय्या असे नाहीयेत. ते खूप चांगले आहेत' रश्मी.

'हो, मला माहित आहे, मी नाही काही डोक्यात घेत' मी.

'त्यांचा फोन नाही आला म्हणजे एकतर त्यांना माहित नसेल, किंवा काहीतरी कामात अडकले असतील, पण ते असं काही करणार नाहीत, खूप जीव आहे त्यांचा तुमच्यावर' रश्मी.

मी गप्प.

'आणि तसं तर तुम्ही पल्लवीदीदी वरही संशय घेऊ शकाल की?' रश्मी.

'अगं, काय बोलतेयस तू.. काहीही..?' मी.

'तसं नाही, मला म्हणायचं आहे, संशय कुणावरही घेता येतो, म्हणून थोडीच घेऊन चालतो का? नाही ना?' ती.

'हो, बरोबर आहे तुझं' मी.

'दीदी, त्यावेळी किती छान होतं ना, तुम्ही दोघ एकत्र रहात होता इथं, खूप मजा यायची त्यावेळी, पण..' रश्मी मध्येच थांबली.

'रश्मी..' मी मध्येच तिला थांबवलं. 'जा, काहीतरी

खायला घेऊन ये नाहीतर सँडविच बनव एक मला' मी.

तिचा चेहरा एकदम पडला. ती निघून गेली. पण जात जाता जुन्या आठवणी वरचा पडदा काढून गेली.

खरं तर आधी या इथं मी राहत नव्हते. समीर रहायचा.

समीरची आणि माझी ओळख होऊन काहीच महिने झाले होते. माझा स्ट्रगल पिरेड चालू होता. हातात काम नसायचं. मिळालं तर एखादं छोटं मोठं. नाहीतर फक्त ऑडिशन वर ऑडिशन. माझा रेंट द्यायचा रखडला होता. चार महिने झाले तरी मी रेंट देऊ शकले नव्हते. रूममेट्सची आणि माझी कुरबुर वाढली होती. आणि त्यातच एके दिवशी ओनरनं आम्हाला बाहेर काढलं. माझ्यामुळे हे झालं म्हणून रूममेट भांडण करून निघून गेली. पावसाळ्याचे दिवस होते, बॅटरी डाउन झाल्यामुळे फोन स्वीच ऑफ होता. कुणाला फोनही करता येत नव्हता. कुणाचा नंबर हि पाठ नव्हता. शेवटी एका मैत्रिणीकडे जायचं ठरवलं आणि बॅगा उचलून पिकअप शेडजवळ आले होते. रात्री आठ साडे आठची वेळ असेल. रस्त्यात पाणी भरत होतं. बसेस आणि ऑटो येतच नव्हत्या. तेवढ्यात कार मधून जाताना सरांनी मला पाहिलं. हो सर.. च. त्यावेळी 'सर' च म्हणत होते मी त्याला. त्यावेळी 'सर' मध्ये 'मी' मिसळायची बाकी होते.

तो मला इथं घेऊन आला. पुढे ती इथून निघून गेला तरी मी इथंच आहे. छान दिवस होते ते. रश्मी बोलतेय ते खरं आहे.

हातात सँडविच आहे. सँडविचचीही एक वेगळीच मजा असते. त्याची ही एक वेगळीच रचना असते. दोन स्लाइसच्या मध्ये बरच काही एकत्र केलेलं असतं. मधल्या सर्व गोष्टींना एकत्र ठेवायची जबाबदारी स्लाइसवर असते, त्या दोन स्लाइसवर. तिघांना एकत्र पकडून ठेवेल अशी काही वेगळी सोय नसते त्यात. व्यवस्थित नाही पकडलं तर, मधला भाग सांडून जाणार, कि जो खूप महत्त्वाचा असतो. म्हणून हलक्या हातानं पण तरीही मजबूत पकडावं लागत त्याला. सँडविच खाणंही पण एक कला आहे. सर्वांना नाही जमत. बऱ्याच जणांचं जिभेपर्यंत पोहचण्याआधीच सांडलेलं असतं. हातात फक्त स्लाइसच शिल्लक असतात.

नात्याचं पण तसंच असतं नाही का? नाजूक हातांनी हाताळावं लागतं आणि घट्ट पकडूनही ठेवावं लागतं. आणि हि जबाबदारी दोघांचीही असते, त्या स्लाइस सारखी. मध्ये असतो गोडवा, विश्वास. दोघांनीही जपायचा असतो. जबाबदारी दोघांचीही असते.

एकाच स्लाइसनं काही होत नाही, मग त्याला सँडविच म्हणताच येणार नाही, आणि त्यातून सँडविचचा फीलही येणार नाही.

लोकं उगाच म्हणतात, आयुष्याचं सँडविच झालंय. खरंतर अशा लोकांना सँडविच समजलेलच नाही. ती किती छान गोष्ट आहे. पण लोकांनी एकमेकांना त्यांच्या हट्टानं, इगोनं, मतलबीपणानं एवढं प्रेशराईज केलेलं असतं कि आतल्या गोडव्याला, विश्वासाला पूर्ण दाबून टाकलेलं असतं. श्वास घेणंही मुश्किल केलेलं असतं. कधी अति प्रेमानं, कधी अति इनसिक्युअर फील करण्यानं. दोन स्लाइस मध्ये योग्य अंतर असावं, योग्य स्पेस असावी तरच मधली रेसिपी नीट बसेल, मोकळा श्वास घेईल. दोन्हीकडून प्रेशर आलं की ती बाहेर पडलीच समजा. मग आयुष्याचं सँडविच होणारच, त्यांच्या भाषेत.

काही माणसं खूप हुशार असतात. एकाच बाजूनं प्रेशर आलं की आपसूक बाजूला होतात. त्यांना माहित असतं अशावेळी दुसऱ्या बाजूनही आपसूक प्रेशर येणार. त्यापेक्षा एका स्लाईसनं बाजूला झालेलच बरं. कारण त्यांचा इंटरेस्ट आतल्या गोडव्यात असतो, विश्वासात असतो, नात्यात असतो. त्यांना ते वाचवायचं असतं. समीरनंही तेच केलं.

खरतर सँडविच त्याच्याच आवडीचं. मला आधी सवय नव्हती, त्यानेच लावली. कधीही सँडविच केलं तर तीन करायची असा त्याचा हुकूम होता रश्मीला. आज ही रश्मी तो नियम पाळतेच. माझं सँडविच खाऊन झालंय, रश्मीचंही. अजून

एक तसच शिल्लक आहे.

समीर

समीर

7

इन्ट्रॉड्युसिंग 'किआरा'

'हॅलो, समीर बोलतोय...
कशी आहेस?'
'ठीक आहे, तू बोल' रसिका.

‘मला समजल सगळं, पण मी थोडा बिझी होतो. सेटवर एक छोटासा ॲक्सिडंट झाला होता, सो मला फोन नाही करता आला, बट, आता ओके आहे सर्व, तू बोल’ मी.

‘काय बोलू, मला काहीच कळेना, तुला काय माहिती आहे का या बद्दल?’ रसिका.

‘कशाबद्दल बोलतेयस तू?’ मी.

‘म्हणजे हे कसं झालं, का झालं, कुणी केलं?’ रसिका.

‘हो, मी बोललो राजशी, पण त्यांनी काही ऑडिअन्स सर्व्हे केला आहे म्हणे, आणि म्हणून त्यांनी हा डिसिजन घेतलाय. पण अगदी स्पष्ट काही बोलला नाही.’ मी.

‘कसला सर्व्हे? तुला काय वाटतं काय कारण असेलं नक्की?’ रसिका.

‘सर्व्हे केला असेल त्यांनी, नाही असं नाही. तसं करतात चॅनेल्स मध्ये मध्ये. पण नक्की त्याने असं का केलं हे मला ही कळेना. इनफॅक्ट माझ्यापासूनही काहीतरी लपवलं आहे त्याने असं वाटतंय. म्हणजे तो माझ्याशी काही स्पष्ट बोलला नाही. किंवा मला त्याला सांगायचं नाहीये असं एकंदर वाटलं मला त्याच्या बोलण्यातून’. मी.

‘म्हणजे, असं कसं काय? तुझे तर एवढे जवळचे कॉंटॅक्टस आहेत त्यांच्या बरोबर. इनफॅक्ट तुझीही इन्व्हेस्टमेंट आहे आहे ना चॅनेलमध्ये..’ रसिका.

‘माझी इन्व्हेस्ट आहे, म्हणजे माझ्याकडे शेअर्स आहेत चॅनेलचे, एम जस्ट अ लिटल पार्टनर, शेअर होल्डर, तेही टू परसेन्ट. जरी मी डिरेक्टर बॉडीवरती असलो तरी आय एम जस्ट स्लीपिंग पार्टनर इन धिस कनसर्न. मी त्याच्या प्रत्येक गोष्टीत लुडबुड नाही करू शकत’. मी.

‘अरे पण तुझ्या क्लोज आहेत ना ते, मग विचारू शकतो ना तू?’ रसिका.

‘हो, मी त्यासाठीच फोन केला होता त्याला. पण त्याला माझा फोन येणार हे आधीच अपेक्षित होतं बहुतेक. त्याच्या बोलण्यावरून वाटल तसं. पण या सर्वात प्लिज तू लक्ष देऊ नको, असं त्याचं म्हणणं होतं. हा सर्वस्वी चॅनेलचा डिसीजन आहे. मी काय बोलणार, हे त्याला आधीच माहित होतं. सो त्यानं आधीच तशी रिक्वेस्ट केली. आणि कोणत्याही वैयक्तिक कारणास्तव नाहीतर फक्त सर्व्हेच्या बेसिसवर हा डिसीजन घेतलाय असं तो बोलला. मला पुढे काहीच विचारता येणं शक्य नव्हतं’

मी स्पष्टीकरण दिलं.

‘मग काय प्रश्नच मिटला.’ रसिका.

'पण मला हे सांग, असा काय सर्व्हे आहे तो, कि ज्यात माझा ऑडिअन्स रेषीओ कमी झालाय असं म्हणणं आहे या लोकांचं? कसं शक्य आहे हे? तुला वाटतं असं काही झालं असेल म्हणून?' तिनं विचारलं.

'का शक्य नाहीये, रसिका. तुच थोडा विचार करून बघ, असेलही तसं कदाचित' मी.

'अरे पण, मी परफॉर्मन्स करत पोहचलेय इथंपर्यंत. मला गॅरंटी आहे शोमध्ये लोकं मला पसंद करत आहेत' रसिका.

'पण प्रश्न फक्त शोचा नाहीये. लोकं इतरही तुझ्या सिरियल्स बघत आहेत ना' मी.

'काय म्हणायचं आहे तुला, मी इतर सिरियल्स मध्ये परफॉर्म करत नाहीये?' रसिकांनं चिडून विचारलं.

'मला काहीही म्हणायचं नाहीये, तू ओके परफॉर्म करतेयस. नो डाऊट, पण मला तरी त्या रोल्समध्ये काही दम वाटत नाहीये, कदाचित हे माझं वैयक्तिक मत असेल, तु तुझा स्टडी कर, कदाचित तिथं काही उत्तरं सापडताहेत का बघ.'

ती गप्पच. थोडी शांतता.

'काही बोलणार आहेस?' मी.

'हो, ओमप्रकाश बोलत होता तुला कुणीतरी प्रमोट करतंय, असं लोकं बोलत आहेत. म्हणजे सर्वेक्षण मध्ये असं दिसतंय, म्हणून मग.. तसं काही आहे का?' तिनं चाचपडत प्रश्न विचारला.

'कोण? स्पष्टच बोल' मी.

ती गप्प.

'अगं, माझा काय संबंध. मी बोललो ना, मी नाही इंटरफेअर करत चॅनेलमध्ये. तशी पद्धत नाहीये इथं. चॅनेलच्या स्वतःच्या स्ट्रॅटेजी असतात. आणि मी प्रमोट करत असतो तर तूला शोमधून थोडीच काढलं असतं?' मी.

'हो, तेही आहेच म्हणा, पण कुणीतरी तसं करतंय म्हणून मला बाहेर काढलं गेलय, चॅनेलच्या रेप्युटेशनचा प्रश्न आहे, असं ओमला समजलय'. ती बोलली.

'मला नाही वाटत तसं काही...' मी.

'मग आपल्या रिलेशनमुळे लोकांना तसं काही..'

तिनं चाचरत प्रश्न विचारला..

'होऊ शकतं तसं, पण चॅनेल तसा काही कुणाच्या पर्सनल गोष्टींमुळे, असा काही डिसीजन घेईल असं वाटत नाही. आणि तसं असतं तर कदाचित मला बोलले असते ते' मी.

ती पुन्हा गप्प. पॉईंट बरोबर होता तिचा.

हेच कारण आहे खरंतर.

'चल, मी अजून हॉस्पिटलमध्ये आहे. एका स्पॉटबॉयला थोडं लागलंय पायाला, त्याला पाहायला आलोय. मी नंतर फोन करतो तुला' मी .

'हो, चालेल..' तीचा हळू आवाज. 'बाय'

'रसिका... काळजी घे' मी.

' हो' ती.

रसिका... रसिका...

किती बदलली आहेस तू. मी काळजी घे म्हटलं की तू ही घे म्हणणारी तू. किती आत्ममग्न झाली आहेस?

रसिका.. होय रसिका..

रसिकाच तीचं नाव. खरं नाव. ओरिजिनल. 'किआरा' हे तीचं इंडस्ट्रीतलं नाव, मी दिलेलं. हो मीच दिलेलं. इथं आधीच खूप रसिका आहेत.. ज्या कि खूपच अरसिक आहेत. आणि त्यात आणखी हिची भर. म्हणून काहीतरी डिफरंट नाव दिलं तिला. खरंतर मला माझ्या एका मुव्हीतून इंट्रॉड्युस करायचं होतं तिला.

'इन्ट्रोड्युसिंग किआरा'

पण ते शक्य झालं नाही.

माझ्या नवीन सिनेमाचं कास्टिंग चालू होतं. ऑडिशन्स वर ऑडीशन्स घेऊन झाल्या होत्या. पण मनासारखी लीड कास्टिंगचं भेटत नव्हती. इंडस्ट्रीतल्या खूप ॲक्टरेसचा विचार करून झाला होता. काही नवीन चेहरेही बघितले. खूप सिरियल्स आणि नवोदित कॉलेज गर्ल्सही शोधल्या. पण मला हवा असलेला चेहरा भेटत नव्हता. माझी गोष्टच तशी होती. वेगळी.

सपाट जमिनीचा भाग जिथे संपतो, तिथे असणाऱ्या छोट्या छोट्या टेकड्यांच्या प्रदेशात राहणाऱ्या एका मुलीची. मस्त, मनमौजी, आपल्याच तालात जगणारी आणि त्या टेकड्यांच्या प्रदेशाला सुशोभित करणारी. छोट्याशा एखाद्या गावाएवढ्या असणाऱ्या भागाला फुलांच आणि फुलपाखरांच नंदनवन बनवणारी. मुक्त हस्तानं तिथं वावरणाऱ्या पक्षी, ससे, मधमाश्या आणि छोट्या छोट्या खारीत रमणारी. सूर्याच्या पहिल्या किरणाबरोबर अवतीर्ण होणारी आणि आणि रात्रीच्या चांदण्यात आपल्या धूसर आणि डार्क काळ्या केसांसोबत खेळत अदृश्य होणारी. त्या कॅरॅक्टरचं नाव मी 'किआरा' ठेवलं होतं. किआरा.. म्हणजेच वर उल्लेखलेलं आयुष्य जगणारी मुलगी, कि जी देवाची एक सुंदर भेट आहे. पण खूप शोधूनही मला माझी किआरा सापडत नव्हती.. कि जी त्या भूमिकेत अगदी

चपखल बसेल.

माझ्या स्क्रिप्ट मीच लिहतो. माझी कॅरॅक्टर्स मीच उभी करतो. त्यांना घडवतो, बिघडवतो, हसवतो, रडवतो, माझ्या आतला कलाकार सांगेल त्या पद्धतीनं त्यांच्यात जीव ओतत राहतो. मला माझ्या सिनेमातलं सर्वात जास्त काय आवडत असेल तर माझी कॅरॅक्टर्स. मी उभी केलेली. ती माझ्याशी बोलतात, गप्पा मारतात, रुसतात, फुगतात. माझ्या जगण्यातून,अनुभवातून आलेली असतात ती. मी त्यांना कुठेतरी पाहिलेलं असतं. त्यातल्या कित्येकजनांनी माझ्यासोबत वेळ घालवलेला असतो, कित्येकजण माझ्यासोबत एकत्र राहिलेली असतात. कित्येकजण आयुष्याचा भाग बनलेली असतात आणि कित्येकजण तर आयुष्य बनलेली असतात.

एज ए डिरेक्टर प्रत्येकाला आपल्या कॅरेक्टर्समध्ये चपलख बसणारे आर्टिस्ट हवे असतात. आणि मी तर त्यात कॉम्प्रमाईज करूच शकत नाही. शंभर टक्के चपखल असं कुणी भेटेलच असं नाही. पण त्याच्या आसपास असणारं नक्कीच भेटतं. पण काही कॅरेक्टर्स परफेक्टच लागतात, परफेक्ट कास्टिंग, हॅन्डरेड परसेन्ट परफेक्ट. म्हणजे ती लोकं फारच सुंदर वगैरे असतात असं काही नाही. पण ती चपखल असतात. खूपवेळा हॅन्डरेड परसेन्ट मॅच होणारी कास्टिंग सापडूनही आपणाला ती नको असते, आपणाला तो चेहरा, ती पर्सनॅलिटी मॅच वाटत नसते, आपलं मन ते स्वीकारायला तयार नसतं. फक्त आपणालाच माहित असतं नेमकं आपणाला काय हवंय, आपण काय डिजाईन केलंय ते.

आणि तो दिवस उजाडला. मी स्क्रिप्ट लिहून दिलेल्या एका सिरियलचा एक एपिसोड चालू होता टीव्ही वर. मी सहसा सिरियल्सच्या नादाला लागत नाही. पण एका मित्रानं हट्ट केला म्हणून त्याला एक एपिसोड लिहून दिलेला. आणि त्याच्याच आलेल्या फोनमुळे मी टीव्ही ऑन केला. आणि मी उडालोच. इतके दिवस जो चेहरा मी शोधत होतो, तो माझ्या समोर होता. माझ्या समोर मला हवं असलेलं माझं परफेक्ट कास्टिंग होतं, ज्याचा मी गेले सहा महिने शोध घेत होतो. पांढऱ्या शुभ्र गाऊन मध्ये परीच्या रोलमध्ये असणारी ती मुलगी. सायंकाळच्या उन्हात चमकणाऱ्या त्या गाऊनच्या सोनेरी बॉर्डर्स आणि त्यावरील स्टार्स. मीच लिहलं होतं ते कॅरेक्टर. मीच डिजाईन केलं होतं. आकाशातून उतरणारी ती परी कि जिच्या हातात एक राजहंसाच पिल्लू असतं. मला काय माहित, मी जिचा शोध घेतोय, ती 'किआरा' मीच डिजाईन केलेल्या दुसऱ्याच कॅरेक्टर मध्ये मला सापडेल म्हणून. अगदी छोटा रोल होता तो काही मिनिटांचा. मुलगी खूप सुंदर वगैरे अशी काही नव्हती. पण ती परफेक्ट 'किआरा' होती, मी डिजाईन केलेली. अगदी तशीच

कमी उंचीची, चंचल, भिरभिरणाऱ्या डोळ्यांची.

पुढे तीचं कास्टिंग झालं त्या रोलमध्ये. पण तिच्या मनाविरुद्ध. म्हणजे तिला सिनेमा करायचा नव्हता. टीव्हीत काम करायचं होतं तिला. मी तिला सिनेमाचं महत्व सांगून थकलो. सिनेमाही टीव्हीवर लागतो, हेही समजावलं. पण तिच्या डोक्यात काही वेगळंच खुळ होतं. तिची तिची काही परिमाणं होती, तिचे स्वतःचे काही कॉन्सेप्टस होते, त्यातून ती बाहेर येतच नव्हती. म्हणजे तिला बाहेर यायचंच नव्हतं. एका अदृश्य कोशात होती ती, स्वतःभोवती तयार केलेल्या. तीच तिची दुनिया होती. लोकांना सिनेमात काम करायचं असतं आणि त्यासाठी ते काहीही करायला तयार असतात. पण हीला त्याचं काही देणंघेणं नव्हतं. ही स्वतःच्याच दुनियेत होती. खूप वेगळी वाटली ती मला. मी कसंबसं कन्व्हेंस केलं तिला. पण तिला ते मनापासून करायचं नव्हतं.

पुढे आम्ही खूप जवळ आलो. हळूहळू मला ती जास्तच समजत गेली. आमच्यामध्ये काही बंध निर्माण झाले. प्रेम वगैरे काही नव्हतं ते. पण आम्ही एकमेकांचा भाग बनलो. सवय झाली एकमेकांची म्हणा एवढच. ती तिच्या वयापेक्षा जास्त हट्टी आहे, रुड आहे. तीचं वागणं समजणं, लोकांच्या आवाक्याच्या बाहेरचं आहे. पण ती पक्की ॲक्टरेस आहे. तिच्यात पोटॅन्शिअल आहे. कुठल्याही कॅरॅक्टरमध्ये ती सहज घुसते आणि बाहेर येते. ऑन ऑफ होणं तिला अगदी सहज जमतं. एखादया अभिनेत्रीमध्ये असायला हव्या, अशा अनेक फिजिकल गोष्टी तिच्यात नाहीत, पण अभिनय खूप नॅचरल आहे तिचा. सिनेमासाठी एक परफेक्ट इमेज आहे तिच्याकडे. पण ती अडकलेय टीव्हीत. तिला टीव्हीत करिअर करायचं आहे. एक परफेक्ट 'टीव्हीगर्ल' बनायचंय.

तिच्याबरोबरच्या प्रत्येक क्षणात मला माझी एक नवी ओळख होत होती. काही काही माणसांचे कॉनसेप्टस वेगळे असतात. त्यांचं थिंकिंगच वेगळं असतं. आणि ते जर तुम्हाला, तुमच्या आत्म्याला, तुमच्या पिंडाला पूरक असेल तर तुमचं त्यांच्याशी चांगल जमतं. त्यांचं तुमच्याशी जमतं का नाही ते माहित नाही मला, इनफॅक्ट मला त्याच्याशी काही देणंघेणं नसतं. मीही असाच मनस्वी आहे. ठरवून किंवा काही उद्देशानं मी नाही कुणाच्या जवळ जाऊ शकत. कुणाशी मैत्री किंवा प्रेम करू शकत. माझ्यासाठी ती एक प्रोसेस आहे. एखादी व्यक्ती आपणाला आवडते, तर आवडते. मग त्या व्यक्तीला आपण आवडतो, नाही आवडतो, ती व्यक्ती आपल्यावर प्रेम करते, आपला तिरस्कार करते, याच्याशी आपलं काही देणंघेणं नसतं. आपलं, आपलं ही एक जग असतं, माझंही आहे. आता माझ्या जगात आम्ही दोघं होतो.

अनेक विषयांवर आमची मतं एक होती, आणि कित्येक विषयावर टोकाची. आमचे स्वभावही डिफरंट होते आणि नेचरही. पण एक गोष्ट कॉमन होती ती म्हणजे आम्ही मनस्वी होतो, आहोत. आपल्याच जगात वावरणारे, जगणारे. आम्ही भांडलोही खूप एकमेकांबरोबर, पण आम्ही एकमेकांना सोडूही शकलो नाही. आम्हाला आमच्याबद्दल काहीच माहित नव्हतं. पण आमचं एकत्र असणं आम्हाला आवडत होतं. आमच्यासाठी ते महत्वाचं बनलं होतं.

पुढे आम्ही एकत्र राहायला लागलो. मला सँडविच आवडायचं तर तिला कॉफी. हळूहळू मला कॉफी आवडायला लागली आणि तिला सँडविच. माणसं जवळ येतात, त्यांचे स्वभाव जुळतात, आणि मग ते एकमेकांच्या आवडीनिवडींनाही स्वीकारतात. एकमेकांचं होऊन जाणं, कदाचित यालाच तर म्हणत असतील. काहीकाही माणसं एकमेकांसाठी बनलेली असतात, या कन्सेप्टवर माझा विश्वास नाही. लोक एकत्र येतात, मनं जुळतात आणि आणि लोकं एकमेकांची होऊन जातात. काही बंध अनामिक असतात, समजतही नाहीत. बांधून ठेवतात एकमेकांना. एकमेकांना सुरक्षित फील होतं, आश्वासक फील होतं परस्परासाठी. प्रत्येक नात्याचं नाव प्रेमच असतं असं नाही, पण त्याचं मूळ मात्र प्रेमच असतं. एकमेकांबद्दलची ओढही त्याची प्राथमिक पायरी असते. पण लोकं ओढीशीही डिल करतात बहुतेक वेळा. त्यात दिसणं, आर्थिक सुबत्ता, लिविंग स्टॅंडर्ड, सोशल इमेज या खूप गोष्टींची परिमाणं लगेच पडताळून पाहतात. हिशोब फायद्याचा असेल किंवा त्यांना हवाहवासा, अपेक्षित असेल तर डिल होते, नाहीतर डिल मोडते. पण डिल मोडली म्हणून ओढ थोडीच संपते. ती तशीच रहाते तिथंच गोठून.

प्रत्येकाच्या आयुष्यातील प्रत्येक पानांवर कुणाचं तरी नाव लिहिलेलं असतं कदाचित. ते पान, त्या पानावरचा मजकूर त्या त्या व्यक्तीच्या मालकीचा असतो. त्या व्यक्ती येतात, आणि त्यांच्या मालकीची पानं भरून जातात. आपण मात्र आयुष्यभर ती पानं उराशी धरून बसतो. लिहाणाराला कदाचित त्या पानांचं सोयरसुतक नसतं, पण आपल्यासाठी मात्र ते जीवन असतं. याला जीवन ऐसे नाव, असं म्हणतात ते हेच बहुतेक.

मनं हळवी असतात, नात्यात अडकून पडतात. परफेक्ट कुणीच नसतं कुणासाठी. पण मन जुळताना विचार करत नाहीत, बाजूला होताना मात्र विचारवंत बनतात. मनं जुळताना त्यांच्याकडं फार तोकडी कारणं असतात. खूप लहान लहान, नसतातच म्हणा ना हवं तर. पण बाजूला होताना समग्र लेख असतात त्यांच्याकडे, संदर्भासहित स्पष्टीकरणंही असतात. कुणाच्या मनावर कुणी मालकी गाजवू नये, या मताचा आहे मी. तुमची असतील, तुमच्यासाठी

असतील तर येतील माघारी, नसतील तर प्रश्नच येत नाही, येणारच नाहीत माघारी. कुणी कुणाची वाटही पाहू नये. वाट पाहूनही खूपवेळा कुणी येत नाही, आणि न वाट पाहता ही कदाचित तुमचं होऊन जातं. वाट पाहणाऱ्याच्या हातात काहीच नसतं. सगळे अधिकार समोरच्याला असतात. वाट पाहणं ही तुम्ही तुम्हाला स्वतःला करून घेतलेली शिक्षा असते, काळ्या पाण्याची.

सँडविच आणि कॉफी एकत्र खाताना पिताना खूप मजा यायची. तुम्ही प्रेमात पडता, प्रेमाची कबुली देता आणि प्रेमाचा प्रवास सुरु होतो, तिथंच खरतर सगळं संपतं असं मला वाटतं. तुम्हाला माहीतच नसतं, तुमचं काय चालू आहे, तुम्ही प्रेमात आहात कि आणखी काय, तुम्हाला जी ओढ आहे ती नेमकी आहे तरी काय, हे आकर्षण आहे की प्रीती, तुम्ही एकत्र का आहात, आणि दूर का नाही, एकमेकांचा सतत विचार का येतो डोक्यात, एकमेकांशिवाय करमत का नाही, एकमेकांची एवढी सवय का लागलेलीय, ही जी फेज आहे ना, ती जगातली सर्वात सुंदर फेज आहे. ही फेज ज्याला जगायला मिळाली ना तो खरा नशीबवान. तुम्ही एकमेकांचे नसताही पण असताही, तुमच्या एकत्र असण्याचे सोशल फायदे तोटे जाणूनही तुम्ही तिकडे कानाडोळा करता, तुम्ही फक्त एकमेकांबरोबर असता त्यावेळी, गुरफटलेले, आणि तरीही एक न झालेले. आमचंही तसंच होतं. आम्ही एकमेकांचे होतो, नसतानाही. सँडविच बरोबर कॉफी होती आणि कॉफी बरोबर सँडविच. सँडविच आणि कॉफी कॉम्बिनेशन तर परफेक्ट होतं, पण इमपरफेक्टली.

8
थँक यू डिरेक्टर

    मी लोणावळ्याला चाललोय, शूट साठी. माझ्यासाठी लोणावळा हे बेस्ट लोकेशन आहे. मी नेहमीच तिथं शूट करतो. माझ्यासाठी ते ड्रीम डेस्टिनेशन आहे. मला नेहमीच तिथं जायला आवडतं. आजही माझं शेड्युल पॅक आहे. मनात नसतानाही मी तिकडे चाललोय. खरंतर मी रसिका जवळ असायला हवं होतं. तिला गरज होती माझी. पण...

पनवेल सोडून पुढे एका विशिष्ट ठिकाणी आलं की हा रस्ता माझ्या मनात दुविधा निर्माण करतो. काही क्षण तरी माझ्या मनात चलबिचल निर्माण होते. कारचा वेग मंदावतो. लेफ्ट कि राईट प्रश्न निर्माण होतो. आता ही तीच अवस्था आहे. आज ही आठवतोय तो दिवस मला, रसिका आणि मी लोणावळ्याला निघालो होतो. तशी ती काही काम नसेल तर बऱ्याचवेळा माझ्याबरोबर सेटवर यायची. घरी बोअर होतंय, मीही येते बोलायची. मला काहीच प्रॉब्लेम नसायचा. त्या दिवशीही आम्ही थोडं उशीराच अफटर लंच लोणावळ्याला निघालो होतो. पाऊस सुरु होऊन काही दिवस झाले होते. पण अजून म्हणावा तितका जोर नव्हता धरला त्याने. आजही रिमझिम सुरु झाली होती. क्लायमेट खूप मस्त होतं. कधी नव्हे तो एसी बंद करून विंडोज खाली घेतल्या. मस्त गारवा होता. ऋतू चेंज होताना एक वेगळीच खुमारी जाणवते मनात.

आमच्या गप्पा चालू होत्या, एवढ्यात काही कारणानं शूट कॅन्सल झाल्याचा फोन आला. आणि माघारी फिरणार एवढ्यात रसिकांनं माथेरानला जाऊया का? असा प्रश्न विचारला. विचारला काय ती हट्टच धरून बसली. तिचा हट्ट म्हणजे मी काहीच बोलू शकत नव्हतो. तिला नाही म्हणण्यासाठी माझ्याकडे काहीच कारण नव्हतं. मलाही तिचा प्लॅन आवडला, कारनं कधी लेफ्ट घेतला समजलच नाही.

माथेरान माझं ऑल टाइम फेवरेट डेस्टिनेशन. मीच खूप काही सांगितलं होतं रसिकाला माथेरानबद्दल. खूप दिवसांची इच्छा होती तिची. पण माझ्या शेड्युलमुळे शक्यच होत नव्हतं. माझ्याकडे एक कारण नेहमीच तयार असायचं, आता जाण्यात काही मजा नाही, पाऊस सुरु झाला की जाऊ. मस्त क्लाईमेट असतं. त्या दिवशी सगळंच जुळून आलेलं. मलाही खरतर जायचं होतं बाहेर कुठेतरी, खूप दिवसापासून मीही सुट्टी घेतली नव्हती. आणि रसिका बरोबर जायला तर मलाही नक्कीच आवडलं असतं. तसं तिलाही आवडायचं फिरायला माझ्या बरोबर. बिनधास्त असायची अगदी माझ्यासोबत. एकदम फ्रँक. म्हणायची मला सिक्युअर वाटतं तुमच्या सोबत. लोकांना वेगळं वाटायचं. पण मला काही फरक पडत नाही असं म्हणायची. तसं इथं काही प्रॉब्लेम नसतो कुणाचा कुणाला. आता पूर्वी सारखं राहिलेलं नाही. डिफरंट जेंडरची लोकं एकत्र राहतात, फिरतात. रिलेशिप्स मध्ये असतात. दुनिया बदलली आहे.

एका मोठ्या वळणावरून आम्ही माथेरानच्या दिशेनं चाललो. आयुष्यात आपण घेतलेलं एक वळण आपणाला कुठं घेऊन जाईल, हे सांगता येत नाही. पुढच्या वळणावर आपल्यासाठी काय वाढून ठेवलंय, हेही माहित नसतं. प्रत्येक

वळण आयुष्य बदलत असतं. एखादं वळण असं काही जादूई वळण घेतं कि आयुष्य खूप गोड होऊन जातं. आयुष्याची परिमाणंच बदलतात. आयुष्यात बहार येते. माझ्याही बाबतीत असच काहीतरी घडणार होतं. दैव कुणालाच माहित नसतं. त्याने मांडलेले प्लॅन आपणाला कळत नाहीत. प्रत्येक गोष्ट ते त्याच्या मनाप्रमाणं करत असतं. आयुष्यात येणारी सुख दुःख ही त्याचीच मर्जी असते. खूपवेळा आपण ठरवून काही करू शकत नाही. पण आपला हट्ट, इगो, अभिमान मात्र नेहमी त्याच्या प्रवाहाच्या विरुद्ध आपणाला ओढत असतो. खरंतर त्याचं म्हणणं काय हे जर जाणून घेतलं तर गोष्टी खूप सोप्या होतील, लवकर होतील. पण आपल्यातील हमपणा आपणाला दुर्बुद्धी देतो. त्याची चाल ओळखू देत नाही. तो चालेल त्याच्या विरुद्धच चालायला भाग पाडतो. पण निसर्गच तो. तो थोडीच तुम्हाला जुमाणणार. तो त्याची खेळी खेळणारच. तुम्ही किती ही वळणं घ्या, तुमची दहा वळणं आणि त्याचं एक. तो तुम्हाला रिंगणात आणून उभं करणारच.

नेरुळ ते माथेरान प्रवास टॉय ट्रेननं होतो. माथेरान ला

वेहीकल्स अलाऊड नाहीत. इंग्रजांनी या देशात काय काय करून ठेवलंय, म्हणून बरं. माथेरानही त्यांनीच शोधलं. माथेरान.. हिल स्टेशन. थंड हवेच ठिकान. निसर्गाची मुक्त उधळण. अगदी छोटंसं आहे. पण मानवी औद्यगिकीकरना पासून स्वतःला अजूनतरी जपून ठेवलेलं. इथं गाड्या नाहीत. घोडागाड्या आहेत. एकतर पायी चाला नाहीतर घोड्यावरून. खालून वर यायचं असेल तर टॉयट्रेन. माझं इथं नेहमीच येणंजाणं असतं, वर्ष सहा महिन्यातून एखादी चक्कर असतेच. बहुतेक वेळा मी एकटाच असतो. पण त्या दिवशी सोबत रसिका होती. त्यामुळे थोडा वेगळा फील होता.

टॉयट्रेन माझ्यासाठी नवीन नव्हती. पण तरीही अजूनही मला खूप आवडतो त्यातून प्रवास. आपल्या मुंबईच्या लोकल आणि इतर ट्रेन पेक्षा खूप वेगळी असते, अगदी छोटी, खेळण्यातल्या सारखी. रसिकाला खूप एट्रॅक्शन होतं टॉय ट्रेनचं. जेव्हा पासून त्या बद्दल ऐकलं होतं तेव्हा पासून उत्सुकता लागली होती. ट्रेन ज्यावेळी चालू झाली अक्षरशः वेडी झाली होती ती. मी फर्स्ट टाईम तिच्यातलं लहान मुल पहात होतो. थोडी थोडी रुष्ठ, कधीकधी खाष्ट, वाटणारी ती आज मला खूपच अल्लड दिसली. आणि तितकीच खोडकर. पावसाच्या बारीक सरी चालूच होत्या. जसजशी ट्रेन वर जात होती, हवेत गारवा वाढत होता. आणि मनात ही. पावसाच्या पाण्याचे थंड फवारे अंगावर रोमांच उभे करत होते. तसं ही आम्ही लोणावळ्याला निघालो होतो. आमची काहीच तयारी नव्हती, रेनकोट, छत्री एटसेट्रा. खूपवेळा निसर्गच असं काही घडवत असतो, प्लॅन बनवत असतो. पण

आपणाला समजत नसतं. आपण म्हणतो, अररे, छत्री विसरली.

पुढचे दोन तास ट्रेन मध्ये मी रसिकाची धमाल पहात होतो. आज पहिल्यांदाच आम्ही एकत्र सेल्फी काढत होतो. म्हणजे ती काढत होती, मी फक्त स्माईल देत होतो. पॅनोरमा पॉइंटला वळसा घालून ट्रेन माथेरानमध्ये पोहचली. अप्रतिम सीन. मला माझ्या सिनेमात हा सीन घ्यायला नक्की आवडला असता. रसिकाला काय बोलावं आणि काय करावं असं झालं होतं. ट्रेन चक्क ढगातून निघाली होती. फारशी कुठं न फिरलेल्या रसिका साठी हे सर्व खूप अफलातून होतं. आपण परिकथेत ऐकलेले, इमॅजीन केलेले देखावे फर्स्ट टाईम प्रत्यक्ष पाहताना मनात नुसते तरंग उठत असतील, होय कि नाही? मी तिची अवस्था समजत होतो.

तिच्या आयुष्यातलं सर्वात सुंदर गिफ्ट जणू काही मी तिला दिलं होतं. पण मला काय माहित, मला ही माझ्या आयुष्यातलं सर्वात गोड गिफ्ट मिळणार होतं. पावसाच्या धारा आणि झोंबणारा वारा... ग्रेट कॉम्बिनेशन. वर धुक्याची दुलई. बघेल तिकडं धुकच धुकं. घट्ट धुकं. अगदी दाट असं. मार्केट मधील एका शॉप मधून आम्ही एक छत्री घेतली आणि जवळच असलेल्या स्टोलवर कडक चहा मारला. अंगात तरतरी आली. आणि आम्ही बाहेर पडलो. चार वाजत आले होते, आम्ही तसं उशिरांनच पोहचलो होतो. इथं पायीच जावं लागतं. नाहीतर घोड्यावरून. त्या दिवशी काही जास्त फिरणं होणार नाही हे लक्षात घेऊन एखादाच पॉईंट पहायचा असं ठरलं आणि आम्ही लुईझा पॉईंटच्या दिशेने निघालो.

लुईझा पॉईंट... मला या पॉइंटची हिस्ट्री काही माहित नाही. पण आमच्या आयुष्यातलं एक नवं पर्व इथं चालू होणार होतं हे मात्र नक्की. काही काही जागाच मोहून टाकणाऱ्या असतात. तिथं गेलं की मनावरची खोटी जळमटं आपोआप दूर होतात. मनं पारदर्शक होतात, त्यात डोकावून पाहता येतील इतकी. सोबतीला एकांत असेल तर संमोहनाची शेवटची पातळी गाठता येते. आम्ही पोहचलो त्यावेळी ढगांनी थोडी गर्दी कमी केली होती. धुक्यांनं हि आपली चादर आवरती घेतलेली. सूर्यकिरणं ढगांआडून डोकावत होती. त्यांचा रंग आता पिवळसर तांबूस होत होता. तरीही वातावरण पावसाळी होतं, आणि मन ही. सुर्यास्ताला अजून खूप वेळ होता. रसिका अक्षरश: वेडी झाली होती. तिचा स्वतःवर विश्वास बसत नव्हता, आपण काय पाहतोय. ढगांचे गुच्छ आमच्या नजरेसमोर होते. दूरवर फेसाळत्या धबधब्यातलं पांढरं शुभ्र पाणी साद घालत होतं. खाली मानवनिर्मित कॉलनी दिवाळीतल्या किल्ल्यावर ठेवलेल्या छोट्या छोट्या प्लास्टीकच्या खेळण्यासारख्या दिसत होत्या. स्वर्ग स्वर्ग म्हणतात तो आणखी काय असणार? दरीत डोकावणाऱ्या त्या सुळक्यावरची ती गोलाकार जागा म्हणजे जणू आम्हा

दोघांसाठी सृष्टीनं आखून दिलेलं मिलनाचं रिंगणच होतं. रिंगणाच्या आत आम्ही दोघ होतो. रिंगणाच्या बाहेर अखंड सृष्टी उत्सुक होऊन उभी होती. आम्ही बेहोष होऊन निसर्ग सुख अनुभवत होतो. थंडी चांगलीच जाणवत होती, वारा थोडा स्तब्ध होता. आणि अचानक ढगात हालचाल झाली. धुकं दाटून आलं. आणि पावसानं जोर धरला. आजूबाजूला दिसणारा देखावा धुक्यांन कवेत घेतला, जणू अदृश्यच केला. आजूबाजूला काहीच दिसत नव्हतं, फक्त आम्ही आणि आम्हीच होतो. पावसाला आमची छत्री बोचत होती. ती त्याला नको होती कदाचित. आम्हालाही खूप अपुरी पडलेली. पावसाच्या थंडगार फवाऱ्यानी आम्ही अधिकच जवळ आलो होतो. आधीही आम्ही जवळच होतो, पण त्यापेक्षाही अजून जवळ येता येतं हे आज जाणवत होतं. आम्ही आणखी जवळ यायला उत्सुक होतो. रोमांच अंगभर होते, त्याचे तरंग आसमंतभर पसरले होते. नाजूक, हळुवार स्पर्शांची ओढ होती. इतक्या जवळ असूनही मध्ये काहीतरी अनामिक लकेर होती, जी कशाची तरी आतुरतेनं वाट बघत होती, कदाचित परस्पर होकारांची, कुणाच्या तरी एकाच्या पुढाकाराची. पण एक होणं कुणा एकाच्या संमतीनं नको होते जणू काही. त्या क्षणाची कमी होती, जो दोघांची हि संमती घेईल. तुम्ही जवळ असताच, पण मनं उशीर करतात. अशाही प्रसंगी जेवढी जास्त उशिर करतील तितका जास्त मूक संवाद त्यांच्यात चालू असतो. कुशी बदलतात, एकमेकांच्या बाजूला असणारे तुम्ही हळू हळू धीर करत समोरा समोर येता, पण अंतिम डिल नजरेनंच होणार असते. नजर भिडली होती आणि आम्ही एकमेकांच्या मिठीत होतो. युगांयुगांची प्रतीक्षा संपल्याची जाणीव होती ती. मनांना उधाण आलेलं आणि बाहेर सृष्टीलाही. धोधो पाऊस कोसळत होता आणि धुकं चक्क मिठीत घुसू पहात होतं. निसर्गानं आपलं रिंगण अधिकच मर्यादित केलं. त्याचा घेर आता शून्याकडं आला होता. आम्ही केंद्रबिंदू झालो होतो. एक टिम्ब बनलो होतो. एक टिम्ब.. असंख्य दुरावे, प्रतीक्षा, आणि मनातली अंतर संपवणारं. या आधीही आम्ही एकत्रच रहात होतो, भौतिक जगात एकमेकांना आधीच स्वीकारलं होतं, पण एक होणं हे इथं या बिंदूवर घडणार होतं, सृष्टीच्या उपस्थितीत, तिच्या साक्षीनं होणार होतं. प्रथमच एका अनामिक ओढी बरोबर, सर्वस्व मिळवल्याचा आनंद होता. काहीच हिरावलं नव्हतं, फक्त मिळालं होतं, गवसलं होतं. धुक्यांन चादर आवरली, आणि पावसानंही.. पुन्हा प्रकाशाची लकेर उठली, आणि सृष्टीनं आपली नजाकत उधळली. आम्हीही लाजेनं थोडं दूर झालो. पण ती दुरी नव्हती, त्यात अंतरं नव्हती. उरात खुशीची लहर होती, या मिलनाला आत्म्यांची संमती होती. आकाश तांबूस रंगानं बहरलं होतं, सूर्यनारायण धरतीच्या कुशीत लुप्त होत होते. अंधार दाटत होता. परतीची वाट

चालू होती. एकमेकांना बिलगून, खांद्यावर आणि कमरेभोवती हात टाकून आम्ही चालत होतो. पाऊलं सोबत पडत होती. श्वास लयबद्ध झाले होते. रस्ता संपूच नये असं वाटत होतं आणि संपला तरी फरक पडणार नव्हता. पुढचे दोन दिवस माथेरान आमच्या मिलनाचा सोहळा साजरा करणार होतं. आणि आम्ही आयुष्यभर.

तुम्ही कुणाचं तरी होणं आणि तुमचं कुणीतरी होणं, किती सुंदर भावना असते नाही. दोन अपूर्ण मन निर्माण करून देवानं किती चांगलं केलं आहे नाही. पूर्णतेची जबाबदारी तुमच्यावर सोपवलीय. तुम्ही जवळ यायचं, तुम्ही एकत्र यायचं, एक व्हायचं. आणि तेही बेहोशीत नाही तर होश असताना. एकमेकांना स्वीकारणं वाटतं तितकं सोप्प नाही. तो अंतिमतः तुमचा निर्णय असतो, सर्वस्वी. ज्यावेळी बाह्य जगाची लुडबुड संपते, ती कधी संपतच नाही म्हणा, तिच्यावर ओव्हरकम करून तुम्हाला तुमचा निर्णय घ्यायचा असतो. तेव्हाच तो सर्वस्वी तुमचा मानला जातो. आणि त्यासाठी भावनिकतेच्या एका वेगळ्या उंचीवर जावं लागतं तुम्हाला. तेव्हाच हे शक्य होतं. आमचा नवीन प्रवास चालू होता. आणाभाकांचा प्रश्नच नव्हता इथं. आमचं एकमेकांसाठी असणंच, सर्वकाही होतं. अपूर्णतेचं रूपांतर पूर्णतेत झाल्याचा फील होता.

माथेरानची ती टेकडी, तो गोलाकार पॉईंट आजही मला तसाच आठवतो. ते रिंगण हृदयावर कोरलं गेलंय. चित्रपटांच्या दुनियेत वावरताना अशी शेकडो लोकेशन्स मला सर्वत्र दिसतात. त्या त्या प्रत्येक ठिकाणी एकतरी मिलन झालच असेल नक्की, मला तसा विश्वास वाटतो. त्या प्रत्येक ठिकाणी मी काही क्षण शांत बसून ती मिलनाची घडी अनुभवण्याचा प्रयत्न करतो. आज ही ते तिथं तसंच जिवंत असेल, असं मला वाटतं. प्रेमपाखरं तिथून आपआपल्या घराकडे निघून गेली असली तरी ते तरंग तिथेच असतील, तिथंच घिरट्या घालत असतील, एकमेकांना साद घालत असतील. ते तरंग अनुभवण्याचा मी प्रयत्न करतो. असे तरंग अनुभवण्यासाठी तुम्हालाही तेवढं सूक्ष्म बनावं लागतं. आणि त्यासाठी कुणावर तरी जीवापाड प्रेम करायला हवं. ती एक अनुभूती आहे. साधना आहे. ते क्षण, ते तरंग वेचून मी माझ्या चित्रपटात रेखाटन्याचा प्रयत्न करतो. त्या त्या जागा, ते लोकेशन्स आणि त्यावरील लव्हसीन्स उभे करताना मला प्रश्न पडतो की नेमकं असच घडलं असेल का त्यावेळी, जसं मी इथं दाखवतोय, शूट करतोय. आणि नसेल तसं घडलं, त्यापेक्षा काही वेगळं घडलं असेल तर? ज्यावेळी ते लोक हे बघतील त्यावेळी त्यांना त्यांच्या त्या क्षणांची आठवण येईल का? आणि अगदी हुबेहूब तसंच त्यांना पाहायला मिळालं तर त्यांना कसं वाटेल, त्यावेळी

आलेला, तो स्वर्गीय फील त्यांना आताही येईल का? ते लोक तो सीन बघतील का? बघण्यासाठी असतील का? असतील तर कुठे असतील, कसे असतील, एकत्र असतील कि एकमेकांपासून दुरावले असतील? आणि नसतील तर दूर आकाशातून कुठूनतरी ते बघत असतील का? बघून ते रडतील का? एकत्र येण्याच्या बहाण्याने ते पुन्हा जन्म घेतील का? मला खूप प्रश्न पडतात. आणि मी अधिकच सूक्ष्मात जातो.

माथेरानच्या त्या छोट्याशा मार्केटमधून मी रसिकाला एक जॅकेट प्रेझेंट केलं. खरंतर तिला गरज नव्हती, आणि तिच्याकडे त्याची गोड कारणं होती. मला काहीच गिफ्ट नको होतं. का ते माहित नाही. आणि मी काही घेतलंही नाही. मला वस्तूंच्या रुपात गिफ्ट्स नको असतात. मला ती भावत नाहीत. मला हवा असतो आपलेपणा. जिथं तो आहे, तिथं मी आहे. आता मी सहसा माथेरानला येत नाही. या दोन वर्षात तर नाहीच आलो. पण मला इथं नक्की यायचंय. लोणावळ्याला जाताना प्रत्येकवेळी त्या वळणावर माझी घालमेल होते. चित्रपटात असे अनेक लव्हसीन्स साकारणारा मी, माझ्या आयुष्यातही पुन्हा तो क्षण साकारू शकेल का? माझ्या मर्यादा माझ्या लक्षात येतात. मी चित्रपटांचा दिग्दर्शक आहे, माझ्या आयुष्याचा नाही. चित्रपटात मला हवं तेव्हा मी हवं ते करू शकतो, माझ्या मर्जीनं, पण माझ्या आयुष्यात मला तसं करता येत नाही. माझ्या आयुष्याचा दिग्दर्शक मी नाही. कुणी दुसराच आहे. त्याला जसं हवं असेल आणि जे हवं असेल तेच तो करणार, त्याच्या मर्जीनं. पण काहीही असलं तरी माथेरानच्या त्या उंच टेकडीवर, त्या गोलाकार रिंगणात त्यानं रचलेला तो सिन जगातला बेस्ट सीन होता, किमान माझ्या आयुष्यातला तरी. तितका छान सीन मलाही नसता रचता आला. आज ही तो माझा 'बेस्ट सीन ऑफ माय लाईफ' आहे. थँक यू डिरेक्टर, थँक यू सो मच...!!

9

'चलते चलते'

'हॅलो रसिका, जेवलीस..?' मी.

'नाही अजून, जेवेन आता. तू कुठे आहेस?' रसिका.

'मी जस्ट लोणावळ्याला पोहचलो, माझं शूट आहे आज, मी नव्हतो जाणार आज, पण थोडा टेक्निकल पार्ट आहे, सो यावं लागलं' मी.

'ओके' ती.

'तू जेवून घे हवं तर, आपण मग निवांत बोलू' मी.

'नाही, जेवेन मी नंतर, तू बोल' ती.

'काही नाही, रिलॅक्स रहा, टेन्शन घेऊ नको, हे सांगण्यासाठी मी फोन केलेला. बघतो मी काही प्रयत्न करता येतात का, पण तू रिलॅक्स रहा, जास्त विचार करू नको' मी सुचवलं.

'विचार कसा नको करू? कितीही म्हटलं ना तरी विचार येतातच. मला करायचा होता यार तो शो' ती त्रासून.

'रसिका, कूल. हो, मला माहिती आहे, तुझ्यासाठी किती इम्पॉरटंट आहे हा शो. कितीतरी दिवसापासूनची तुझी इच्छा होती होती, अशा शोमध्ये भाग घ्यायची... म्हणून तर...' मी मध्येच स्वतःला थांबवलं.

'काय? 'म्हणून तर काय? थांबलास का?' तिने प्रश्नार्थक पाहिलं.

'म्हणून तर वाईट वाटतय ना.. पण आपण मार्ग काढू काहीतरी, होईल सर्व ठीक' मी.

'हो, नक्कीच होईल. ठीक आहे. तू तुझ्या कामावर लक्ष दे' रसिका.

'हो, चल ठेवतो मी. मला एक कॉल येतोय' मी.

'समीर...?' रसिका.

'हा बोल..' मी

'थँक्स.. फोन केल्याबद्दल, आणि तूही नको जास्त विचार करू, काळजी घे' रसिका.

'हो, चल बाय' माझ्या चेहऱ्यावर स्माईल.

एवढीही काही वाईट नाही रसिका. अजूनही तिच्यात ते केअरिंग नेचर आहे. मी म्हटलं नव्हतं का, ओढ कधी संपत नसते. खूपदा फक्त भांड भांड भांडणारी ही मुलगी तितकीच केअरिंग नेचरचीही आहे. विश्वास बसणार नाही तुमचा, पण खूप काळजी घेतलीय तिनं माझी. अस्ताव्यस्त वागणं हे माझं नेचर, मला सगळं माझ्या भोवती हवं. प्रत्येक गोष्ट मला माझ्या हाताशी लागते. त्यामुळे घरभर पसारा असायचा. रश्मी येऊन सकाळी घर आवरून जायची. पुन्हा इव्हीनिंगला माघारी येईपर्यंत सगळं जसंच्या तसं. पुढं तिनं या भानगडीत पडणंच सोडून दिलं. कोणतीही वस्तू न हलवता दोन शूज, लॅपटॉप आणि माउस यांच्या मधूनही अलगद सफाई करण्याची कला रश्मीनं अंगिकारली. त्यामुळे जागेवरून काहीच हलायचं नाही आता. महिनो महिने सगळं तसच असायचं. मला घरभर कुठेही बसून काम करायची सवय आहे. टू बीएचकेही मला कमी पडतो. मी कधी किचनमध्ये, कधी बाल्कनीत, तर कधी टेरेस वर बसूनही लिहतो. माझं काम करतो. मला सोफ्यावर, खुर्चीत बसून काम करण्यापेक्षा, फ्लोअरवर बसून काम करायला आवडतं. एक एक्सटेंशन बोर्ड नेहमी लुडबुडत असतो माझ्यासोबत.

रसिका घरी आली तेव्हा शॉक झालेली हे बघून. कामाच्या बाबतीत आणि सेटवर एवढा टापटीपीत रहाणारा हा माणूस, इथं एवढा अजागळा रहात असेल? तिला कधी स्वप्नातही वाटलं नसेल. 'इथं राहायचं मी?' या तिच्या प्रश्नावर 'हो' म्हणतच गडबडलेला मी, मला अजून आठवतोय. हे सगळं बघून बावरली होती ती. 'आज मॅनेज कर, सकाळी मी रश्मीला सांगून ओके करून घेतो' असं बोलून मी सुटका करून घेतली. दुसऱ्या दिवशी नेहमी प्रमाणे माझी सकाळ दुपारीच झाली. बेडरूम मधून बाहेर येऊन पाहतो तर काय चक्क पुण्याच्या माझ्या घरी आल्याचा भास झाला मला. घरासारखं घर, हो अगदी आपल्या घरी असतं तसं घर. रश्मी आणि रसिका, दोघींनी मिळून सगळं आवरलं होतं. मला लाजल्या सारखं झालं. मी परत येऊन बेडरूम मध्ये बसलो. मध्ये फक्त दरवाजा होता, आतलं आणि बाहेरचं जग वेगळं वेगळं होतं. दोन्हीत खूप फरक होता. मला माझी बेडरूम प्रथमच आवडली नाही. मला ती एखादया गोडावून सारखी वाटली.

दिवस भरभर जात होते. एक डिफरंट फील येत होता. माझ्याच घरात मला पाहुण्यासारखं वाटायला लागलं होतं. अजूनही माझ्या सवयी मध्ये मध्ये डोकं वर काढायच्या. शूज हॉलपर्यंत यायचे. रात्री कधीतरी उशिरा आलो तर सॉक्स तसेच पायात असायचे. सकाळी ते दोन वेगळ्या कोपऱ्यात सापडायचे. सिगारेटचा धूर कधी कधी बेडरूम मधूनही यायचा. आणि मग थोड्याच वेळात 'चलते चलते' सिनेमाचा सीन सुरु व्हायचा. मी शाहरुखच्या भूमिकेत आणि ती राणी मुखर्जीच्या. जाम दंगा करायची राव रसिका. हे असं टाकतात का, ते तसं करतात का, मी आताच तर सगळं साफ केलं होतं, आताच सगळं व्यवस्थित लावलं होतं, कानात बोळे घालायची वेळ. कधीकधी वाटायचं, यार हे माझं घर आहे का तीचं? हे माझं घर आहे, मी काही ही करेन, पण मी तसं करत नव्हतो. मलाही ते आवडायचं. हळूहळू मी बदलत होतो. आता मी सोफ्यावर बसून लिहतो. माझे शूज बाहेर रॅक मध्ये असतात आणि सॉक्स शूजच्या आत. सिगारेट ओढण्यासाठीची माझी जागा आता बाहेर गॅलरीत आहे. मीच माझ्या घरात पाहुणा आहे.

एव्हाना इंडस्ट्रीत आमच्या रिलेशनची चर्चा होती, नसलेल्या रिलेशनची. लोकांना काय हो, काहितरी हवच असतं. आम्ही ते पुरवत होतो. मॉलपासून ते मंदिरा पर्यंत, आणि जॉगिंग पासून ते थिएटर पर्यंत सगळीकडे आम्ही एकत्रच होतो. लोकं बोलतच होती. फेम मधल्या लोकांचं असच असतं. त्यांच्या प्रत्येक गोष्टीबद्दल लोकांना आकर्षण असतं, त्यांना क्युरॅसिटी असते. माझे दोन तीन सिनेमे ऑलरेडी येऊन गेल्यामुळे बऱ्यापैकी लोकं मला ओळखत होती. सोशली माझी इन्व्हॉल्व्हमेन्टही जास्त होती, त्यामुळे लोकांच्या जास्त ओळखीचा होतो.

न्युज पेपर मधले माझे लेख वाचणारी आणि टीव्हीवरील डिबेटमध्ये मला ऐकणारांची संख्याही मोठी होती. आणि आता माझ्या बरोबर रसिका होती. नाही म्हणजे इंडस्ट्रीत खूप फिमेल फ्रेंड्स आहेत माझ्याही, सर्वांच्याच असतात. आमचं एकत्र फिरणं वगैरे सर्व काही चालू असतं. पण इथं गोष्ट वेगळी होती. रसिकाचं केअरिंग नेचर सर्वांचं लक्ष वेधून घेत होतं. आमची पाण्याची बॉटल कॉमन होती. आमच्या टि शर्टस् आणि कॅपचे ब्रँड आणि डिजाईन सेम होत्या. आमचे आईसक्रीम आणि पिझ्झाचे फ्लेवर सेम होते. आमचे फेसबुक आणि इंस्टाचे वॉलपेपर सेम होते. ज्यात आम्हीच होतो, आणि आमचा ॲड्रेसही सेम होता, कॉमन होता. आणखी काय हवं होतं. लोकांना एवढं पुरेसं होतं. वावड्या उठत होत्या, पण आम्हाला काहीच फरक पडत नव्हता.

माझ्या प्रत्येक गोष्टीत रसिकाचा सहभाग होता. असं म्हणा कि तिच्या मर्जीनं, हिशोबानं गोष्टी होत होत्या. माझे कपडे, माझ्या टायचे पॅटर्न, शूजचे ब्रँड आणि डिझाईन सर्व काही तीच डिसाईड करत होती. सकाळी माझ्या उठण्याच्या वेळा बदलल्या होत्या. रात्री उशिरा येणं बंद झालं होतं. त्यामुळे मित्रांचे टोमणेही चालू होते. माझ्या सिगारेट्सवर बंधन आली होती. कधी कधी मला खूप रिस्ट्रेकटेड वाटायला लागलं होतं. पण रसिका हे अगदी सहज मनानं करत होती, कोणत्याही अपेक्षे शिवाय तिच्या कडून सहज घडणारी कृती होती ती. तिचं नेचरच तसं आहे. दर एक तासानं तरी तिचा फोन यायचा. आणि कुठे आहात, काय करत आहात, कधी येणार आहात इ. प्रश्न चालूच असायचे. मी रिपोर्टींग करत असायचो. मित्र हसायचे. लवकर उठण्यामुळे आणि जॉगिंगमूळे फिटनेस मध्ये फरक पडत होता. एकंदर मला व्यवस्थित सेट केलं होतं रसिकानं.

एखादी मुलगी आयुष्यात येईपर्यंतचं आपलं आयुष्य आणि नंतरचं आयुष्य यात खूप फरक असतो. जमीन अस्मानचा फरक असतो. आधी तुम्ही बेफिकीर असता, तुम्ही मुक्त असता, उनाड असता, बांधले गेलेले नसता. पण एखादी मुलगी तुमच्या आयुष्यात प्रवेश करते, मग ती कोणीही असू दे, तुमची मैत्रीण, गर्लफ्रेंड, बायको किंवा अगदी रुममेट. तुमचं आयुष्य खुंटीला बांधलं गेलच म्हणून समजा. एका रेशमी पट्ट्यानं तुम्ही बांधले जाता. तुम्ही कितीही उनाड असा, तुमच्यावर बंधनं येणारच. तुम्ही कितीही महाउपद्व्यापी, महाचतुर असा, तुम्ही शिस्तीच्या चौकटीत बसणारच. पुरुषाला बनवलंच आहे असं. नेहमीच स्त्रीच्या कब्जात राहील असं. तिच्या मध्ये शक्ती असते, ममता असतं, माया असते, आणि कोपही असतो. एखादी जरी मुलगी कोणत्याही रुपात तुमच्या आयुष्यात आली असेल अथवा येऊन गेली असेल तर तुम्ही भाग्यवान आहात. पुरुषही

स्त्रीयांना मान देताना पाहायला मिळतील, अगदी काही अपवाद सोडले तर. त्यांना तीची माया, तिचं प्रेम, तो अधिकार, ती बंधनं हवीशी वाटतात. तो रेशमी पट्टा आणि खुंटी त्याला हवी असते.

त्या नंतर माथेरानच्या त्या दोन दिवसांनी आमचं आयुष्यच पालटून टाकलं. ऑफिशिअली आम्ही रिलेशनमध्ये आलो होतो. आमचं आम्हालाही आश्चर्य वाटायचं. एकमेकांना स्वीकारण्या इतपत आपण कधी जवळ आलो आम्हालाही कळत नव्हतं. तसं पाहिलं तर आधीच्या आणि आताच्या आमच्या वागण्यात, जगण्यात काहीच अंतर नव्हतं, फरक नव्हता. पण जाणिवेत मात्र नक्कीच होता. आताही एकत्र राहत होतो, तेव्हाही राहायचो. त्यावेळीही एकमेकांची सवय झाली होती, आताही आहेच. तेव्हाही केअरिंग नेचर होतं, आताही आहे. पण दोघांचा एकमेकांबद्दलच्या जाणिवेत बदल झाला होता. बालपणापासूनचे मित्र आणि मैत्रीण असलेल्याचं अचानक लग्न व्हावं, असं काहीतरी झालं होतं. पुढचे काही दिवस अगदीच मजेत गेले. आता आता तर न्युज रिपोर्टर्स आणि टीव्ही अंकर्सकडूनही आमच्या रिलेशनबद्दल विचारल्या गेलेल्या प्रश्नांना आम्ही फारसे आढेवेढे न घेता, डिप्लोमॅटीक पण होकारार्थी, पूरक उत्तर देत होतो. रसिकाही आता इंडस्ट्रीत ओळखीचा चेहरा बनली होती. अजूनतरी तिच्या हातात काही काम नव्हतं. माझ्या सिनेमात तिनं काम केलं होतं, पण तो बाहेर यायला अजून खूप वेळ होता. छोट्या मोठ्या ॲडस् आणि सॉंग्स याच्या पलीकडं तिची मजल गेली नव्हती. पण ती चर्चेत मात्र होती.

याचाच फायदा झाला आणि एका चॅनेलनं तिला रिकेमंड केलं. तिला रोलसाठी विचारणा झाली. माझ्याच मित्राची सिरीयल होती, पण चॅनेलनं स्पेशिअली रिकेमंड केलं होतं प्रोड्युसर डीरेक्टरला, लीड साठी तिलाच घ्या म्हणून. मलाही तेच हवं होतं. तिनं तिच्या टॅलेंटवर मोठं व्हावं असं मला वाटतं. वशिले लावून उभं केलेलं करिअर खूप वेळ टिकत नाही. चॅनेलनं तिची दखल घेतली होती. म्हणजे ती तिला सिद्ध करत होती. रोलहि खूप चांगला होता. पण तिच्या कॅरॅकटर पासून वेगळा होता. तो एक फॅमिली ड्रामा होता आणि एका राजकीय कुटुंबातील एका सोज्वळ मुलीची ती कहाणी होती. पूर्ण कथा तिच्या भोवती फिरणारी होती. निर्णय माझ्या हातात होता. कारण डिरेक्ट तिला न विचारता प्रोडक्शननं मलाच विचारलं होतं. मी येस म्हणून सांगितलं. ही गोष्ट मी ज्यावेळी रसिकाला सांगितली, ऐकून वेडी झाली. धावत येऊन मिठी मारली तिने. आम्ही सेलिब्रेशन केलं. आता तिचीही गाडी रुळावर आली होती.

पुढे तिची सिरीयल खूप चालली. लोकांनी तिला खूप डोक्यावर घेतलं. तिचं कॅरेक्टर खूप जबरदस्त डिजाईन झालं होतं. आम्हीही खूप डिस्कशन करत होतो. तिच्या एपिसोडबद्दल, तिच्या रोल बद्दल. मी सांगितलेले बदल ती पटकन स्वीकारायची आणि एप्लाय करायची. अविनाशही खूप चांगला डिरेक्टर आहे. माझा जवळचा मित्र आहे. आम्ही दोघांनी बसून तिच्या रोल मध्ये नवनवीन फंडे शोधून काढले. त्यानंही मोठ्या मनाने ते युज केले. तिचं कॅरॅक्टर आणखी छान बनलं. तिचं सर्वत्र कौतुक होऊ लागलं. सगळं छान चालू होतं, पण आम्हाला आता फारसा वेळ मिळत नव्हता एकत्र. माझंही एडिटिंग चालू होतं, न्यू प्रोजेक्ट्स चालू होते. सिरीयल म्हटलं की त्या शेड्युलला काही अर्थ नसतो. खूप उशीर पर्यंत शूट चालायचं, तिला लवकर जावं लागायचं. आमचे ब्रेकफास्ट एकत्र होत नव्हते, डिनर एकत्र होत नव्हतं, आम्हाला एकमेकांसाठी वेळच मिळत नव्हता. माझंही न्यू प्रोडकशन हाऊसचं काम सुरु झालं होतं, मीही तिकडे बिझी होतो. जे काही बोलणं व्हायचं ते मोस्टली फोनवर. पण आम्ही एकमेकांना खूप मिस करत होतो.

एकदा वेळ काढून माथेरानला जाऊया कि, तिचं नेहमी हट्ट करणं चालू होतं. रोज प्लॅन्स बनत होते, मोडत होते. कधी माझी अर्जंट मीटिंग लागायची, तर कधी तिला एखाद्या शोरूमच्या ओपनिंगला अचानक जावं लागायचं. इलाज नव्हता. आमचं प्रोफेशनच असं आहे. जेव्हा काम मिळत असतं, तेव्हा कामच करायचं. स्वतःच्या इच्छा आकांक्षा ना मुरड घालायची. कारण तुम्ही इथपर्यंत झगडत आलेला असता, अजून खूप मोठा टप्पा गाठायचा असतो. कॉम्पिटिशन खूप जास्त असते. आमची चिडचिड होऊ लागली. या आधी ज्यावेळी ती माझ्या सिनेमात काम करत होती, तेव्हा तिला ते करताना मजा येत होती. ते शूटही लवकर संपलं, दीड दोन महिन्यात. पण हे सिरियलचं काम चालूच होतं. कंटाळली होती तीही. रोज रोजचं तेच रुटीन. काही असं वेगळेपण नाही, कि थ्रिल नाही. सिरियलच्या त्या सेटपेक्षा ना तुझ्याशी गप्पा मारल्या कि मला खूप फ्रेश वाटतं असं म्हणायची.

सिरीयल खूपच जोमात चालू होती. रसिकाला ग्लॅमर मिळत होतं. या वर्षीची बेस्ट न्यू कमिंग टीव्ही ऍक्टरेस अवॉर्ड तिनंच पटकावला होता. तिचाच बोलबाला होता. थोडी हवा तिच्या डोक्यात गेल्यासारखं जाणवायचं मला कधीकधी. मी तिला जमिनीवर ठेवायचा प्रयत्न करत होतो.

ग्लॅमरही नशाच अशी आहे. अफूची गोळी आहे ती. हळूहळू भिनत जाते. भल्याभल्याना झेपत नाही. उंचावरून कडेलोट करते. मला माझ्या रसिकाचा कडेलोट होऊ द्यायचा नव्हता. मी तिला सावकाश अँटिडोस देत होतो, विचारांचे,

शहाणपणाचे. ती ही आपल्या मर्यादा सोडून वागत नव्हती. पण आमच्यात हल्ली क्लॅशेष वाढत होते. रसिका घरी नसल्याने माझ्या सवयी डोकं वर काढत होत्या. वस्तूंचा पसारा तसाच पडलेला असायचा. आता अलीकडे मी फोनवर याबद्दलच तक्रारी ऐकत राहायचो. माझ्या बरोबर रश्मीही ओरडा खात होती. माझेही सल्ले आणि लेक्चर्स वाढत चालले होते. ती ही कंटाळून जायची. असं करू नको, तसं करू नको, हे बरोबर, ते चूक. बऱ्याच गोष्टीत निर्णय घेताना खटके उडत होते. आणि अशातच एक नवं वळण येणार होतं, आणि आलं.

तीनशे एपिसोडसचा टप्पा पार केल्या नंतर अविनाशनं सिरीयल उरकती घ्यायची ठरवली. आता कुठे वर्ष पूर्ण झालं होतं सिरिअलला. ऐन टॉप वरती असताना त्यानं हा डिसीजन घेतला होता. त्याचंही बरोबर होतं, तो एक हुशार डिरेक्टर आहे. कधी थांबायचं हे त्याला पक्क कळतं. त्या सिरीयलची मुख्य कहाणीच संपली होती. पुढे कारण नसताना फापट पसारा वाढवण्यात त्याला इन्टरेस्ट नव्हता. सिरीयल थांबली. रसिकासाठी हा मोठा झटका होता. ऐन टॉपवर असताना तिचं काम थांबलं होतं. उद्यापासून ती घरी होती. तिच्याकडे काम नव्हतं, नवीन कामाचा शोध घ्यावा लागणार होता. पुन्हा एकदा स्ट्रगलिस्टचा फील आला होता तिला. तिला अविनाशचा राग आला होता आणि ती तो माझ्यावर काढत होती. तुम्ही डिरेक्टर्स म्हणजे ना... ? तिला बिनडोक किंवा मूर्ख असं म्हणायचं होतं. काय कारण होतं सिरीयल थांबवण्याचं. अजून थोडे दिवस चालू राहू द्यायची ना. काय फरक पडला असता.?

काय फरक पडला असता, हे कळण्या इतपत मोठी नाही कदाचित ती. या बाबतीत ती बच्चीच आहे. प्रत्येक सिरीयल कधी कधी ना कधी थांबणारच असते. पण ती योग्यवेळी थांबायला हवी. लोकं ती शेपटासारखी वाढवतच नेतात. त्यात काय अर्थ आहे? तुमचा कंटेंट संपला असेल तर तुम्ही थांबणं, योग्यच आहे ना? तुम्ही नवीन कंटेंटवर काम करा. पण तसं होत नाही. आणि मग मग प्रत्येक सिरीयल टिआरपी पूर्ण खाली आल्यावर, झिरो झाल्यावर, लोकांनी शिव्या घातल्यावर बंद होते. मला वाटतं, हे योग्य नाही.

रसिका घरीच होती. दुसरं वर्ष संपत आलं तरी तिच्या हातात नवीन प्रोजेक्ट नव्हता. काही सिरियल्स आल्या होत्या, पण मी त्या नाकारल्या. घरी बसण्यापेक्षा मी त्या करते, असं तिचं म्हणणं होतं. पण मी तिला नाही म्हटलं. तिनं काम केलेला माझाही प्रोजेक्ट अडकला होता, तो हि बाहेर येत नव्हता. काहीतरी कारणावरून आमच्यात कुरबुरी वाढत होत्या. माझ्या नव्या सिनेमाची तयारी चालू होती. यावेळी मी काहीही न बोलताच रसिका माझ्या सिनेमात काम करायला

तयार झाली होती. घरी बसून आहे म्हणून नव्हे, तिलाही स्टोरी खूप आवडली होती. पण मी दुसऱ्याच एका प्रस्थापित ॲक्टरेसची निवड केली. कहाणीची गरज होती ती. मी रसिकाचा विचार करून पहिला होता त्या रोल साठी. पण मला ती त्यामध्ये फिट वाटली नाही. तिनं योग्य काम केलंही असतं, कदाचित, पण त्या रोलसाठी माझी फर्स्ट चॉईस ती नव्हती. मी प्रोफेशन आणि रिलेशन यात कधीच गल्लत करत नाही.

आणि इथंच रसिका दुखावली. तिनं इथून पुढे सिनेमात कामच करणार नाही, हे जाहिरच केलं जणू..!!

या सिनेमाचं काम चालू होतं. पण रसिका सेटवर येत नव्हती. मात्र तिचे फोन सारखे यायचे मला, कधीकधी अतिच व्हायचं. कारण माझ्या लक्षात आलं होतं. माझ्या फिल्मच्या हिरॉईनबद्दल मार्केट मध्ये बरेच गॉसिप्स आहेत. तिची थोडी वेगळी इमेज आहे. पण ॲक्टरेस म्हणून ती खूप टॅलेंटेड आहे. मला माझ्या सेटवर गुणी लोकांची गरज असते. तुम्ही तिथं येऊन फक्त कामच करावं, व्हलगरपणा करू नये असं मला वाटतं. शूट नंतर तुम्ही काय करता याच्याशी माझं काही देणंघेणं नसतं. तुम्ही कोण आहात, तुम्ही काय करता, तुम्ही ड्रिंक्स घेता कि पबला जाता, तुम्ही कुणाशी फ्लर्ट करता कि कुणाशी रिलेशन मध्ये असता याच्याशी माझा काही संबंध नाही. मला तुम्ही सेटवर ओके असाल तर माझा काहीच प्रश्न नसतो. तुम्ही सेटवर प्रोफेशनल असा बस एवढंच. आणि शनाया प्रोफेशनल होती. या आधीही मी तिचं काम पाहिलं होतं. माझ्यासाठी ती डिरेक्टर्स ॲक्टर होती. डिरेक्टरला पूर्ण फॉलो करणारी. पण रसिका थोडी पजेसिव्ह झाली होती. थोडी काय जास्तच. आमच्यातील कुरबुरीला आता शनाया जबाबदार ठरत होती.

मी सेटवर बिझी. रसिकाला द्यायला पुरेसा वेळ नाही. ती सेटवर येत नाही. मी तिला या सिनेमात घेतलेलं नाही. तिच्याऐवजी जिला घेतलं आहे तिच्या बद्दल तिला जेलेस फीलिंग आहे. माझ्या बदल ती पजेसिव्ह झालीय आणि अशातच एका सिरीयलची ऑफर तिला आली. यावेळी ऑफर डायरेक्ट तिच्याकडेच आली. माझ्या मित्राच्या आणि मी इन्व्हेस्टमेंट पार्टनर असलेल्या त्या चॅनेलच्या एका सिरीयल साठी तिला ऑफर आली होती. तो रोल आधीच्या सिरीयलच्या रोलची कॉपी होता. डिरेक्टरही म्हणावा तितका अनुभवी नव्हता. मी हा रोल तू करू नयेस असं तिला सुचवलं. पण आता ऐकेल ती रसिका कसली. मी खूप समजावून सांगण्याचा प्रयत्न केला, पण तीनं ऐकलं नाही. आमच्यात वाद झाला. तिनं मला सल्ले देण्यापेक्षा तू तुझ्या रखडलेल्या प्रोजेक्टवर आणि सेटवरच्या नवीन

आवडत्या लोकांवर लक्ष दे असं सांगितलं. माझे निर्णय मी घेणार, असं काहीतरी बोलली. ती माझ्या बाबतीत पजेसिव्ह झाली होती, आणि मी तिच्या प्रत्येक निर्णयात इंटरफेअर करत होतो. सगळंच चुकत चाललं होतं. माझंही चुकत होतं, आणि तिचंही. तीनं होकार कळवून टाकला. आणि माझ्या जवळून निघून आत बेडरूम मध्ये गेली. तिला नवीन सिरीयल मिळाली. पण आम्ही ती रात्र सेलिब्रेट केलीच नाही. तिला पहिली सिरीयल मिळाली तेव्हा आम्ही त्या रात्री पार्टी केली होती. ती रात्र आम्ही सेलिब्रेट केली होती. पण आज असं झालं नाही. आजची परिस्थिती वेगळी होती. सिरीयल स्वीकारून तिलाही आनंद झाला नव्हता आणि मलाही. एकमेकांच्या इगोसाठी हा निर्णय झाला होता. मला खूप वाईट वाटलं. शाहरुख आणि राणी असेच भांडायचे रोज. मला 'चलते चलते' सिनेमाची आठवण येत होती.

रश्मी

रश्मी

10

डिस्टन्स रिलेशनशिप.

'जादू है नशा है, मदहोशियाँ..
तुझको भूला के अब जाऊँ कहाँ...' मी गुणगुणतेय.
'काय स्वारी आज खूप खुशीत आहे' दीदी.
'नाही हो दीदी, असच. तुम्हाला तर माहित आहे माझं सारखच सुरु असतं,
गुणगुणनं.' मी.

'हो का, पण मला हल्ली जरा वेगळं वाटतय थोडं. तसं काही आहे का? नाही म्हणजे तसं असेल तर सर्वात आधी मला कळलं पाहिजे' दीदी.

'नाही हो दीदी, तसं काही नाही. आणि असेल तेव्हा नक्की सांगेन' मी लाजतच सांगितलं.

' बरं, सांग जेव्हा सांगायचं तेव्हा... पण तुझा चेहरा काही वेगळच बोलतोय..' दीदी.

दीदी पण ना, यांना दुसऱ्याच्या मनातलं लगेच कळतं. किती हि लपवायचं म्हटलं तरी. खूप छान आहे दीदी.

मला खूप आवडते. माझ्यावर खूप प्रेम करते. माझ्या सारखीच आहे. मला तर माझी मोठीच बहिणच वाटते. बघा ना कोण कुठली मी, हि मोठी लोकं. मग काय? रोज टीव्हीवर दिसते, मालिकेत काम करते, लोकं फोटो काढतात, सह्या घेतात तिच्या. पण काही नाही तिचं तिला. इगो बिगो अजिबात नाही तिला. मला आधी वाटायचं, लई मग्रूर असतील या सिनेमातल्या हिरॉइनी. पण दीदीकडं बघून असं काही वाटतच नाही. ती खूप वेगळी आहे. पहिल्यांदा पाहिलं होतं ना मी तिला, मला ती सिरीयल मधल्या एका नटीगत दिसलेली. मी सांगितलं तिला, तर अगं मीच आहे ती असं म्हणाली, आणि हसायला लागली. छोटा रोल होता तो एक दोन एपिसोड मध्येच दिसली, पण मी लगेच ओळखली. मेमरी शार्प आहे आपली. कुठली सिरीयल सोडत नाही मी.

दिदीला सिरीयल मध्ये बघून खूप भारी वाटतं. दीदीकडे काम करतेय तेव्हापासून माझा रुबाबही जाम वाढला आहे. सगळे मला म्हणत असतात की भेटव कि एकदा तुझ्या दीदीला. पण मी का भेटवू? मी हो म्हणते आणि सोडून देते. आधी मी दोनतीन ठिकाणी काम करायचे. पण आता नाही करत. आता फक्त दिदीकडेच करते. दिदीनं मला कॉलेजमध्ये ॲडमिशन घ्यायला लावलं. बाहेरून करते मी कॉलेज, फक्त परीक्षेला जाते. मी आधी नाहीच म्हणत होते, मला नाही जमणार. तेव्हा मला त्यांनी रिहानाची गोष्ट सांगितली. तिनं कसं कसं कष्टानं कॉलेज पूर्ण केलं आणि कॉलेज उभंही केलं, तेही सांगितलं. तेव्हा कुठं माझी ट्यूब पेटली. आणि मीही घेतलं ॲडमिशन. दीदी खूप सपोर्ट करते. सगळीच लोकं सारखी नसतात. काही चांगलीही असतात.

'दीदी, कॉफी' मी.

'थंक यू, तू हि घे' दीदी.

बघीतलंत, एवढं टेन्शन आहे परवा पासून. पण थंक यू काय, तू हि घे म्हणून आग्रह काय.! आत कितीही दुःख असलं ना, तरीही सतत स्माईल असते तिच्या

चेहऱ्यावर. पण बघा ना, दोन तीन दिवस झाले खूप टेन्शनमध्ये आहे. या शोचं असं झालं. का असं केलं असेल या लोकांनी माहित नाही. बिचारी किती कष्ट घेत होती. मला रोज म्हणायची, 'रश्मी, मी जिंकले ना हा शो, कि माझ्याकडून तुला पार्टी, कुठे हि, तू म्हणशील तिथं'. मी काय म्हणणार. कुठे पार्टी मागायची, मला कळतचचं नाही. मी म्हणते, 'पार्टी नको, आपण गोव्याला जाऊया, मला बघायचा आहे गोवा नाहीतर काश्मीरला'. लगेच म्हणायची, 'डन'. पण आता... आता खूप दुःखी आहे हो. सतत विचार करत बसलेली असते. एकटक बघत असते एकाच ठिकाणी. नाहीतर सोफ्यावर पडून असते. त्या दिवशी तर माझ्या मांडीवर डोकं ठेवून झोपली. डोळ्यातून पाणी येत होतं तिच्या. मला काय बोलावं, काय करावं कळत नव्हतं. मी शांतच बसले होते.

इथं कुणी नाही तिचं. म्हणजे समीर भैय्या आहेत म्हणा, पन इतर दुसरं कुणी नाही. आणि ते पण आता इथं येत नाहीत. पण नक्की येतील मला खात्री आहे. जास्तवेळ नाही भांडू शकत कुणी कुणाशी. पण मी म्हणते भांडायचं कारणच काय? लहान आहेत का दोघंही भांडायला? मला तर कळायचंच नाही की हे का भांडत आहेत म्हणून. तसं यांचं भांडण म्हणजे तरी काय, एकमेकांशी न बोलणं. याला कुठं भांडण म्हणतात होय राव. भांडणं वेगळं, हे झालं रुसणं फुगणं. कधी कधी मोठ्या माणसांचं काही कळत नाही. त्यांचे भांडणाचे नियम वेगळे असतील कदाचित.

पण दीदी आली तेव्हा सगळं मस्त चालू होतं. दीदी यायच्या आधीपासून मी समीर भैय्याकडे येत होते. पण पहिल्याच दिवशी दिदीची आणि माझी गट्टी जमली. मी नाही म्हणत असताना मला सफाई करायला मदत केली तिने. तेव्हाच कळलंही वेगळी आहे. समीर भैय्याही म्हणायचे, ही वेगळी आहे, काय ते डिफरंट आहे. दोघांचं मस्त जमलं होतं. मला तर वाटायचं, परफेक्ट आहेत हे दोघ एकमेकांसाठी. खूप मस्ती करायचे. मग नंतर मला बोलले, कि तू आता बाहेर नको काम करू, फक्त इथंच करत जा, दिदिनं तुझं ॲडमिशन केलंय. आणि आता अभ्यासही कर. फक्त काम करू नको. अशी आहेत ही दोघं. दीदी पण खूप समझुन घ्यायची त्यांना आणि तेही दिदीला.

मोठ्या माणसांचं भारी असतंय राव. रिलेशन, बिलेशन काय म्हणतात ते चालतय हो त्यांच्यात. आपल्याकडे रिलेशनशिपच नाव जरी काढलं तरी लोकं नाकं मुरडतात. मला लई भारी वाटायचं राव त्या दोघांना बघून. किती मस्त असतंय ना, आपल्या आवडत्या व्यक्ती बरोबर आपण एकत्र राहणं. म्हणजे फक्त प्रेमात असणं ते वेगळं. ते म्हणजे असं झालं की प्रेम करायचं, बागेत

भेटायचं, अन परत घरी यायचं. पण रिलेशनशिप मध्ये असं नाही. एकमेकांवर प्रेम करायचंच आणि एकत्रही राहायचं. कसलं टेन्शन नाही, काही नाही, कुणाला घाबरायचं कारण नाही, लपायचं कारण नाही. आणि मोठ्या तोऱ्यात मिरवायचं, जगभर, बिनधास्त. मला लई भारी वाटतंय राव हे.. पण हे मोठी माणसं करू शकतात, शिकलेली, पैसेवाली. आपल्यात कुठं चालतय हे? म्हणून मला बी मोठं बनायचंय लवकर, शिकून, पैसे कमवून.

पण कसं आहे ना, ज्यांना मिळतंय त्याला किंमत नसते म्हणा कि. तसं झालंय बघा या दोघांचं. आधी चांगले हसले, खेळले आणि मग हळूहळू भांडायला लागले. लुटुपुटूचीच भांडण ती. पण शिकलेल्या, मोठ्या माणसांच्यात लई इगो असतो बघा. ईसरत नाहीत पटकन. मनात धरून बसतात. इसरून जायचं, मनात नाही ठेवायचं लई दिवस, पण त्यांना कळत नाही.

त्या दिवशी पण असच झालं. त्या नवीन सिरीयलमध्ये दिदिनं काम करायचं का नाही यावरून दोघ भांडली. मी म्हणते, कशाला भांडायचं, करू द्यायचं ना काम. पुढचं पुढं. आणि नाही म्हणत होते ना हे, तो चांगला रोल नाही, तर ऐकायचं ना हीनं पण. त्यांचा अनुभव मोठा आहे. पण नाही. दोघेही मागे हटायला तयार नाहीत. आणि दीदी काहीतरी बोलली. भैय्याच्या मनाला लागलं असणार काहीतरी नक्की. दुसऱ्या दिवशी ते मला सांगून गेले, 'मी लोणावळ्याला चाललोय. दहा पंधरा दिवस येणार नाही, तिकडेच थांबणार आहे, तू दीदीची काळजी घे, ती झोपलीय अजून.' खरंतर मला तेव्हाच शंका आलेली, यांच्यात जास्तच बिघडलय म्हणून. मला खूप वाईट वाटलं. कुणाचीतरी दृष्ट लागल्या सारखं वाटलं दोघांच्या रिलेशनला. भांडलेत, नाराज आहेत, दुखावलेत, थोडं दूर झालेत इथं पर्यंत ठीक आहे, पण यांचं नातं कधीच तुटू नये, असं वाटतंय मला. मी देवाजवळ प्रार्थना केली त्यावेळी आणि आताही करतेय.

खरंतर दृष्ट लागल्या सारखच झालं होतं. समीर भैय्यानं दिदीला पिक्चरमध्ये घेतलं नाही आणि त्या शनायाला घेतलं, हे दिदीला चांगलच लागलं होतं. ती दुखावली होती. एकतर तिच्याकडे काम नव्हतं, आणि भैय्या, तिला सिरीयल करू देत नव्हते. इथंच घोडं पेंड खात होतं. त्यात शनायाच्या बातम्यांनी आगीत तेल ओतलं. टीव्हीवर ती सारखी दिसू लागली, त्यात सेटवर आणि पार्ट्यात ती भैयाबरोबर दिसू लागली, आणि न्युजवाले त्यांच्या स्टाईलने बोलत होते. दिदीला काहीच कळत नव्हतं. आणि मग जे व्हायचं ते झालं. पण दिदीला एवढं कळायला हवं होतं, कि समीरभैय्या तसे नाहीत. इतके दिवस सुरवातीला हे दोघे एकत्र होते, तेव्हा यांच्यात काही होतं का नव्हतं ना? मग. तसं काही नसतं. तिला हि माहित

होतं म्हणा, पण मन ना खूप वाईट असतं. ते आपणाला नाही नाही ते विचार आणून त्रास देतं. मग जायचं ना सेटवर, तिथं जाऊन बसायचं. पण तिथं पुन्हा इगो आडवा येत होता. हे असं आहे सगळं...

पुढे समीर भैय्या इकडे आलेच नाहीत. ते बोलत होते, दीदी बरोबर फोनवर. पण दोघांचा एकमेकांवरचा राग बहुतेक गेलेला नव्हता अजून. समीरभैय्या, मला फोनवर बोलले, 'मी थोडे दिवस बाहेरच थांबतो. तिचा राग शांत झाला की येईन मी, मी मुंबईतच आहे, आलोय मी परत लोणावळ्याहून. तू तिची काळजी घे.' मी बरं म्हटलं, पण दिदीला काही सांगितलं नाही.

दीदीची सिरीयल चालू होती. मला आवडला दिदीचा रोल. सेम टू सेम आधीच्या रोलची कॉपी. आणि आताही जी सिरीयल चालू आहे ना त्यात पण सेमच रोल आहे. मला दोन्हीकडे पण आवडली दीदी, दोन्ही पण सिरीयल मध्ये. पण मी ही सिरीयल बघत नाही. एवढी खास नाहीये. बोअर आहे ती.

हसरं खेळतं घर, पण दोन महिने होत आले, एकदम शांत होतं. दिदीला पण चुकल्या सारखं वाटत होतं. 'मीही उगीच रागावले, वाटेल तसं बोलले, होय कि नाही,' असं मला बोलली. मी काहीच बोलले नाही. मला ती बोलली पण भैय्याला कुठे सॉरी बोलली. ते तर बोललीच नाही कधी. मी तर ऐकलं नाही अजून सॉरी बोलताना. दोघ सुरवातीला एकमेकांना फोन करत होते. कसले फोन ते, 'जेवलास, किंवा जेवलीस? कुठे आहेस, कधी येणार आहेस?' एवढंच किंवा असंच काहीतरी. याच्या पलीकडे काहीच नाही. आधी कसं असायचं, कुठून हि फोन आला तरी नुसता दंगा. व्हिडिओ कॉल काय, त्यावर फ्लाईंग किस काय, एकमेकाला वेडावून दाखवणं काय, फक्त मस्ती चालू असायची. आणि आता करायचं म्हणून फोन करतात. जणू एकमेकांचे कुणीच नसल्या सारखं. वाईट वाटत होतं. पण इलाज नव्हता. हळूहळू तेही फोन कमी होत गेले. त्यातलं अंतरही वाढत गेलं.

माझी आई म्हणते, नातं लोण्यासारखं असतं. खूप जपावं लागतं. जरा जरी ऊन लागलं कि ते वितळतं. त्याला हलक्या हातानं गोंजाराव लागतं. आणि थंड पाण्यात अलगद ठेवावं लागतं. मग ते वरच्यावर तरंगतं. पाण्यातनंच आलेलं असतं, दह्यातनं घुसळून काढेललं असतं. पण इतकं घुसळून सुद्धा नाजूक बनतं, म्हणून तर त्याला जास्त जपावं लागतं.

'रश्मी, माझा सेल घे गं इकडं, वाजतोय कुठेतरी, बहुतेक किचन मध्ये विसरला आहे' दीदी.

'हो दीदी' मी फोन उचलून तिच्याकडे दिला. पल्लवी दीदीचा फोन होता. ही पल्लवी दीदी पण ना, जरा वेडीच आहे. हिला काही माहित नसतं परफेक्ट, पण

फेकून देते. आता परवाच बघा कि, परवा ओ, त्या दिवशी नाही का, आम्ही बिअर पित होतो, त्यावेळी. मी काय सांगत होते, अन ही काय बोलत होती. कशाचा कशाला पत्ता नाही. मला सगळं आठवतंय, ती लोड होती, मी नाही. मी काय म्हटलं, समीर भैय्याचा अजून फोन कसा आला नाही? तर ही काय म्हणू लागली.. 'समीरचा फोन नाही आला म्हणजे...?' याला काय अर्थ आहे. ध चा म करणं याला म्हणतात. हिच्या डोक्यात हे असले किडे येतातच कुठून? समीरभैय्या असं काही का करतील? या दोघांचं रिलेशन कुठल्या लेवलला आहे, हे हिला काय माहित? म्हणून म्हटलं ना, हिला काही माहित नसतं. पण गप्प बसेल ती पल्लवी दीदी कसली. आले किडे कि केला फोन. लगेच फोन करते. काहीही होऊ दे, चांगलं वाईट, पहिला फोन हीचाच असतो.

त्या दिवशीही असाच सकाळी सकाळी लवकर फोन आला हिचा. मी नुकतीच उठून किचन मध्ये आले होते. तर दीदी नेहमी सारखा फोन फ्रीजवर विसरलेली. सलग दोन तीन फोन आले. काही तरी महत्वाचं असेल म्हणून मी दिदीला जागं केलं आणि फोन दिला. काय माहित काय झालं बोलणं फोन वर दोघींचं.. पण दीदी तडक उठली, ब्रश केला, तोंड धुतलं आणि लगेच बाहेर निघून गेली. मी तासाभरात येते बोलली. टेन्शनमध्ये वाटत होती. मला काहीच समजेना.

तासा भरानं आली ते रडवेला चेहरा घेऊनच. डोळ्यातून पाण्याच्या धारा वहात होत्या, डोळे लाल झाले होते. आली ती थेट बेडरूम मध्येच गेली. आता बसून रडत होती. खूप रडली त्या दिवशी. अगदी हुमसून हुमसून. मी तिला अशी रडताना कधीच पाहिलं नव्हतं. मला कळेना काय झालंय नेमकं. काय करावं समजत नव्हतं. मी तिच्या जवळ जाऊन बसले. तिच्या खांदयावर हात ठेवला आणि एवढंच म्हटलं... 'दीदी'. तर माझ्या गळ्यात पडून रडायला लागली. खूप रडली, अगदी ओकसा बोकशी. मी खूप विचारलं. पण काहीच बोलली नाही. त्या विषयावर ती कधीच काही बोलली, कधीच नाही. असं काय झालं होतं की ती इतकी रडली? रात्री समीरभैय्याचा मला फोन आला. तिची काळजी घे, भांडलीय ती माझ्याशी सकाळी एवढंच बोलले. पण आधीही भांडले होते की हे दोघे, तेव्हा कधी रडली नाही. मग त्या दिवशी का बरं रडली असेल इतकी ती?

दुसऱ्या दिवशी घर सोडून निघालेली. मी समीर भैय्याला फोन करून सांगितलं. भैय्या घरी आले, त्यांनी तिला खूप रिक्वेस्ट केली, पण ती तिच्या निर्णयावर ठाम होती. पाठीमागून पल्लवी दीदीही आली. भैय्यानी मला जायला सांगितलं. काहीतरी इम्पॉरटंट बोलायचं होतं बहुतेक त्यांना. मी निघून गेले. रात्री माघारी आले, तर दीदी एकटीच होती. पण आता सकाळपेक्षा बऱ्या मुडमध्ये होती. तिनं

निघून जाण्याचा बेत कॅन्सल केला होता. नेमकं काय झालं त्या संपूर्ण दिवसात मला काहीच कळलं नाही. पण त्या नंतर भैय्या इथं कधी आलेच नाहीत. त्यांचा फोन मात्र नेहमी येतो मला. दीदी बद्दल विचारतात, कशी आहे, काय करतेय, जेवली का, झोपली का? दिदीलाही हे माहित आहे. ती ही मला टोमणे मारते. आला बघ तुझ्या भैय्याचा फोन म्हणून. एखादया दिवशी मला नाही आला फोन तर तिलाही चुकल्या सारखं होतं. आज फोन नाही आला वाटतं, असं विचारते. त्यात मला टोमणा कमी आणि भैय्याबद्दलची काळजीच जास्त वाटते. हल्ली रोज फोन येत नाही. पण जेव्हा येतो त्यावेळी नक्की विचारतात.. रसिका, अजूनही सँडविच खाते का? मीही उत्तर देते.. होय, पण एक सँडविच तसंच शिल्लक असतं अजूनही.

हे सगळं काय आहे? प्रेम प्रेम म्हणतात ते अजून काय असतं? मला हसावं कि रडावं कळत नाही. लोक आधी डिस्टन्स रिलेशनशिप मध्ये असतात, मग जवळ येतात, एकत्र येतात. इथं उलटं होतं. इथं हे आधी एकत्र आले, मग दूर झाले. डिस्टन्स रिलेशनशिप आता चालू आहे, कुणाच्या तरी हट्टासाठी, इगोसाठी. प्रेमाचे तरी किती टप्पे असतात ना. प्रत्येक टप्प्यातून पार व्हावं लागतं, तेव्हाच ते निखरून बाहेर येत असेल. मी मनोमन प्रार्थना करतेय, हे दोघ लवकर एकत्र यावेत म्हणून.

किआरा

किआरा

11
कार्पोरेट गेम

'हॅलो, टीव्ही ऑन कर' पल्लवी.

आता पुन्हा एकदा हिचं चालू झालं.

सहसा मी टीव्ही पाहत नाही आता. माझी सवय कमी झालीय. पूर्वीसारख्या छान छान सिरियल्स नसतात आता. हो नसतात. जरी मी सिरीयलमध्ये काम करत असेले तरीही मी हे बोलतेय. आणि खरं आहे ते. आणि न्युज चॅनेल्सबद्दल तर काय बोलायलाच नको. हॅमर करतात एक एक न्यूज. त्यामुळे मी होता होईल

तेवढं दूर रहाते. आणि तसा वेळ तरी कुठे मिळतो म्हणा मला.

पल्लवीचा पुन्हा फोन वाजतोय. म्हणजे नक्कीच काहीतरी असणार म्हणून थोडं भीतभीत टीव्ही ऑन केला. थोडी धडधड वाढलीय. आणखी काय समोर वाढून ठेवलंय देव जाणे. टीव्ही ऑन करून चॅनेल बदलत बदलत न्युज चॅनेलपर्यंत पोहचताना श्वास वाढलाय. पल्लवीचा फोन म्हणजे नक्कीच टेन्शन वाढवणारं काहीतरी. त्यात चॅनेल बदलताना मध्ये मध्ये जी लेटन्सी येते ना, अगदी काही मिली सेकंदांची, तिचा खूप राग येतो. युगासारखी वाटते ती. आणि मग टीव्ही बनवणारांचाही राग येतो. हि गोष्ट यांना कशी सॉल्व्ह करता आली नाही अजून, असं वाटत रहातं.

चिडक्या मूडमध्ये मी न्युज चॅनेल पर्यंत पोहचले एकदाची. आणि उडालेच.... हे काय आणखी नवीन अजून....?

'टीव्ही स्टार किआराने शो सोडला नाही, तर तिला शो मधून बाहेर काढलं गेलं'

'दिग्दर्शक समीर कौशिकशी असलेल्या जवळीकीचा फटका'

'दिग्दर्शक समीरशी असलेल्या संबंधामुळं दिलं जातंय झुकतं माफ'

'चॅनेल कडून या गोष्टीचा इन्कार' इ. इ.

मी गोंधळलेय. मला काहीच सुचेना काय करू ते.

पल्लवीला फोन लावत..

'माय गॉड पल्लू, हे काय चालू आहे.. यार... मला काहीच कळेना. हे लोक का माझ्या मागे लागलेत. मला भीती वाटतेय यार आता यांची.'

'अगं, वेडी आहेस का, भितेयस कशाला, त्यात काय भिती वाटण्यासारखं... कम ऑन यार.. ' पल्लवी.

'अगं पण बघ ना, परवाची न्युज जरा बरीच होती म्हणायची वेळ आली आहे, यांनी तर आता पर्सनल लेवल गाठलीय.' मी.

'हो हो, किआरा, शांत हो. हे सगळं होतच असतं, हे काय नवीन आहे का इंडस्ट्रीत.' ती.

'इंडस्ट्रीत नसेल नवं, पण माझ्यासाठी नवीन आहे यार, मला त्रास होतोय' मी काकूळतेने बोलले.

'किआरा, आता एवढी हळवी बनू नकोस. काही लहान नाहीस आता. यांचं काम आहे न्युज चालवणं, त्यांचं काम ते करताहेत. तिकडं लक्ष देऊन काही उपयोग नाही. तू तुझी बाजू तयार ठेव. तुला आता या प्रश्नांना सामोरं जावंच लागेल.' पल्लवी.

'म्हणजे?' मी.

'म्हणजे आता पत्रकार आणि मिडियावाले तुझ्यापर्यंत पोहचतील. तुझ्या मागे पळतील. तू बाहेर नाही गेली तरी कदाचित घरापर्यंत येतील. तू जिकडे जाशील तिकडे तुला हैराण करतील. तुला त्यांच्या प्रश्नांची उत्तरं द्यावीच लागतील, लक्षात ठेव.' पल्लवी.

'काय जबरदस्ती आहे का...? आय डोन्ट केअर' मी.

'किआरा, कूल.. तुला माहित आहे. जबरदस्ती नाहीये. पण तुला काहीतरी बोलावच लागेल, काहीतरी उत्तर द्यावे लागेल. सो तू शांत डोक्यानं काय करायचं ते ठरव. गल्लत करू नकोस' टेक केअर. मी पोहचते दुपारपर्यंत.'

पल्लवी न फोन ठेवला. मला काहीच कळेना, काय करावं.

मनात थोडी भीती वाटतेय. मीही टीव्हीवर काम करते, पण हे असं टीव्ही वर दिसणं मला अपेक्षित नव्हतं कधी. मालिकामध्ये काम करणं, प्रोमो शोमध्ये किंवा रिॲलिटी शोमध्ये दिसणं, इव्हेंट्स आणि प्रमोशन पार्टीज अटेंड करणं, हे वेगळं. इथंही कॅमेरा तुम्हाला टिपत असतो, तुमच्यावर रोखलेला असतो. तुमच्यावर प्रश्नांची सरबत्ती होते, पण ते सगळं हवं हवसं असं असतं. त्यातल्या प्रश्नांची उत्तर द्यायला तुम्ही उतावीळ असता. पण इथं परिस्थिती वेगळी आहे. इथं लोकांना उत्तर नको असतात, ते तुमच्या अंगावरील कपडे काढायलाच बसलेले असतात जणू. ते फक्त प्रश्न विचारत नाहीत, तुम्हाला ओरबाडतात, तुमच्या मनाला ओरबाडतात. ते फक्त तुम्हाला टेक्निकल प्रश्न विचारणार नाहीत, तर त्यांना हवं असतो मसाला. ते तुमच्या पर्सनल लाईफला टच करणार. तुमच्या पास्ट मध्येच जाणार. ते तुमचा भूतकाळ उकरून काढणार, मग तो चांगला असू दे नाहीतर वाईट, त्याचा ते तमाशा करणार. मला नाही आवडत हे सगळं. मलाच काय पण कुणालाच नाही आवडणार हे. आणि आता ते माझ्या सोबत सुरु होणार होतं. होणार होतं काय चालू झालच आहे म्हणा. त्या न्युज पहा ना... काय बोलत आहेत हे लोक, काय सांगत आहेत.? यातलं किती खरं आहे? न्युजच्या नावाखाली हे धडधडीत खोटं विकत आहेत, पसरवत आहेत.

आता तर काय.. 'बॉयफ्रेंड ने अपनी गर्लफ्रेंड को जिताने के लिये लगादी ताकत. बॉयफ्रेंड कर रहा है अपनी गर्लफ्रेंड को प्रमोट. इसी वजह से रिॲलिटी शो से हो गयी एक्झिट. टीव्ही ॲक्टरेस को रिॲलिटी शो से कर दिया बाहर'

यार.. काय हे.. काय ऐकतेय मी... ते 'कर दिया बाहर' इथपर्यंत ठीक आहे. माझं नाव घेऊन बोला ना 'किआरा को कर दिया बाहर'. पण बॉयफ्रेंड गर्लफ्रेंड हे काय? यार असं कुणी बोलतं का..? अशा असतात का न्युज..? का एवढी लेवल सोडलीय यांनी? माझ्या पर्सनल लाईफशी खेळण्याचा काय अधिकार आहे यांना?

मी चिडून काहीच उपयोग नाहीये. हे आता सुरूच राहणार. मला आता समीरचाही राग येतोय. का ते ठाऊक नाही. त्याच्यावर रागवायचं काहीच कारण नाही म्हणा. त्यालाही आता या गोष्टीला फेस करावं लागणारच आहे. पण माझी चिडचिड होतेय. अशावेळी नेमकं कसं वागायचं असतं हेच माहित नाही. समीर काय करेल.. अशा वेळी? मला वाटतय तो शांतच राहणं पसंत करेल. तो नेहमीच शांत राहतो. शांततेनं खूप काही साधलं जातं यावर त्याचा विश्वास आहे. मौनात खूप शक्ती आहे असं तो म्हणतो. कारण तुम्ही दिलेल्या उत्तरांचा काहीच उपयोग नसतो. लोकांनी त्यांची मतं आधीच ठरवलेली असतात, आणि ती बदलता येत नाहीत.

नुजचा ओघ सुरूच आहे. प्रत्येक चॅनेलवर ब्रेकिंग न्युज आहे. चघळायला चांगला विषय आहे. प्रश्न हा आहे की मी नेमकं काय करावं? मी विचार करतेय. काय करू? मला या गोष्टीपासून पळ काढून चालणार नाही. मला समोर जाऊन फेस करावंच लागेल. समीर नेहमी बोलतो, परिस्थितीला समोर जाऊन फेस करण्यातच शहाणपण आहे. तिच्यापासून पळ काढून काहीच होणार नाही. ऑप्शन दोनच आहेत, एकतर गप्प बसा, मौन धारण करा, नाहीतर समोर जाऊन उत्तर द्या. मला एक पर्याय निवडावा लागेल. समीरही माझी मदत करू शकत नाही यात. हा डाव माझा आहे, मलाच खेळावा लागेल. बऱ्याचवेळा आयुष्यातले बरेच खेळ आपले आपणालाच खेळावे लागतात, इथं दुसरं कुणी तुम्हाला मदत करू शकत नाही. पण नेमकं काय करू...? एकदा समीरशी बोलावं लागेल. तोच योग्य पर्याय सुचवू शकतो. त्याला माहित आहे, अशा सिच्युएशन कशा हॅन्डल करायच्या ते. मी त्याच्याशीच बोलते.

रिंग वाजतेय. समीर फोन का उचलत नाहीये. हा पण जरा विचित्रच वागतोय. एव्हाना याचाच फोन यायला हवा होता. मी पुन्हा एकदा ट्राय करून बघते. रिंग होतेय. फोन उचलत नाहीये. टीव्ही ऑनच आहे. तेच ते रिपिटेशन चालू आहे. फेममध्ये असण्याचे फायदे मी अनुभवलेत, आज त्यामुळे होणार मनःस्ताप हि अनुभवतेय. इथं मिळणारं ग्लॅमर हे दुरून छान वाटतं. झगमगटाची दुनिया वरून खूप आकर्षक वाटते. प्रसिद्धीचा मुकुट हिरेजडित दिसतो पण आतून तो काटेरी असतो. हा हिरेजडित काटेरी मुकुट पेलायलाही एक वेगळीच मानसिकता हवी. समीरचे हे बोल आता खरे वाटत आहेत. त्याच्या बोलण्याचा अर्थ आता कळतोय. वाटतं तितकं हे सोप्प नाही. कितीतरी लोकं अशा परिस्थिती व्यवस्थित हॅन्डल न करता आल्यानं स्वतःच आयुष्य बरबाद करून बसलेत. असंख्य मुलं मुली या क्षेत्रात येतात, ते या अट्रक्शनला भुलून. मीही नाही आले का? रिहानाला ज्या ज्या

वेळी मी बघायचे, त्या त्या वेळी वाटायचं, आपणही असं टीव्ही वर दिसावं. म्हणजे मी रिहानाची, त्या पात्राची फॅन होतेच, पण ते साकारणाऱ्या त्या अभिनेत्रीची पण फॅन होते. तिच्या बद्दल तर आपण बोललोच नाही. 'शमा'.. तिचं नाव. ती कुठे असेल आता, काय करत असेल? कधीकाळी ती टॉपची हिरॉईन होती. बॉलीवूड मध्ये अनेक वर्षे तिचा दबदबा होता. तिची पर्सनॅलिटी खूपच आकर्षक होती. अजूनही ती तशीच वाटते. आकर्षक, चाळीशीतही. तिच्या जीवनात खूप अप अँड डाऊन्स आले. तिनेही ते व्यवस्थित हॅन्डल केले. मी ज्या ज्यावेळी तिचे सिनेमे पहायची, त्या प्रत्येक रोलपेक्षा मला ती रिहानाच्या कॅरॅक्टर मध्ये जास्त चांगली वाटायची. त्यामुळे तिची अभिनेत्री म्हणून माझ्यावर फारशी काही छाप राहिलीच नाही. जी राहिली ती रिहानाच्या रूपातच. ती खूपच यशस्वी अभिनेत्री आहे. अशा खूप कमी अभिनेत्री आहेत, ज्यांना आपलं करिअर सांभाळता आलं. बाकीच्या खूप अनेक कारणांनी बाहेर फेकल्या तरी गेल्या, किंवा त्यांची करिअर उध्वस्त झाली. पण मी त्यांच्यापैकी एक होणार नाही, मला तसं व्हायचं नाही. मी रिहाना.. म्हणजे ती माझी टीव्ही गर्ल शमा सारखं टिकून राहीन इथं, माझं करिअर पूर्ण करेन, मी या सगळ्या परिस्थिला पुरून उरेन. नक्कीच... पुरून उरेन.

समीर चा फोन.

'हॅलो, बोल..' समीर.

'अरे कुठे आहेस, फोन का उचलत नाहीयेस. टीव्ही पाहिलास का..' मी चिडून विचारलं.

'रसिका, पॅनिक होऊ नकोस. मी पहिला टीव्ही.' तो.

'अरे, पॅनिक होऊ नको, तर मग काय करू? बघ ना टीव्हीवर काय दाखवत आहेत' मी.

'काय दाखवत आहेत? जे आहे तेच दाखवत आहेत'

'म्हणजे?' मी.

'म्हणजे काय, काय विचारतेयस? जे आपलं रिलेशन आहे, म्हणजे होतं असं म्हणूया हवं तर... त्या बद्दल बोलत आहेत. त्या गोष्टी चघळत आहेत, टिआरपी साठी, दुसरं काहीच नाही. अलरेडी लोकांना याबद्दल सर्व काही माहित आहे. आपण कधी काय लपवलेलं आहे का? आय मिन लपवलं होतं का? नाही ना? मग याचा त्रास करून घ्यायचं आपणाला काही कारण नाही.'

'अरे पण..' मला थांबवत..

'ऐक, रसिका.. पूर्ण ऐक..'

आणि दुसरी गोष्ट म्हणजे तुला शो मधून आऊट केलं आहे, हि खरी न्युज आहे आणि ती कधीतरी बाहेर येणारच होती. आणि शोमधून बाहेर केलं काय आणि तू स्वतः बाहेर आलीस काय, तुझ्या दृष्टीने नुकसान हे आहे की तू या शोमध्ये आता नाहीयेस. ना कि लोकांना हे समजतय कि, तू कुठल्या कारणानं बाहेर आली आहेस. माझा मुद्दा समजून घे. त्यांनी टीआरपीसाठी कदाचित मी तुला प्रमोट करतोय, हे कारण लावलं असेल. त्यांना काय आज हे कारण, उद्या आणखी काहीतरी कारण शोधतील. तू तिथं तुझं डोकं खर्च करू नको. त्यात काहीच अर्थ नाहीये' समीर समजावतोय.

'मग मी काय करावं असं तुला वाटतय' मी.

'मला असं वाटतंय कि, मी या सर्व गोष्टीवर समोर येऊन बोलण्यात काहीच अर्थ नाही. त्यानं काहीच फायदा होणार नाही. ती ऍक्टिव्हिटी न करण्यातच माझं शहाणपण आहे. पण तुला समोर यावं लागेल, मीडिया समोर. आणि बोलावं लागेल.' तो गंभीरपणे बोलला.

'काय..? काय बोलू मी... तेच तर कळत नाहीये ना? सांग ना काय बोलू? असं काही नाहीये, हे सर्व खोटं आहे, असं बोलू? कि हे खरं आहे असं बोलू?' मी वैतागलेय.

'रसिका, असं काही बोलायचं नसतं. हे एव्हाना तुला माहित झालंच पाहिजे. घाई करू नको. थोडा वेळ जाऊ दे. न्युज चालू दे अजून, योग्य वेळ आली की मग बोल' समीर.

'न्युज चालू दे अजून.? अरे काय बोलतोयस तू' काही समजतय का?' मी.

'मला चांगलं समजतंय, मी काय बोलतोय ते. इनफॅक्ट परिस्थिती आपल्या हातात नाहीये आता. न्युज ते लोक चलावणार आहेत. तुझ्या किंवा माझ्या हातात काहीच नाहीये. मला वाटतय कि तू मीडिया फेस करावा, आणि एवढंच बोलावं, कि योग्य वेळ आली की मी या सर्व प्रश्नांची उत्तरं देईनच.' समीर.

'यानं काय होईल.? आणि वेळ आल्यावर द्यायला माझ्याकडं उत्तर तरी कुठे आहेत? काय बोलू मी त्यावेळी तरी.. आणि ती वेळ कधी येणार आहे नेमकी?' मी असहायपणे विचारलं.

'म्हणून, तर म्हटलं रसिका... घाई करू नको. थोडा वेळ जाऊ दे. तोपर्यंत एवढंच कर' समीर.

'मला तुझी स्ट्रॅटेजी कळत नाही.' मी बोलले.

'तुझ्याकडे पर्याय नाहीये' समीर.

'अरे, पण मी हे का करू, यानं मला काय फायदा होणार आहे?' मी आणखीन चिडले.

'रसिका, एक गोष्ट तू विसरतेयस, हे सगळं का घडतंय, तू शोमधून बाहेर का आली आहेस? तुला कुणी बाहेर काढलं आहे का? तसं असेल तर का? हे अजून काहीच कुणाला माहित नाही. सो, थोडा वेळ जाऊ दे.' समीर.

मी गप्प.

'आणि एक गोष्ट लक्षात ठेव, हा तुझ्यावर झालेला कार्पोरेट गेम आहे असं समझ. किमान मला तरी तसं वाटतंय. आपल्या कडे तसं म्हणण्या इतपत कुठलाही पुरावा नाही. पण असं का घडलं याचं कारणही माहित नाही. सो... डोळे आणि कान उघडे ठेव. तू कडेलोटाच्या उंबरठ्यावर आहेस असं समज. प्रत्येक गोष्टीवर बारीक लक्ष ठेव. आणि नेमकी काय कृती करायची हे तुझं तू ठरव. एखादया कसलेल्या राजकारण्यापेक्षा जास्त अवघड डावपेच खेळावे लागतील तुला. तसं करावं लागलं तर कर. प्रसंगी कडेलोट करून घ्यायची वेळ आली तर तसं कर, पण तो राजकारणाचा भाग असेल. दरीत स्वतःला झोकून द्यावं लागलं तर दे, पण कमरपट्टे बांधून आणि ते घट्ट आहेत याची खात्री करून, पुन्हा वर येण्यासाठी, उंच उसळी घेण्यासाठी, पूर्वी पेक्षा उंच. अगदी उंच.' समीर

समीर मला काहीतरी सुचवू पहात होता. या संकटात, या समस्येतही काहीतरी संधी आहे, असं कदाचित त्याला म्हणायचं असेल. त्याला कदाचित ती संधी दिसत असेल, जी मला दिसत नाहीये. मला त्याच्या बोलण्याचा अर्थ समजत नाहीये. पण तो काहीतरी महत्वपूर्ण आणि आश्वासक बोलत होता नक्की. मग तो मला डायरेक्ट का सांगत नसेल? कदाचित त्यालाही काही माहित नसेल. पण तो संधीच्या शोधात असेल. पक्का बेरकी आहे, आणि मुरलेला.

आणि तो हा कार्पोरेट गेम आहे, म्हणजे असू शकतो, असं का बरं म्हणत असेल? त्याला काही शंका आली असेल का कुणाची? त्याला काही माहिती समजली असेल का? तसा तो गप्प बसणारा नाही, त्याचाही रिसर्च चालूच असेलच. इथं लोकांनी काम करावी का हे सगळंही निस्तरत बसावं. स्वतःच्या हिमतीवर वरती जाता येत नसलं कि मग असले धंदे सुचतात लोकांना. मी म्हणते, मग यायचं नाही या क्षेत्रात. घरीच बसायचं. पण कुठल्याही क्षेत्रात जा... हे आहेच म्हणा. सगळीकडे पॉलिटिक्स आहे. सगळीकडे लॉबिंग आहे. एक मुलगी स्वतःच्या हिमतीवर काहीतरी करू पहातेय, स्वतःच स्वप्न पूर्ण करण्यासाठी धडपडतेय, तर इथं तिला खाली खेचण्यासाठी काय काय केलं जातंय. मला ही आता नक्की खात्री पटलीय, कि कुणी तरी हा गेम केलाय. कुणाला तरी मी नको

आहे? कुणाच्या तरी मी आड येतेय, माझ्या असण्यामुळे कुणाला तरी प्रॉब्लेम आहे. नक्कीच.

डोअर बेल वाजतेय. पल्लवीच असणार.

'ये, मला वाटलंच तूच असणार' मी.

ती शांत. काहीच बोलेना.

'पाणी घे जरा. तू जेवलीस?' पल्लवी.

'हो, मी जेवले' मी.

पाणी पीत पीत माझ्याकडे बघतेय. कसलीतरी अस्वस्थता जाणवतेय तिच्या चेहऱ्यावर आणि रागही.

'काय झालं, शांत का आहेस? काही बोलणार आहेस का?' मी.

'हो बोलते, कुणाचा काही फोन' ती.

'हो, समीरचा झाला फोन, त्याच्याशीच बोलत होते' मी.

'काय म्हणत होता तो'? ती इन्स्पेक्टर प्रद्युमनच्या भूमिकेत.

'काही विचित्रच बोलत होता. तू काळजी पूर्वक निर्णय घे, कान डोळे उघडे ठेव, आणि हो काय तर ते हा कार्पोरेट गेम असू शकतो, एट्सेट्रा एट्सेट्रा' मी.

'असू शकतो नाही, आहे..' पल्लवी.

मी अवाक.

'काय, काय म्हणायचं आहे तुला' मी.

'मला हेच म्हणायचं आहे की हे ठरवून केलं गेलंय. तुला शो मधून बाहेर काढण्यासाठी. आणि तशी डिल झालीय.' पल्लवी.

'काय? कुणी केलं आहे हे सगळं? माझी काय कुणाशी दुश्मनी?' मी अवाक होत विचारलं.

ती शांत.

'सांग ना' मी.

माझे कान आतुर.

'गेस' ती.

मी शांत च.

'मला नाही माहित' मी.

"देविका" पल्लवी.

मी शॉक.

'काय? देविका....?'

पल्लवी, 'येस्स्स, देविका..'

माझ्या डोळ्यासमोर दिवसा तारे चमकले.

देविका

देविका

12
रिव्हेन्ज

'सो, व्हाट्स युअर डिसीजन, राज?' मी विचारलं.

'देविका, आय थिंक यु आर ब्लॅकमेलिंग मी' राज

'ओह कम् ऑन, राज.., तुला माहित आहे, मी असं काही करत नाहीये. आणि किमान तुझ्या सोबत तरी नाहीच नाही. इनफॅक्ट मला तसं करायची काही गरज नाही. तुला चांगलंच माहिती आहे. अँड यु आर माय बेस्ट फ्रेंड' मी.

हातातल्या लॉग सिगारेटचा धूर हवेत दूर सोडत मी राजकडे पाहिलं. मी राजच्या ऑफिस मध्ये होते. दोघंही स्मोकिंग झोनमध्ये बसून चर्चा करत होतो. त्या दिवशीचं राजच्या ऑफिसमधलं आमचं संभाषण मला जसच्या तसं आठवतंय. मी बोलतच होते. आणि राजचा चेहरा बघण्यासारखा झाला होता.

‘देविका.. देविका...

तू डिरेक्ट माझ्या शो वरती अटॅक करत आहेस. आणि माझ्या कामात इंटरफेअर. आणि मला हे अजिबात आवडलेलं नाही.’ राज बोलला.

‘कम ऑन राज, तू पर्सनल घेतोयस. अक्च्युअली मी तुला मदत मागतेय, पण तूला समजत नाहीये.’ मी.

‘कसली मदत देविका, तू तुझ्या पर्सनल मॅटर्सना माझ्या

माझ्या चॅनेल बरोबर लिंक करतेयस. फक्त लिंक करत नाहीयेस तर तू त्यामध्ये इंटरफेअर करतेयस. कि जे तुझं काम नाहीये.’ राज थोडा चिडला.

‘राज, तू पुन्हा चुकीचा विचार करतोयस. मी इंटरफेअर करत नाहीये. तर माझ्या मुले तुला त्रास होऊ नये म्हणून आगाऊ सुचना देतेय, तुझं नुकसान वाचवतेय.’ मी.

‘कसलं नुकसान वाचवतेयस? तू माझ्या शोची वाट लावतेयस, तुझ्या पर्सनल गोष्टीसाठी’ राजला अपेक्षा नव्हती मी असं काही करेन म्हणून.

‘राज, कूल. एक गोष्ट लक्षात घे, माझ्यासाठी पर्सनल आणि प्रोफेशनल असं वेगळं वेगळं काहीही नसतं. सगळंच पर्सनल असतं असं म्हण, किंवा सगळंच प्रोफेशनल असतं असं म्हण. मला काही फरक पडत नाही. मी जे करायचं ते करतेच.’ मी.

‘देविका, असा शोमध्ये इलेव्हन्थ अवरला चेंज केला तर लोक काय म्हणतील. लोकांना काय कारणं द्यायची.’ राज.

‘मला वाटतंय, लोकांना काय कारणं द्यायची, याची काळजी तू करू नकोस. त्यासाठी मी आहे. तू फक्त तुझं लुटुपुटूचं काहीतरी कारण तयार ठेव. मी हॅन्डल करेन सगळं.’ मी बोलले.

‘देविका, तरी ही मला शक्य होईल असं वाटत नाही, चॅनेलच्या रेप्युटेशनचा प्रश्न आहे’ राज.

‘राज, चॅनेलच्याच्या रेप्युटेशनचा प्रश्न तर तेव्हा निर्माण होईल, जेव्हा तू मी सांगतेयस ते ऐकलं नाहीस तर’ मी.

‘देविका, तू मला धमकी देतेयस?’ राज.

'राज, प्रश्नच येत नाहीये. ना ही मी तुला धमकी देतेय, नाही तुला ब्लॅकमेलं करतेय, आणि नाही तुझ्या कामात इंटरफेअर करतेय, मी तुला तुझ्या होणाऱ्या नुकसानापासून वाचवतेय. आता तू विचारू शकतो, ते कसं म्हणून, मी तुला एक्सप्लेन करू शकते. मला आवडेल तसं करायला' मी हसत बोलले.

'बोल..' राज.

'गुड. हे बघ राज, जसं तुझं चॅनेल आहे, तसंच माझंही प्रोफेशन आहे. तुझ्या चॅनेलवर काय दाखवायचं, किती दाखवायचं, कुठं पर्यंत दाखवायचं, हे सगळे डिसीजन जसे तुझे तू घेतो, तसंच माझंही आहे. मी काय लिहावं, कसं लिहावं, कुठे लिहावं, कुणाबद्दल लिहावं, किती लिहावं, किती खालच्या पातळी पर्यंत लिहावं हा माझा वैयक्तिक प्रश्न आहे, आणि ते माझं प्रोफेशन आहे, करिअर आहे. आणि मी तिथं कुणाला दयामाया दाखवायची काहीच कारण नाही. ओके, क्लिअर इट? सो, मी जी स्टोरी लिहणार आहे, ती अफकोर्स किआराबद्दल आहे. मला तिला शो मधून बाहेर करायचं आहे. सो मी तिला प्रमोट केलं जातंय, एट्सट्रा स्टोरीज चालवणार. फक्त चालवणार नाही, तर तिला बाहेर काढेपर्यंत चालवणार, तिला बाहेर काढणार.' मी.

'आणि मी नाही बाहेर काढलं तर..' राज.

'राज. राज.. माय डिअर राज असं होणारच नाही. तू मला ओळखतोस. मी अशीच इथपर्यंत पोहचलेली नाहीये, मी एक कार्पोरेट रिपोर्टर आहे. मला जे हवं असतं ते मी करतेच. आणि त्यासाठी लागणारं टॅलेंट, कॉंटॅक्टस, नेटवर्क माझ्याकडे आहे आणि कुठल्याही थराला जायची माझी तयारी असते' मी.

'म्हणजे तू माझ्या बाबतीतही तेच करणार जे तू इतरांसोबत करत आली आहेस?' राज.

'राज, मी तुझ्या विरुद्ध काहीच करत नाहीये. मी जिच्या विरुद्ध करायचं आहे तिच्या विरुद्धच करतेय. पण त्यामुळे नक्कीच तुझ्या चॅनेलच्या रेप्युटेशनचा प्रश्न तुझ्या समोर एक दिवस नक्कीच उभा राहील. आणि त्यावेळी तुला हा डिसीजन घ्यावाच लागेल. तुझ्या मनात नसतानाही. आणि त्यावेळी डीसिजन तुझ्या मनाविरुद्धच घ्यावा लागेल आणि चॅनेलचं रेप्युटेशन जायचं ते जाईलच. सो, मी तुला आधीच सूचना देतेय. तू आणि तुझा चॅनेल यातून बाहेर या. आणि सेफ रहा. आणखी एक, मला हे तुला सांगायची गरजही नसती, जर तू माझा मित्र नसतास तर. पण आपण मित्र आहोत, आणि उद्या हे सगळं झाल्यानंतर तूच मला म्हणणार, तू हे का केलं? मला एकदा सांगायचं नाही का? सो, विचार कर' मी त्याला समजावलं.

राज थोडा विचारचक्रात पडला त्यावेळी.

'देविका, जाऊ दे ना, का करतेयस हे सगळं. चांगली आहे ती मुलगी. मेहनत करतेय. तू तुझ्या पर्सनल गोष्टीसाठी तिचं करिअर बरबाद नको करू' राज.

'राज, डोन्ट गेट इमोशनल. तू या गोष्टीचा विचार नको करू. आपल्या व्यवसायात इमोशन्सना जागा नाही, किमान माझ्या तरी, आणि हीचा तर मला बँड वाजवयचाच आहे' मी.

'देविका, पण तरीही माझ्या चॅनेलच्या रेप्युटेशनला धक्का लागेलच, तिचाही फॅनफॉलोविंग आहे.' राज.

'तिचा कसला फॉलोविंग घेऊन बसला आहेस, राज. फॉलोविंग आहे नाही होता, लोकं तिला विसरलेत, तुला माहिती असायला हवं हे.' मी.

तो थोडा शांत.

'देविका, याच्या शिवाय काही वेगळा मार्ग नाही का.. आय मीन या बदल्यात आपण काही डिल करू शकतो का..? मे बी..' राज.

'ओह, कम ऑन राज, तू म्हणतो ते बरोबरच आहे, हा माझा पर्सनल मॅटर आहे, आणि मी तो तितकाच पर्सनली घेतलाय, मला इथं कुठल्या डिलची गरज नाही.' मी सांगून टाकलं.

दोघही शांत. मला कुठल्या पैशांची गरज नाहीये. मी माझा वसूल पुरेपूर काढणार. आणि तो कसा काढायचा मला चांगलच माहित आहे.

'देविका, पण एक गोष्ट तू विसरतेयस, हे समीरला समजल तर, उद्या तुझ्यासाठी मोठा प्रॉब्लेम होऊ शकतो, आय मिन तुझ्या पर्सनल लेव्हल ला..' राज.

'ओह राज, राज... देविका म्हणतात मला. मी आज नाही इथं काम करत. मला इथले सगळे छक्के पंजे माहित आहेत. तू त्याची काळजी करू नको. मी त्याचा विचार केला आहे, सो, डोन्ट वरी. आणि तसंही गोष्ट मी आणि तू.. आपल्या दोघांतच आहे. मी सांगण्याचा प्रश्न येतच नाही. आणि बाहेर लीक झाली तर तूच सांगितली असणार, असं होईल, आणि मला माहिती आहे तू असं करणार नाहीस.' मी त्याला हळूच धमकावलं.

'करू शकतो' राज.

'करू शकतो.. मग कर...आताही कर.. माझ्याकडे सेकंड ऑप्शन आहे. मी त्या पद्धतीनं काम करेंन. आणि मी तुला हे सांगायलाच पाहिजे, आणि तूही हे असं केलंच पाहिजे, असं कंपल्शनही नाहीये. आणि राहिला प्रश्न समीरचा, तर तो माझाही मित्र आहे, आणि तुझा हि. मला वाटतय आपण त्याच्या फायद्याचच

करतोय. तो विनाकारण तिथं गुंतला आहे, असं मला वाटतं, तुलाही वाटत असेल, नक्कीच' मी माझ्या स्टायलमध्ये बोलले.

'हम्म... ' तो शांत.

'आणि मला एक सांग, तिची जागा कमी होईल, त्याचं काय? तो प्रश्न मी कसा सोडवू?' राज.

'गुड क्वश्चन. मी या सगळ्या गोष्टींचा विचार केला आहे. तुझ्या फर्स्ट राउंड मधून बाहेर पडलेली एक मुलगी आहे, रोशनी पटेल. तिनं जस्ट मिस एशियन वेब वर्ल्ड' जिंकलीय. युथ मध्ये क्रेझ आहे तिची. फॉलोविंग मोठा आहे तिचा. तुझ्याच शोची कॉन्टेस्टंट असल्यामुळे वाईल्ड कार्ड एन्ट्री देऊन टाक, पब्लिक चॉईस म्हणून. तुझाही फायदा होईल, आणि चॅनेलचा ही.' मी माझा पत्ता फेकला होता.

'ओके, पण समीर ला काय उत्तर देऊ? तो विचारेलच?' राज.

'मला वाटलंच हा प्रश्न तू करणार, हे घे रिपोर्ट्स. ओरियन मासचा सर्व्हे आहे, किआराची फॉलोविंग घसरलेली दिसेल तुला त्यात, पूर्ण घसरलेली आणि लोकांची मतंही कळतील. अलरेडी लोकांना असं वाटतंय कि किआराला झुकतं माप दिलं जातंय. तिला प्रमोट केलं जातंय.' मी.

'पूर्ण तयारीनिशी आली आहेस तर.' राज.

'मी नेहमीच तयारीत असते, मी माझं सावज सोडत नाही,कधीच. तुला माहित आहे राज.' मी.

मी माझं सावज कधीच सोडत नाही. मी टाकलेला डाव बरोबर पडला होता. माझा डावच असा असतो. मी परफेक्ट तयारीनीशीच उतरते. मी माझ्या सावजासाठी जागा मोकळी सोडतच नाही. लूप होल्स नसतातच माझ्याकडे. मी माझा ट्रॅप व्यवस्थित लावते, समोरचा त्यात अडकणारच. त्याला पर्याय रहात नाही. राज समोरही त्या दिवशी पर्याय राहिला नव्हता. मी जे म्हणेल तेच त्याला करावं लागेल. मला माहिती आहे, राज पूर्ण पोहचलेला आहे, त्याची ताकत मोठी आहे. तो एखाद्या शांत माणसासारखं ऐकून तर घेईल, पण तेच करेल हे सांगता येत नाही. तो पक्का बिझीनेस टायकून आहे. तो कधी डाव पलटवेल सांगता येत नाही. म्हणून तर मी पूर्ण तयारी करून गेले होते. सर्वात आधी मला मी त्याची मैत्रीण आहे, आणि पुढे होणाऱ्या त्रासापासून तुला सावध करायला आलेय, हे पटवायचं होतं, आणि त्यात मी नक्की यशस्वी झालीय. हन्डरेड परसेन्ट. मुळात हा गेम त्याच्यावर नाहीयेच. किआरासाठीच लावलेला ट्रॅप आहे. पण राज हे करण्यासाठी तयार होणार नाही, हे माहित होतं. म्हणून तर मला रिपोर्ट्स समोर

ठेवावे लागले. मला माहित आहे, तो ते ऑथेंटिक आहेत का चेक करेल आणि ते ऑथेंटीकच आहेत. इथंच माझं सेवंटी फाईव्ह परसेन्ट काम झालं होतं. आणि रोशनी पटेलचा पत्ता टाकून मी शंभर टक्के काम केलं. राज पक्का बिझनेसमन आहे. त्याला माहित आहे गुजराती ऑडिअन्सचं महत्व. त्याच्या चॅनेलची ती गरज आहे. मला नक्की माहित आहे, मी रोशनीचा हा पत्ता किआराच्या प्रती असलेली सहानुभूती आणि समीरच्या मैत्रीवर मात करेल. नक्कीच. माझं काम झालंय. दोन दिवसात किआरा शोमधून आऊट. आता मला चॅनेल्सना खाद्य पुरवायचं आहे बस्स.

'देविका, मला वाटतय तू आणखी एकदा विचार करावा, हे सगळं आपल्या आपल्यातच चालू आहे. थोडं समजुतीनं घेतलं तर बरं होईल, असं मला वाटतय.' राज.

राज मला चेक करतोय होता. म्हणजे मी ठाम आहे का निर्णयावर आणि माझा दुसरा काही आणखी उद्देश आहे का तेही.

'राज, मला वाटतय, तू समीरच्या मैत्रीमुळे असा विचार करतोयस. मी माझा निर्णय बदलणार नाही, उद्या समीरशी मैत्री तोडावी लागली तरी.' मी.

' देविका, हे अगदी टोकाचं होतंय. अनेक आर्टिस्टची करिअर्स उभी करताना पाहिलीत आम्ही तुझ्याकडून. नवीन आणि गुणी आर्टिस्टना तू तुझ्या लेखणीतून दुनियेपुढं आणलं आहेस, त्यांच्यातलं टॅलेंट जगासमोर ठेवलं आहेस. तू केलेल्या समीक्षा वाचून लोकं सिनेमे, सिरियल्स पाहतात, आर्टिस्टना संधी देतात. मान्य आहे तू अनेकांना इंडस्ट्रीतून बाहेरचा रस्ता दाखवला आहेस, पण ती लोकं कोण होती, तर इंडस्ट्रीत राहण्याच्या लायकीची नव्हती. पण हे सगळं वेगळं आहे, तुझ्या मूळ पिंडाला धरून नाही. एक चांगली आर्टिस्ट आहे ती. गोष्टी घडत असतात देविका, पण म्हणून काय..?'

त्यानं माझ्या हृदयाला हात घालायचा प्रयत्न केला. माझ्याही दुखऱ्या नसा ओळखतोय हा. म्हटलं ना पक्का बिजनेस टायकून आहे.

'इनफ राज, मी ऐकण्याच्या मनःस्थितीत नाहीये. मान्य आहे मला, तू बोलतो ते खरं आहे, मी पर्सनल रिझनसाठी असं करायला नको आहे. पण माझा निर्णय झाला आहे. आणि मी माघार घेणार नाही. मी पूर्ण विचार केलाय. हि संधी मी सोडणार नाही, कुठल्याही परिस्थितीत.' मी स्पष्ट सांगितलं.

'कूल, देविका.. कॉफी घेणार?' राज.

'हो' मी.

मी कॉफी पिते होते. पण माझं कॉफीत लक्ष नव्हतं. एखाद्याचं करिअर उध्वस्त करणं योग्य आहे का? मी असं करू शकते का? मीही अशा लोकांपैकीच आहे का, जे स्वतःकडे असलेल्या पॉवर्सचा दुरुपयोग करतात. उदया हीपण गोष्ट जर मार्केट मध्ये समजली तर लोकं माझ्याकडे पुन्हा त्याच नजरेनं पाहतील. त्यावेळी द्यायला माझ्याकडे स्पष्टीकरण असेल का? हे सगळं घडेल तेव्हा किआराची काय रिएक्शन असेल? तिला कसं वाटेल? तिला धक्का बसेल का? ती रडेल का? माझ्या मनात असंख्य प्रश्न पडत आहेत.

मीही ज्यावेळी इंडस्ट्रीत आले, मीडिया रिपोर्टर म्हणून काम करू लागले, त्यावेळी माझ्याही बाबतीत असे प्रसंग घडलेत. मलाही इंडस्ट्रीतून हटवण्याचे प्रयत्न झालेच होते. पण मी टिकून राहिले. मी त्या सर्व प्रयत्नांना पुरून उरले. आज मी एका पोझिशनला आहे. माझ्याकडे पॉवर आहे, नेटवर्क आहे. त्या पावरचा मी दुरुपयोग तर करत नाही ना?

एक छोटी इंडस्ट्री. यात शेकडो, हजारो लोक. एकत्र काम करणार. जाता येता धक्का लागणार, गैरसमज होणार, मनं दुखावणार. मग आपण एकमेकांना माफ नाही का करू शकत. प्रत्येकजन जर मनात आढी ठेवून वागू लागला तर कसं होणार. साध्यासोप्या गोष्टी असतील तर लोक विसरून जात असतीलच. पण त्या दिवशी किआरा जे माझ्याशी वागली, ते मी विसरू शकत नाही. कधीच नाही. मी त्या दिवसासाठी तिला माफच करू शकत नाही. रागानं माझा तिळपापड झालाय. खूप दिवस झाले मी त्या दिवसाचा वचपा काढायचा मी डोक्यात ठरवून आहे. एवढा कसला माज, एवढी कसली मस्ती. आपण कुणाशी काय बोलतोय, याच तारतम्य नसावं. खूप अपमान केलाय तिनं माझा. पण म्हणून... म्हणून मी हे करत असेन का? एवढी मीही माझा तारतम्यभाव विसरून गेलीय का? म्हणून मी तिला आयुष्यातून उठवायला निघालेय का? मी पुन्हा पुन्हा पुन्हा स्वतःला पडताळून पहातेय मनातल्या मनात.

मी देविका आहे. देविका. सहजासहजी कुणाला माफ करेल ती देविका कसली? इंडस्ट्रीत लोकं माझ्यापासून जपून वागतात. होता होईल एवढी माझी मर्जी जपण्याचे प्रयत्न करतात. मोठं मोठ्या हिरोईन माझ्याशी जुळवून घेतात, कारण माझ्या लेखणीची ताकत त्यांना माहित आहे. चॅनेल्स माझ्या स्टोरी फॉलो करतात. मी हे सगळं माझ्या माझ्या स्वतः:च्या हिमतीवर मिळवलंय. हा रुतबा, हि पोझिशन. माझी वक्रदृष्टी पडू नये म्हणून भलेभले माझ्याशी जपून वागतात. आणि हि किआरा..? एक सिरीयल नाही केली हिने आणि माझ्याशी पंगा घेतलाय. माझ्याशी नडली हि.? माझ्या डोळ्यात पाणी आणलं हिनं.? हिला माझी भीती

वाटली नाही का? मी काय करू शकते हिला माहित नाही का? तिनं जे माझ्याशी केलं ते आठवलं तरी माझ्या अंगाचा तिळपापड होतो. तिनं माझ्या आयुष्यातील कितीतरी रात्री खराब केल्यात. सूडाच्या भावनेनं माझी झोप उडवली.

मग मी एवढे दिवस गप्प का बसले? मी आधीच का नाही तिच्या पाठीमागे लागले.? आणि आता ही संधी मी का सोडू? मला खरंच तिला उध्वस्त करायचं आहे. तिला वरून खाली खेचायचं आहे? तिला इंडस्ट्रीतून बाहेर घालवायचं आहे. तिला माझ्या समोर रडताना पहायचं आहे, विवष होताना पहायचं आहे. माझ्या समोर संधी उपलब्ध आहे. मी का तिचा युज करू नये.? का मीही संधी सोडू? ज्या ज्या वेळी कुणी मला असा त्रास दिला त्या प्रत्येकाला मी रस्त्यावर आणलंय, भीक मागायला लावलंय. माझ्यासाठी हे नवीन नाही. मी हे खूपवेळा, खूप जणांच्या बरोबर केलंय. मग हिला माफी का करू? हिला का सोडू मी? माझं मन सुडानं पेटलय. माझ्या मनाची अवस्था खूप दयनीय आहे. माझ्या डोळ्या समोर मला किआरा दिसतेय. ती मला त्रास देतेय. मला ती नको आहे.

13
व्हॅम्प

'समीर सर, किआराला शोमधून बाहेर काढलं गेलं आहे. तुम्ही तिला प्रमोट करत होता. तुमच्या सपोर्टमुळेच ती टॉप फोर पर्यंत पोहचलीय, हे खरं आहे का?' रिपोर्टर.

'सॉरी, नो कंमेंट्स' समीर.

'सर, सर, सर.. किआराला आता शोमधून बाहेर काढलं आहे, तुम्ही आता तिला पुन्हा शोमध्ये घेण्यासाठी काही प्रयत्न करणार आहात कि नाही?' दुसरा रिपोर्टर.

'नो, नो कंमेंट्स प्लिज' समीर.

सर, सर.. समीर सर..' रिपोर्टर्स.

'नो, नो कंमेंट्स' समीर.

टीव्हीवर सर्वत्र हंगामा चालू आहे. मी लावलेली आग परफेक्ट लागलीय. शेवटी राजनं मला हवं तेच केलं. काही पर्यायच नव्हता त्याच्याकडे. वेल देविका, वेल.

कसं छान वाटतय. संडे इज फन डे. माझ्यासाठी रविवार मस्तच असतो. सिगारेटचा धूर सर्वत्र पसरलाय. कधीकधी वाटतं, असेच धुरांचे ढग तयार व्हावेत अन मी त्यात बसावं, स्वतः ला कोंडून घेऊन. कोणीही नको मला. मी एकटीच असावी. काळाकुट्ट अंधार असावा, नाहीतर मग धूर अथवा दाट धुकं. मध्ये मी असावे, एकटीच. अंधाराच्या मधोमध बॉस चेअरवर बसलेली. ब्लॅक ग्लॉसी जॅकेट घातलेली आणि डार्क ब्लॅक रंगाची लिपस्टिक आणि डार्क ब्लॅक नेलपेंट्स लावलेली. हातात नेहमी लांब सिगारेट्स आणि हवेत धूर सोडणारी. अंगावर आणि चेहऱ्यावर टॅटूज, सापांचे, काळ्या रंगाचे आणि गळ्याभोवती मऊशार लांब केसांचा स्ट्रोलं. लांब कोरलेल्या भुवया आणि पायाशी एखादा वाघ, सिंह नाहीतर अजगर असावा. नाही नाही, अजगरच असावा. आणि एका हातात हंटर. आणि माझ्या समोर हातपाय घट्ट बांधून उभी केलेली किआरा.

होय ना, बरोबर आहे ना? अशीच असते ना व्हॅम्प सिनेमात. होय व्हॅम्पच आहे मी. मला मी तशीच असायला हवी असं वाटतं. सिनेमाच्या हिरॉइनला.. नाही नाही सिनेमातल्या नाही.. त्या टीव्ही गर्लला समोर उभे करून तिच्या अंगावर चाबकाचे फटके मारणारी. तिच्या किंचळण्यानं आणखी खुश होणारी. चाबकाचा प्रत्येक फटका, त्या बरोबर तिची सोलली जाणारी त्वचा आणि तिच्या तोंडातून निघणारी किंचाळी. एक नाही, अनेक. किंचाळी मागून किंचाळी. तेव्हा कुठे माझ्या मनाला शांती भेटेल. पण असं होत नाहीये. माझ्या हातात चाबूक नाहीये आणि माझ्या समोर किआरा.

आणि मी..? मीही व्हॅम्प नाहीये.

मी व्हॅम्प नाहीये.. ओरडून सांगावं वाटतय सगळ्या जगाला. पण कोण ऐकणार, आणि ऐकलं तरी कुणाला पटणार. अख्ख्या इंडस्ट्रीभर हीच तर इमेज आहे माझी. सर्वांना मी खलनायिका वाटते. इतरांची आयुष्य उध्वस्त करणारी. आपल्या लेखणीने अनेकांचे कपडे फाडणारी आणि त्यांना रस्त्यावर आणणारी. होय, आहे मी तशीच आहे अगदी तशीच, जशी तुम्ही समजताय तशीच. पण कुणी बनवलं मला असं, तुम्हीच ना. तुमच्यातल्याच अनेकांनी. आणि आता मी तुम्हाला उध्वस्त करत सुटलेय.

होय तुम्हालाच. कोण आहात तुम्ही? कोण आहात? सांगा ना कोण आहात तुम्ही? व्हाइट कॉलर मधले खलनायकच आहेत ना तुम्हीही. हो खलनायकच. मला माहित आहे ना.. तुमची लायकी, तुमची लेवल. मला माहिती आहे. वरून छान आणि प्रतिष्ठित दिसणारे तुम्ही आत किती रंगिले आहात, आणि काय काय रंग उडवता तुम्ही, माझ्यापेक्षा जास्त कुणाला माहित असणार.

मी पाहिलंय तुमचं खरं रूप, आणि ते झाकण्यासाठीच तुम्हाला माझ्यासारखे मीडिया टायकून लागतात. तुमची काळीकुट्ट बरबटलेली छबी रंगीबेरंगी दाखवण्यासाठी. तुमच्या पाट्र्या कव्हर करण्यासाठी, त्यातली काळी बाजू झाकून चमचमती दाखवण्यासाठी. त्यासाठी पैसे फेकता ना तुम्ही, नाही घेतले तर... तुमचे पण बाप असतातच तुमच्या मदतीला. मीही यातूनच वर आलेय. इथं चांगलं काम करावं, चांगली पत्रकारिता करावी म्हणूनच येतो ना प्रत्येकजण. पण जिथं चांगलं अगदी हाताच्या बोटावर शिल्लक ठेवलंय तुम्ही, तिथं काय चांगल्याची, चांगल्या कामाची अपेक्षा करणार. तुमच्यातलंच एक बनवून टाकता तुम्ही. पण मी तुम्हालाही पुरून उरलेय. तुमच्या उरावर बसलेय. आणि तुमच्यातल्याच कित्येक जणांना उध्वस्त करून बसलेय. मी माझा दरारा कायम केलाय. आणि म्हणून मी तुमच्या नजरेत व्हॅम्प ठरलेय. तुम्ही मला व्हॅम्प बनवलय.

काही मोजके लोक सोडले तर मी तुम्हा प्रत्येकासाठी व्हॅम्प आहे. मीही काही चांगलं केलं असेल इंडस्ट्रीत, अनेकांच्या करिअर ला सपोर्ट केला असेल, पण माझ्या इमेजखाली ते सगळं दबलं गेलय, सापडत नाही कुणाला. त्यामानानं मी उध्वस्त केलेल्यांची संख्या जास्त दिसते. पण का दिसते, कोण आहेत हे लोक, काय कारनामे आहेत त्यांचे, ते कुणालाच माहित नाही. कारण जगासाठी ते व्हाइट कॉलर आहेत. अशांच्या व्हाइट कॉलर फाडताना माझ्याकडून इतर अनेकांच्याही फाटल्या असतील, ज्यांचा इथं फारसा संबंध नव्हता, जे निष्पाप होते आणि त्यांची काही चुकही नव्हती, मान्य आहे मला. पण गव्हासंगे किडेही रगडले जाणार, त्याला इलाज नाही. पण एवढं सगळं होत असताना गप्प बसाल तर तुम्ही व्हाइट कॉलर वाले कसले? मला संपवण्याचे तुम्हीपण अनेकदा प्रयत्न केले. नाही केले का? केले. आणि मग मी आणखीनच जहाल होत गेले. मी आणखी चवताळून उठले. मी आणखी तुम्हाला ओरबाडत राहिले. मग मी खुंखार बनत गेले आणि अनेकजण चांगले आणि वाईट माझ्या तावडीत सापडू लागले. जो तावडीत सापडेल त्याला मी फाडत गेले. माझा तो स्वभाव बनला. पण तुम्ही.. तुम्ही माझ्यापेक्षा जास्त खुंखार होता. तुम्ही जन्मजात खुंखार होता, मी बनले होते. आणि मग खुंखार जनावराशी जे करतात ते तुम्ही माझ्याशी करायला

गेलात. तुम्ही माझ्यावर अटॅक केलात, मला ठार मारण्याचा प्रयत्न केलात. पण तुमचं दुर्दैव मी वाचले. तुम्ही मारलेल्या गोळ्या माझं काही बिघडवू शकल्या नाहीत. आणि मी माझं रूप बदललं. मी माझ्यातला खुंखारपणा सोडून दिला. मी शांत झाले, संयमी झाले. शांत, संयमी, अजगर बनले.. मोठ्या तोंडाचा.. जो तुमच्या सारख्यांना सहज गिळून टाकेल. ज्याच्या जवळ यायला तुम्ही घाबराल. जवळ आलात, चुकून तावडीत सापडलात, तर मी तुम्हाला घट्ट आवळून टाकीन, तुमच्या बरगड्या मोडीन आणि श्वास गुदमरून टाकीन. तुम्ही कितीही प्रयत्न केलात तरी तुम्ही सुटू शकत नाही. कधीच नाही. मी आता तशीच बनलीय. माझी चाल खूप शांत आहे. आवाज न करता, मी तुमच्या जवळ कधी येऊन बसलेय आणि तुमच्या भोवती कधी विळखा घातलाय, तुम्हाला समजतही नाही. मी आता विखारी नाही, विषारी नाही, पण तुमचा काळ मात्र नक्कीच बनलीय. माझ्यातली व्हॅम्प आता अधिक निखरलीय, अधिक प्रबळ आणि जालीम बनलीय.

प्रत्येकाला मी तशीच दिसते. आणि मी तशीच दिसणार. त्यातच माझं हित आहे. मी माझं फुसफुसनं सोडलं किंवा माझी लपलपती जीभ जर दाखवली नाही तर तुम्ही मला भिणार नाही. तुम्ही मला संपवून टाकाल. आणि मी ते अनुभवलंय. तुम्ही माझ्या शरीरातून गोळ्या पार केल्याच होत्या. माझं नशीब बलवत्तर म्हणून मी वाचले. त्या दिवशी समीर जर वेळेवर आला नसता आणि त्यानं मला हॉस्पिटलमध्ये नेलं नसतं, तर मी आज या जगात नसते. त्या रात्री तुम्ही मोठी पार्टी केली असती. पण तुमच्या नशिबात ती नव्हती. समीर वेळेत पोहचला आणि मी वाचले.

मला अजूनही आठवतेय ती रात्र. मी समीरला पुरता जेरीस आणला होता. त्याचा प्रोजेक्ट रखडवला होता. मार्केटमध्ये त्याची बोलती बंद केली होती. आजच्या सारखेच त्या दिवशी टीव्ही चॅनेल वाले त्याच्या मागे लागले होते. मला हे करण्यासाठी पैसे मिळाले होते. माझा नाईलाज होता. कुणीतरी माझंही तोंड दाबण्याचा प्रयत्न करत होतं आणि मला ते नको असेल तर समीरचा प्रोजेक्ट बंद पाडणं मला भाग होतं. समीर समोर पर्याय शिल्लक नव्हता. मी टाकलेल्या प्लॅनमध्ये तो पुरता गुरफटला होता. प्रोजेक्ट तर बंद पडला होताच पण मीडियावर त्याची निंदा नालस्ती चालू होती. आणि ती थांबवण्यासाठी मी समीरला पैशाची मागणी केली होती. पैसे माझ्या हातात होते. ते घेऊन मी रात्री माझ्या कारने जाताना एका वळणावर माझी कार थांबवली गेली आणि माझ्यावर फायरिंग झालं. मारणारे बाईकवरून निघून गेले. मी रक्ताच्या थारोळ्यात होते. माझा श्वास गुदमराला होता. माझ्या डोळ्यासमोर अंधारी येत होती. मी मोबाईल काढून नंबर

डायल करण्याचा प्रयत्न करत होते. याआधी समीरचा आणि माझाच फोन झाला होता. अनायसे समीरलाच फोन लागला होता. खरतर मला त्याला लावायचाच नव्हता. पण माझ्याकडे वेळ नव्हता. मी 'समीर हेल्प मी, माझ्यावर फायरिंग झालंय, रिट्स कॉर्नर, हेल्प मी' एवढंच बोलले आणि फोन माझ्या हातातून निसटला. मी उठू शकत नव्हते. पाच ते सात मिनिटात समीर तिथं पोहचला. तो तिथं पोहचेपर्यंत आणि त्यानं मला उचलून त्याच्या कारच्या दिशेनं जाईपर्यंत मला आठवतंय. तो मला धीर देत होत होता, भिऊ नको सांगत होता. तुला काही होणार नाही, म्हणत होता. त्याही परिस्थितीत मला आठवतंय, माझ्या मनात विचार येऊन गेला, ज्या माणसाला मघापर्यंत मी अक्षरश: पिळून काढलाय, गेला महिनाभर मी ज्याचं आयुष्य नरकापेक्षा बत्तर करून टाकलंय, ज्याचे प्रोजेक्ट्स बंद पाडून मी त्याला रस्त्यावर आणलंय, आणि जगभर त्याचे वाभाडे काढलेत, तो मला धीर देत होता. तुला काही होणार नाही, मी आहे ना, माझ्यावर विश्वास ठेव, असं सांगत होता. मला वाचवण्याची पुरेपूर जिद्द त्याच्या डोळ्यात मला दिसत होती. त्या तसल्या मृत्यूच्या क्षणी मी त्याच्या प्रेमात पडले नसते तर नवलच होतं.

पुढे मी ओके झाले. समीर माझ्याबरोबरच होता. माझी सर्व देखभाल त्यांनचं केली होती. मी घरी आले, माझ्या उजव्या खांद्यांत, छातीच्या वर गोळ्या लागल्या होत्या. मला बरेच दिवस काहीच करता येत नव्हतं. समीर माझी काळजी घेत होता. मला भरवतही होता. मी त्याच्या जवळ येत होते. दोन एक महिन्यात मी पूर्ण बरी झाले, मी काम सुरु केलं. समीरही त्याच्या कामात व्यस्त होता, एकदा वेळ बघून मला त्याला विचारायचं होतं, माझ्या मनातलं सांगायचं होतं. आमच्या बद्दलही बाहेर थोडं थोडं बोललं जातं होतं. पण तसं काहीच नव्हतं. तो माझी काळजी घेत होता एवढंच. पण माझ्याकडून त्याला सांगायला थोडा उशीर झाला. विचारू कि नको, सांगू कि नको.. असा विचार करत मध्ये काही महिने गेले होते. तो पर्यंत किआरा आणि हे दोघ एकत्र आले होते, एकत्र रहात होते. नेमकं काय चालू आहे मलाही कळत नव्हतं. तो तिच्याबद्दलही भरभरून बोलायचा. मला समजत नव्हतं नेमकं काय करावं. मार्केटमध्ये आमच्या दोघांबद्दलच्या चर्चा मागे पडल्या होत्या, त्या तशा जास्त नव्हत्याच, अगदीच मोजक्या सर्कलमध्ये दबक्या आवाजात असायच्या. पण किआरा आणि समीरबद्दल बरच जास्त बोललं जातं होतं. किआराही एकदोनदा मला भेटायला त्याच्या सोबत आली होती, तेव्हा मी पूर्ण बरी झाले होते पण घरीच होते. माझं आणि समीरचं एकूण वागणं आणि फ्रँकनेस बघून थोडी चक्रावलेली वाटली मला ती. पण मला त्याचं फारसं काही वाटलं नाही. एके दिवशी धीर करून मी समीरला विचारलं, पण

तोपर्यंत उशीर झाला होता. त्यानं किआरा आणि त्याच्यातल्या नात्याबद्दल सांगितलं. मला खूप वाईट वाटलं, त्या रात्री मी खूप रडले. पण इलाज नव्हता. आमचं कामाच्या निमित्तानं भेटणं सुरूच होतं. माझ्या हातातला घास किआरानं अलगद पळवला होता. मी उशीर केल्यामुळं माझा मलाच राग येत होता. सोबत किआराचाही राग येत होता. समीरनंही गोष्ट किआराला सांगितली बहुतेक. मध्ये काहीवेळा दोघं भेटली एकत्र असताना, पण किआराचं वागणं बदललं होतं. मी सगळं बाजूला सारून पूर्वीसारखंच हसण्याचा प्रयत्न करत होते. समीर आणि माझ्या वागण्यात काहीच फरक पडला नव्हता, आम्ही तसेच फ्रँक होतो. किआराला जेलेसी होत होती. पुढं समीरच्या आणि माझ्या भेटण्यामुळं त्यांच्यात वाद होऊ लागले. मीही त्याला समजावून सांगितलं. आम्ही आता फार कमीच भेटत होतो, जवळजवळ नाहीच. फोनवरूनच कामं आणि बोलणं चालू असायचं. एके दिवशी मी प्रेस मीटिंग मधून येत होते. पाऊस खूप होता. माझी कार बंद पडली. मी समीरला फोन केला. तो त्याची कार घेऊन मला सोडायला आला. पण पुढे पाणी तुंबल्यामुळे आम्हाला माघारी फिरायला लागलं. मी त्या रात्री समीरकडे थांबले. सकाळी काय झालं माहित नाही. अचानक किआरा आली, आणि पुढे घडायचा तो ड्रामा घडला. मी आणि समीर तिला समजाऊन सांगत होतो, पण ती ऐकण्याच्या मनःस्थितीत नव्हती. तिने माझा प्रचंड अपमान केला.मला वाटेल ते बोलली. मी माझ्या आयुष्यात एवढा अपमान कधीच सहन केला नव्हता. समीरकडे पाहून मी गप्प होते. ती तडक निघून गेली. मीही निघून आले तिथून, माझं शरीर फनफनत होतं. अपमानानं माझ्या अंगाची लाहीलाही झाली होती. भल्याभल्यांना रडवणारी मी माझ्या डोळ्यातून अश्रूंच्या धारा लागल्या होत्या. एकतर ती माझ्या हातातून समीरला घेऊन गेली होती, तरी ही मी शांत होते आणि वरून माझा अपमानही केला होता. त्या दिवशीच माझ्या मनात तिच्या बद्दल सुडाची भावना तयार झाली. झाली नसती तरच नवल. पण समीरच्या डोळ्यातलं तिच्याबद्दलच प्रेम दिसलं कि नाईलाजानं शांत व्हावं लागतं. कित्येक रात्री मी त्या अपमानाच्या आठवणीत तडफडत घालवल्या आहेत, जितक्या मी कदाचित समीरच्या विरहातही घालवल्या नसतील. आजही माझ्या मनात ती सुडाची भावना सतत पेट घेते. आजही तिचे ते विखारी शब्द 'यु सिली व्हॅम्प' माझ्या हृदयाला भोकं पाडतात.

एखाद्यावर प्रेम करणं सोपं असतं. पण खरं प्रेम करणं अवघड असतं. खरं प्रेम त्यालाच म्हणायचं, ज्यात आपण ज्याच्यावर प्रेम करतो, त्याच्या फक्त खुशीचाच विचार केला जातो. फक्त त्याच्याच खुशीचा. हे समीरचं तत्वज्ञान आहे,

आणि ते तो बरोबर निभावतोय, किआरा बद्दल. मला ती त्याच्या योग्यतेची वाटत नाही. त्याच्यातली एक परसेन्ट मॅच्युरिटीही मला तिच्यात दिसत नाही. लहान आहे म्हणा थोडी ती. आणि प्रत्येक मुलीत जेलेसी असतेच. कुणालाच आपला नवरा, बॉयफ्रेंड, प्रियकर यात वाटणी नको असते. त्यामुळे त्याच्या जवळ येणाऱ्या बाईप्रति त्यांना जेलेसी फील होणं स्वाभाविकच आहे. पण म्हणून कुठे तारतम्य सोडावं आणि कुठे नको, हेही कळायला हवं. कमीतकमी आपल्या प्रियकरावर तरी विश्वास हवा. त्याच्या डोळ्यात त्यांना स्वतःबद्दलचं प्रेम दिसायलाच हवं. किआराला कदाचित त्याच्या डोळ्यातलं प्रेम दिसत नसेल आणि समीरला माझ्या डोळ्यातलं. कदाचित तिला दिसतही असेल त्याच्या डोळ्यातलं पण तिच्या मनात माझ्यामुळे शंका निर्माण झाली असेल. तिला वाटतय त्या रात्री तिची फसवणूक केलीय त्याने. ती डायरेक्ट तर्कापर्यंत पोहचलीय, कुठलाही विचार न करता. तीनं अजूनही त्याला माफ केलेलं नाही आणि मी तिला.

माझंही प्रेम आहे समीरवर. मला ही तो हवाय. पण त्याच्या नजरेत मी नाही. त्यामुळे काहीच उपयोग नाही. कधीकधी वाटतं मला नाही, तर तिलाही नाही मिळाला पाहिजे समीर. पण तसं झालं तर... समीरचं काय.? मग त्याचं तत्वज्ञान मध्ये येतं. प्रेम अपेक्षेशिवाय करावं, निरपेक्ष. समोरच्यानं नाही केलं तरी चालेल, आपण करतच राहावं. नेहमी त्याच्याच भल्याचा आणि खुशीचा प्रयत्न करावा. जर तुम्ही तसं नाही केलंत, आणि त्याच्याबद्दल तुम्ही सुडाची भावना ठेवलीत, किंवा ती व्यक्ती आपल्यावर प्रेम करत नाही म्हणून तुम्हीही करायचं सोडून दिलंत, तर ते कसलं प्रेम, ते प्रेम नव्हेच.

समीर.. तू ग्रेट आहेस. पण मी नाही. मला कसं शक्य आहे. मी तुझ्यावर प्रेम करू शकते, तू म्हणतोय तसं निरपेक्ष, आणि ते करतेयही. पण ज्या ज्या वेळी मी किआराला समोर आणते, मी तुझं सगळं तत्वज्ञान विसरून जाते. मी स्वतःला कितीही समजावलं तरी काहीही उपयोग होत नाही. माझ्या विचारशक्तीचा अंत होतो. मी सुडानं पेटून उठते. समीर ... खरंच तू ग्रेट आहेस. पण.. मी... मी नाही.

मी तर एक व्हॅम्प आहे.

किआरा

किआरा

14
फिलिंग इनसिक्युअर

    टीव्ही वरील न्युजनी पुरतं हैराण केलंय. रोज नवे नवे खुलासे समोर येत आहेत. विषय नको तितका ताणला गेलाय. नाही.. ताणवला गेलाय. ज्या गोष्टीत तथ्य नाही असे विषय घुसडून मला शोमधून आऊट केलं गेल्याच समर्थन केलं जातंय. या सगळ्या गोष्टीत माझी इमेज डॅमेज होतेय. माझं करिअर संपवण्याचे

सर्वतोपरी प्रयत्न चालू आहेत. मला फक्त शोमधूनच नव्हे तर इंडस्ट्रीतून बाहेर काढायचीच हि बेसिक तयारी आहे. पुढं मला कामं मिळू नयेत म्हणून माझ्यावर बेशिस्त आणि बरंच काही असे शिक्के मारले जात आहेत. माझ्या पायाखालची वाळू सरकलीय. मी समजून चुकलेय कि आता माझ्या सोबत काय होणार आहे. देविका... माझ्या सोबत काय करणार आहे ते.

देविका.. कुणी सामान्य बाई नाहीये. आणि मी तिच्याशी पंगा घेतलाय. मी तिचा अपमान केला आहे. ती नागीन आहे, मला डसल्या शिवाय रहाणार नाही. मला कधीच वाटलं नव्हतं, अशी संधी तिला कधी मिळेल. इनफॅक्ट मी कधी विचारच केला नव्हता या गोष्टीचा. पण ती संधी शोधत होती. तीनं हि संधी शोधलेली नाहीये, तर निर्माण केलीय. त्या दिवशी मला वाटलंही नव्हतं कि हि असं काही करेल माझ्या सोबत. तसं वाटण्या इतपत मी शुद्धीवर कुठे होते. माझी शुद्ध पूर्ण हरपलेली होती. मला अजूनही आठवतोय तो दिवस. कसा विसरेन मी. नाहीच विसरू शकत. कधीच नाही.

समीर आणि मी रिलेशन मध्ये येऊन आता वर्ष उलटलं होतं. कदाचित त्यापेक्षा जास्त काळ गेला होता. माझी सिरीयल संपून मी घरी होते. माझ्या हातात काम नव्हतं. समीर त्याच्या प्रोजेक्टसमध्ये बिझी होता. मला त्यानं सिनेमात न घेतल्यामुळे माझ्या मनात राग होता. पण इतकाही नव्हता जितका इतरांना वाटतो. पण मला वाईट मात्र वाटलं होतं. या आधी मी नको म्हणत असताना मला सिनेमा करायला लावला, आणि आता मला करायचा होता, तर माझ्या ऐवजी दुसऱ्या कुणाला तरी घेतलं गेलं होतं. मला तो रोल आवडला होता. पण त्यानं मला नाही घेतलं. वाईट वाटलं. मी सेटवर जात नव्हते या रागातून. आमच्या दोघातल्या कुरबुरी वाढत होत्या. मी शनायाप्रति जेलेस होतेय असं वाटत होतं समीरला. त्याला कारण ही तसं होतं. ज्या ज्या वेळी तो मला सेटवर चल म्हणायचा, मीच त्याला टोमणे मारत होते, आणि ते सिरियसली होते. 'आता काय माझी गरज, नवीन लोकं आहेत की सेटवर. त्यांनाच घेऊन बसत जा, एट्सेट्रा.. एट्सेट्रा.' तो मला समजावण्याचा प्रयत्न करायचा. असं काही नाहीये. शनाया एक प्रोफेशनल आर्टिस्ट आहे. आणि ती त्या रोलची गरज आहे. आमच्यात असं काही हि नाहीये.' पण मी शनाया बद्दल बोलतच नव्हते, हे त्याला कळतच नव्हतं. मी बोलत होते, देविका बद्दल. कारण अलीकडे देवीकाचं सेटवर येणं खुप वाढलं होतं. नाही म्हणजे ती त्या प्रोजेक्टची पीआर होती. तिच्याकडेच त्याचं प्रमोशन इ. ची जबाबदारी होती. पण त्यासाठी तिनं इथं सेटवर हजर राहायची गरज नव्हती. ती ऑफिसमधूनही हे काम करू शकत होती. पण देविकानं पर्सनली इथं लक्ष घातलं

होतं. समीरचा प्रोजेक्ट आहे म्हणून. मला तर वाटतय तिला समीरमध्ये लक्ष घालायचं होत, पर्सनली.

इथं काही लपून रहात नाही. तुमच्या कानापर्यंत खबर येतातच. माझ्याही येत होत्या, माझी चिडचिड होत होती. कुठल्यातरी कारणावरून आमच्यात कुरबुरी व्हायच्याच. कारण फक्त निमित्त असायचं, खरं कारण देवीकाच असायची. मी स्पष्ट बोलत नव्हते, पण माझा रोख तोच असायचा. माझ्या डोक्यात देविका असायची, आणि याच्या डोक्यात शनाया. असं काही नाहीये, शनाया चांगली मुलगी आहे, असं काहीतरी तो म्हणायचा. माझं डोकं फिरायचं. मी सांगू शकत नव्हते मला सेटवर देविका नकोय. तसं म्हणण्याचा प्रश्नच येत नव्हता. ती ऑफिशियली त्या प्रोजेक्टचा भाग होती. आणि तसंही समीरनं मला त्या दिवशीच सुनावलं होतं, तू माझ्या कामात लक्ष घालायचं नाही. काम वेगळं आणि आपलं रिलेशन वेगळं. शनायाला माझ्या ऐवजी घेतलं, त्यावरून वाद झाला होता तो. मीही म्हटलं होतं, मला आता सिनेमात कामच करायचं नाहीये, आणि मला या विषयावर तुझ्याशी काही बोलायचच नाहीये. माझी अडवणूक मीच केली होती. आणि देवीकाचं नावच तोंडात घ्यायची इच्छा नव्हती मला. त्याला कारण ही तसंच होतं.

मी इथं इंडस्ट्रीत आल्या पासून देवीकाचं नाव ऐकून होते. तिचा दरारा इंडस्ट्रीत दिसत होता. तिचे लेखही मी वाचत होते. टीव्हीवर तिला अनेकदा डिबेट मध्ये पाहिलं होतं. एका एक्टिंग सेमिनारला ती चीफ गेस्ट होती, तेव्हा तिला प्रत्यक्ष बघितलं होत. त्यावेळी मला समीर बद्दल काहीच माहिती नव्हती. नाव ऐकून होते, टीव्हीवर पाहिलंही असेल पण आठवत नाही. आणि एके दिवशी देवीकावर फायरिंगची न्युज आली. चॅनेलवर सगळीकडे तीच न्युज चालू होती. त्यावेळी समीर कंटिन्युअस न्युजवर दिसत होता. त्याच्या बाईट्स येत होत्या. कारण तो प्रत्यक्ष तिथं होता. त्यांनच तिला हॉस्पिटलला नेलं होतं. त्यावेळी समीर माझ्या डोक्यात रजिस्टर झाला. मी त्याला ओळखू लागले. पुढे मध्ये मध्ये त्या दोघांचे एकत्र फोटो आणि त्यांच्या रिलेशनच्या बातम्याही ऐकायला मिळायच्या. पण मला त्याच्याशी काहीच देणंघेणं नव्हतं. पुढे मी समीरकडे रहायला आले, आणि हळूहळू गोष्टी क्लिअर झाल्या. असं काहीच नव्हतं. इंडस्ट्रीत आपण ऐकतो ते सगळं खरं नसतं, हे फर्स्टटाईम पहात होते. पण तोपर्यंत तरी समीर आठवला कि देविका आठवायची आणि देविका आठवली कि समीर. पुढे आम्ही दोघं रिलेशन मध्ये आलो. तरी ही मला काही प्रॉब्लेम नव्हता. कारण मी समीरच्या आयुष्यात येण्या आधीपासून हे दोघे चांगले मित्र होते. या दोघांच्यात खूप जवळीक होती,

फ्रँकनेस होता. असणारच होता. त्यानं तिचा जीव वाचवला होता. पण एकेदिवशी समीरनं मला सांगितलं, 'आज देविकानं मला प्रपोझ केलं. आणि मी तिला आपल्या रिलेशनबद्दल सांगितलं. तिला माहीतच नव्हतं आपल्याबद्दल. एट्सेट्रा, एट्सेट्रा.' मला काहीतरी वेगळंच फिलिंग आलं. तो सहज बोलून गेला, पण माझ्या डोळ्यासमोरुन सरसर अख्खा फ्लॅशबॅक निघून गेला. फर्स्टटाईम मला इनसिक्युअर फिल झालं. तिचा दरारा, तिची पर्सनॅलिटी, त्या दोघांची जवळीकता, तिचं बोलणं. त्या दिवशीही त्या एक्टिंग सेमिनारमध्ये ती बोलली होती, 'मला जे हवं ते मी मिळवतेच, अगदी कुठल्याही परिस्थितीत.' मला काही क्षणासाठी भीती वाटली. आणि तेव्हापासून मला ती नकोशी झाली. मला ती आलेली, भेटलेली, समीरशी बोललेलीही आवडायचं नाही. मला माझ्या समीरला गमवायचं नव्हतं. आणि अश्यातच तिनं सेटवर येणं, आणि पर्सनली तिथं लक्ष घालणं मला अजिबात आवडलं नव्हतं, आवडत नव्हतं. कारण ती समीरमध्ये अजूनही इन्व्हॉल्व्ह आहे, आणि असणार असं मला वाटत होत, आणि ते साहजिक होतं. त्यात नको त्या न्युज कानावर येतच होत्या. त्या दोघांचे एफबी वरील एकत्र फोटो मला आणखी त्रास देत होते. मी आणखीनच इनसिक्युअर फिल करत होते.

या सगळ्याचा व्हायचा तो परिणाम झाला. आमच्या कुरबुरींनी हाईट गाठली. एकेदिवशी मला नवीन सिरिअल चालून आली. तेव्हाही आमचा वाद झाला. मी समीरचं न ऐकता सिरीयलचा घेतलेला डिसीजन त्याला आवडला नाही. त्यानं काही दिवस माझ्यापासून दूर रहाण्याचं ठरवलं. मीही व्यस्त झाले. पण माझं मन मला खात होतं. पल्लवी माझ्या सोबत सिरीयल मध्ये होती. आमच्या दोघीत विषय होतच होता. तिच्याकडे काहीतरी न्युज असायचीच. ती नेहमी मला काळजी घे सांगायची. मी सतत समीरला फोन करत राहायचे. तो वैतागायचा. पण माझ्या मनात संशयाचं भूत होतं. समीरवर माझा विश्वास होताच, पण मला देवीकाची भीती वाटत होती. तिचे शब्द कानात सारखे वाजत राहायचे... 'मला जे हवं ते मी मिळवतेच, अगदी कुठल्याही परिस्थितीत.'

आणि एके दिवशी सकाळी सकाळी पल्लवीचा फोन आला. देवीकाची गाडी तिनं समीरच्या एरिआत पहिली. अगदी समीरच्या फ्लॅट पासून काही अंतरावर. ती सकाळी लवकर शूट साठी निघाली होती. पण बाईची डिटेक्टिव्हची नजर. आधी तिला वाटलं देविका गाडीत असेल, पण नंतर तिच्या लक्षात आलं, रात्रीच्या पावसामुळे रस्ता बंद होता. तिला शंका आली. देविका समीरकडे असणार. तीन मला फोन केला आणि फुल कॉन्फिडन्सवर सांगितलं, देविका समीरकडे आहे रात्रभर. माझा श्वास रोखला गेला, मी तडक निघाले त्याच्या फ्लॅटच्या दिशेने.

मला सतत वाटत होतं, हे असं नसावं, हे खोटं निघावं. मी बेल वाजवली, समीरने दरवाजा उघडला, मी थेट बेडरूम पर्यंत गेले. बेडरूम मध्ये देविका होती. माझ्या पायाखालची वाळू सरकली. मी रागाने लाल झाले. माझ्या दोन्ही डोळ्यातून पाण्याच्या धारा वहात होत्या. मी शुद्धीवर नव्हते. शेवटी देवीकानं तिचं बोलणं खरं केलं होतं. मी तिच्यावर तुटून पडले, तिला वाटेल तसं बोलले. तिच्या आयुष्यात तिचा कुणीही कधीही केला नसेल असा आणि एवढा अपमान केला. ते दोघं मला समजावण्याचा प्रयत्न करत होते. मी ऐकून घेण्याच्या मन:स्थितीत नव्हते. समीरचं तर मला तोंडही पाहायचं नव्हतं, ऐकून घेण्याचा प्रश्नच नव्हता. मी खूप राडा घातला, आणि थेट निघून आले. मला काय करायचं समजत नव्हतं. सगळं आयुष्य उध्वस्त झाल्यासारखं वाटत होतं. खूप रडले मी त्या दिवशी रश्मीच्या गळ्यात पडून. नेमकं काय झालंय हे सांगताही येत नव्हतं. नागिनीनं डाव साधला होता. ती त्याच्या बेडरूमपर्यंत पोहचली होती. त्या रात्री त्या दोघांच्यात काही झालं की नाही हे मला माहित नव्हतं त्यावेळी. पण तसं काही झालंच नाही असं तरी का समजू मी ? जे झालं ते काय कमी होतं का? त्या दोघांनीही मर्यादा ओलांडल्याच होत्या कि. दुसऱ्या दिवशी मी घर सोडून जात होते, तेव्हा समीर आला. त्याच्याकडून त्या रात्री काय घडलं ते समजलं. मी समीरशी बोलणं ऑलरेडीच बंद केलं होतं. इथून पुढं तू मला भेटायचंच नाही असंही सांगितलं.

त्या दिवसांनंतर देवीकाचे आणि माझे संबंध संपले. आधी नव्हतेच, पण जे होते तेही संपले. पुढे समीरही तिच्या काँटॅक्टसमध्ये नाहीये हे माझ्या लक्षात येऊ लागलं. तिनं तो प्रोजेक्ट्सही सोडला. समीर आणि देविका यांच्यातल्या दुराव्याच्या बातम्याही कानावर येऊ लागल्या. मी थोडी शांत होत होते. समीरचा मध्ये कधीतरी एखादा फोन यायचा, पण कामाच्या पलीकडं एकही एक्सट्रा शब्द मी बोलत नसे. आम्ही भेटून आता दोन वर्षं झाली होती. या एवढ्या वेळात मी देविका नावाच्या व्हॅम्पला विसरून गेले होते. पण मी हेही विसरले होते, कि ती एक नागीन आहे. ती डूख धरून बसेली असेल आणि वेळ साधून मला डसेल. मी विसरले होते, मी तिला दुखावलं होतं. पण ती विसारण्यातली नव्हती. तिनं योग्य वेळी दावा साधला.

आता ती मला सोडणार नाही, याची मला खात्री आहे. मी काहीही केलं तरी तिला माझी दया येणार नाही. मला काय करावं हे अजूनही समजत नाहीये. पल्लवीनं देवीकाचं नाव घेतल्या पासून मला कळायचं बंद झालंय. तिच्याशी नेमकं कशी फाईट करायची हेच समजत नाहीये. एवढी मोठी नाहीये मी. मी

एक ॲक्टरेस आहे, एक टीव्ही गर्ल. मी कुणी बिजनेस टायकून, पॉलिटिशिअन किंवा क्रिमिनल नाहीये. आणि देविका हे सगळंच आहे. तिच्याशी मला आता मुकाबला करायचा आहे. ती तिच्या सगळ्या तयाऱ्या पक्क्या करते आणि मग घात लावते. इथं ती अटॅकिंग पोझीशनमध्ये आहे आणि मी डिफेन्स करतेय. ती नेहमीच माझ्यापुढे दोन नाहीतर चार चाली असणार. तिचा जय तिनं पक्का केलाय, मला माझी हार टाळण्यासाठी संघर्ष करायचा आहे. हि लढाई दोन समान प्रतिस्पर्ध्यांत नाहीच आहे. समोरचा चाली खेळून बसलाय आणि आणि मला अजून काही सुचतच नाहीये.

पल्लवीलाही काय करावं कळत नाहीये. चक्रव्यूहात अडकल्यासारखी स्थिती झालीय. पण चक्रव्यूह मला भेदावं लागेल. स्वतःच्या अस्तित्वासाठीही, आणि त्या मग्रूर बाईची नांगी ठेचण्यासाठीही. जेव्हा जेव्हा कुणी तुमच्या अस्तित्वावर उठेल, त्या त्या प्रत्येक वेळी तुम्ही त्याला चोख प्रतिउत्तर दिलच पाहिजे. एखाद्या मांजरीलाही तुम्ही त्रास दिलात तर एका मर्यादेनंतर ती तुमचा मुलाहिजा ठेवत नाही. ती तुमच्यावर प्रतिहल्ला करणारच. आणि इथं तर माझं आयुष्य उध्वस्त करायला कुणीतरी टपलय. मी कशी शांत बसेन.

'हॅलो समीर..' मी समीर ला फोन केला.

'बोल...' समीर.

'हे सगळं देविकानं केलंय..' मी.

'काय...? कसं शक्य आहे. तुला कुणी सांगितलं...?' समीर.

'का शक्य नाही समीर? शक्य आहे. मी माहिती काढलीय समीर, आणि हे खरं आहे.' मी

'काय सांगतेयस, मला अजूनही विश्वास बसत नाहीये, पण...' समीर.

'पण काय...?' मी.

'पण हे कुणी सांगितलं, कशावरून तिनेच हे केलंय सगळं' समीर.

'पल्लवीनं तिचं नेटवर्क युज करून माहिती काढलीय. तू विश्वास ठेव अथवा ठेवू नको'

'मी बोलू का...' समीर.

त्याला मध्येच थांबवत, मी...

'नाही समीर, तू तिच्याशी या विषयावर काहीच बोलणार नाहीस. प्रॉमिस कर मला. तिनं जे कारायचं ते केलय. आता तिचे पाय धरण्याची अथवा तिच्याशी बोलण्याची, चर्चा करण्याची गरज नाहीये. मला हे नको आहे, आणि हेच सांगण्यासाठी मी तुला फोन केलाय, तू तिला फोन करणार नाहीयेस. ओके?'

'ओके' समीर... त्याचं बोलणं ऐकतेय न ऐकतेय तोपर्यंत मीच फोन ठेवला.

हा समीर पण ना... लगेच निघाला तिला फोन करायला. याला काही समजत नाही का? हा वेडा आहे का...? वेडाच असणार, म्हणा. नाहीतर आपणाला आयुष्यातून उठवणाऱ्या बाईला वाचवायला कोण जातं का कधी? मी असते त्याच्या जागी, तर गेलेच नसते. खुशाल मरू दिलं असतं. आज हि वेळच आली नसती माझ्यावर. समीर आणि मी कदाचित दुरही झालो नसतो एकमेकांपासून. या समीरचा चांगुलपणा असा नडलाय आम्हा दोघांनाही.

टीव्हीच्या न्युजनी ताल सोडला आहे. हे जे हत्यार ती माझ्या विरुद्ध वापरतेय, मी हि तेच तिच्या विरुद्ध वापरायला हवं. पण कसं मला कळत नाहीये. मी एक टीव्ही गर्ल आहे, पण टीव्ही मला पूर्ण कळलेला नाही अजून. त्याची ताकत किती आहे, त्याचा आवाका किती मोठा आहे, हे माहित जरी असलं तरी त्याचा पूर्णपणे वापर कसा करायचा, हे माहित नाहीये. हेच हत्यार मला बुमरंग करावं लागेल, तिच्यावर. मला तिला तर मात द्यायचीच आहे, पण शोमध्येही एन्ट्री करायची आहे. पब्लिकमध्ये होता होईल तेवढं माझ्याबद्दल निगेटिव्ह पसरवून माझं ऑडिअन्स वोटिंग तर देविकानं संपवलच आहे. या टीव्हीचा युज करूनच तू मला संपवण्याचा प्रयत्न केला आहेस ना, पण लक्षात ठेव, हा टीव्ही माझा सखा आहे, प्राण आहे, जीव आहे. याचाच वापर करून मी माझं गेलेलं सगळं मिळवेन. नक्की मिळवेन.

टीव्हीवर 'ऐतराज' फिल्म चालू आहे. त्यातली प्रियांका मला देवीकाच्या खूप जवळची वाटतेय. अगदी तशीच. मग्रूर, आणि व्हॅम्प. दुसऱ्यांची आयुष्यं बरबाद करणारी. स्वतःला हवं ते जबरदस्तीनं मिळवणारी. मला तर वाटतय मला इंडस्ट्रीतून बाहेर काढून तिला समीरच्या जवळ यायचं असेल. त्याला मिळवायचं असेल. नक्कीच तसं असेल. मला शोमधून काढणं हि फक्त सुरुवात असेल, पण एन्ड समीरला मिळवणं हाच असेल. नक्कीच. त्यासाठी ती कुठल्याही थराला जाऊ शकते. कसलेही प्लँनिंगज करू शकते. त्या दिवशी नाही का तिनं कार बंद पडल्याचं नाटक केलं. प्लॅनडं असणार ते. प्रि प्लॅनड असणार. नक्कीच. मला तर पक्की खात्री आहे. समीरला मिळवण्यासाठी तिनं त्या रात्री केलेला तो प्लॅनच असणार.

समीर

समीर

15
वन नाईट स्टॅन्ड

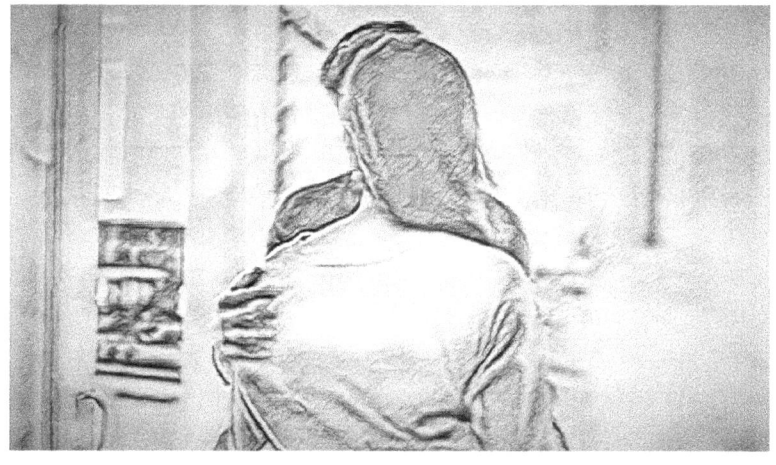

हि पल्लवी पण ना डिटेक्टिव्ह आहे. हिला कुठून खबर लागतात कुणास ठाऊक. सालीचं नेटवर्क खूप स्ट्रॉंग आहे. हे देविकानं घडवून आणलंय सगळं हे तिनं शोधलच तर. शार्प आहे. हि एखाद्या इंटेलिजन्स मध्येच हवी होती. काम करते ऍक्टरेस म्हणून आणि लक्ष चारी बाजूला असतं. देविकाची खबर काढते म्हणजे मानलं पाहिजे हिला. पण नको तिथं लक्ष घालायची तिची सवय काही जाणार नाही, हेही खरं. इंटेलिजंट तर आहे, पण कुठे काय करावं, याची

पण थोडी अक्कल देवानं तिला द्यायला हवी होती. त्या दिवशीही तिनंच फोन केला रसिकाला. कावळ्या सारखी नजर असते तिची. माझ्या एरिआत देवीकाची कार दिसते काय आणि हि रसिकाला फोन करून सांगते काय? एरिआत म्हणजे एवढीही काही जवळ नव्हती कार. एव्हरेज अर्धा पाऊण किलोमीटर तरी असेल लांब. एवढ्या वरून बाईनं तर्क लावला आणि रसिकाला फोन केला. मानलं पाहिजे. फार वाईट दिवस होता तो. माझ्या आयुष्यातला सर्वात वाईट दिवस. दारावरची बेल वाजली आणि रसिका डायरेक्ट आत शिरली, ती तडक बेडरूममध्येच. देविका तिथंच होती. पुढचं रामायण सांगायला नको. खूप राडा केला तिनं. देवीकाला रडवलं नॉट ए जोक. ती ही खूप दुखावली होती म्हणा. देविका स्तब्ध उभी होती तिच्या समोर. ती तरी काय बोलणार म्हणा. वेळच तशी होती. मी खूप समजावण्याचा प्रयत्न केला, पण काही उपयोग झाला नाही. देवीकानंही प्रयत्न केला पण तिची तर लक्तरं काढली तिने. देविका काहीच करू शकली नाही. तिला अधिकारच राहिला नव्हता म्हणा.

आयुष्य कधी काय वाढून ठेवेल काही सांगता येत नाही. आपण आपल्या रुटीन आयुष्यात व्यस्त असतो. खुशीत, मजेत आपलं काम चालू असतं, आणि पुढच्याच क्षणाला आपण कधी विचार न केलेल्या गोष्टी आयुष्यात येतात. त्या रात्रीही तसंच काहीतरी घडणार होतं. सृष्टीच्या मनात काहीतरी वेगळंच होतं.

त्या दिवशी दुपारीच आभाळ भरून आलेलं. सर्वत्र पावसाची छटा तयार झाली होती. पण अचानक पाऊस सुरु होईल असं काही वाटत नव्हतं. मी लोणावळ्याहून शूट लवकर संपलं म्हणून निघालो होतो. तिकडं क्लायमेट अगदी ओके होतं. साधारण सहा साडे वाजता निघालो असेल. काम संपल्यामुळे आज थोडं फ्रेश वाटत होतं. मी अगदी रमतगमत, गाणी गुणगुणत ड्राइविंग करत येत होतो. नाही म्हणजे रसिकाचा थोडा विरह फ्लॅशबॅकला होताच. मनाच्या एका कोपऱ्यात तो सतत चालू असतो. पण त्या दिवसात ते रोजचंच झालं होतं. घरी जाऊन मस्त बिअर लावत बसण्याचा माझा प्लॅन होता. इथं पोहचेपर्यंत पाऊसाची चाहूल लक्षात आलीच. चार वाजल्यापासूनच इथं पावसानं जोर धरला होता. पाऊस धोधो पडत होता. रस्त्यांना नदीचं स्वरूप आलं होतं. त्यातूनच वाट काढत मी पुढे पुढे चाललो होतो. अपेक्षेशिवाय घरी पोहचायला जास्तच वेळ लागला होता. बऱ्याच ठिकाणी लाईट्सही गेल्या होत्या. काही ठिकाणी रस्त्यावर पडलेली झाडं हटवण्याच काम चालूच होतं. त्यामुळे आणखी वेळ झाला. साधारण घरापासून पाच ते दहा मिनटांच्या अंतरावर आलो होतो. रात्रीचे दहा वाजत होते. मलाही भूक लागली होती पण बिअर घ्यायचा मूड होता, म्हणून एके ठिकाणी जेवणाचं पार्सल

घ्यायला कार बाजूला घेतली. आणि एवढ्यात देवीकाचा फोन आला. पाण्यामुळे तिची कार अचानक बंद पडली होती. तिनं जवळच्याच एखाद्या कार रिपेअरिंग वाल्याचा नंबर मागितला. मी तिला कुठे आहेस विचारलं, तिनं ॲड्रेस सांगितला. माझ्या बिल्डिंगपासून जवळच होती ती. तिच्या घरी जायच्या रोडवरच माझी अपार्टमेन्ट होती. तिथून ती थोड्याच अंतरावर होती. एवढ्या रात्री आणि एवढ्या पावसात कोण कार केअरवाला येणार, म्हणून मीच म्हटलं, 'थांब तिथेच. मी येतो सोडायला. मी जवळच आहे.' पार्सल घेतलं आणि मी निघालो. रस्त्याच्या अगदी कडेला तिची कार उभी होती. निम्मी अर्धी रस्त्यावरच होती. मी माझी कार बाजूला थांबवली आणि माझ्या कारमधून तुला घरी सोडतो असं सांगितलं. पण तिची कार अर्धी अधिक रोडवरच असल्याने ती व्यवस्थित पार्क करणं गरजेचं होतं. मी गाडीतून खाली उतरलो. पाऊस धो धो पडत होता. तिची कार स्टार्टच होत नव्हती. तिला स्टिअरिंग फिरवायला सांगून मी उभ्या पावसात तिच्या कारला धक्का मारू लागलो. पण कार जागची हालत नव्हती. तिनंही खाली उतरून कार ढकलण्याची गरज होती. मी स्टिअरिंग डावीकडे वळवलं आणि आम्ही दोघांनीही कार ढकलायला सुरवात केली. थोडया प्रयत्नानंतर कार बऱ्यापैकी रस्ता सोडून खाली आली. आम्ही दोघंही माझ्या कारमध्ये येऊन बसलो. पूर्ण भिजलो होतो आम्ही. कारमध्ये सर्वत्र पाणीच पाणी झालं होतं. मी टेम्परेचर सेट केलं आणि आम्ही तिच्या घराच्या दिशेने निघालो. जेमतेम एक किलोमीटर गेलो असेल तर फ्लाय ओव्हरच्या खाली पूर्ण पाणी भरलं होतं. आता पुढे जाणं शक्यच नव्हतं. मी तिला माझ्याकडे थांबण्याचा पर्याय सुचवला. तिच्याकडेही दुसरा काही पर्याय नव्हता. आम्ही घरी पोहोचलो. पूर्ण भिजलेले होतो. लाईट्स अलरेडी नव्हत्या. लिफ्टपुरता जनरेटर चालू होता. अचानक आलेल्या पावसानं एक जनरेटर पाण्याखाली गेला होता आणि एक अचानक बंद पडला होता. माझ्याकडे इन्व्हर्टरही नव्हता. मोबाईलच्या लाईट्स ऑन करून आम्ही आत आलो. माझ्याकडे असलेला एक पोर्टेबल लाईट मी शोधला आणि ऑन केला. मला कपडे चेंज करायचे होते. थंडीनं मी कुडकुडलो होतो. तिचीही तीच अवस्था होती. मी माझे कपडे तिला चेंज करण्यासाठी दिले. शॉर्टस आणि टि शर्ट. ती आतमध्ये गेली. तिच्याकडे मोबाईल टॉर्च होता. मी ती बाहेर येण्याची वाट बघत होतो. पण टॉवेल बाहेर विसरला होता. तिने तिथूनच टॉवेल विचारला. मी गॅलरीतील टॉवेल नेऊन बाहेरूनच तिला दिला. ती बाहेर आल्यानंतर मी आत जाऊन कपडे बदलले. मीही बाहेर आलो. विजा भयानक कडकडत होत्या. आणि त्यांचा प्रकाश खिडकीतून आतमध्ये चमकत होता. मी चहा बनवला आणि आम्ही चहा घेतला.

चहा घेतल्यानंतर थोडं बरं वाटायला लागलं. आम्ही मग आणखी एक एक कप चहा घेतला. आता आम्ही सेट झालो होतो. खूप रोमँटिक वातावरण होतं. देविकानं मी दिलेला टि शर्ट घातलाच नव्हता. त्या ऐवजी तिने माझा व्हाइट हाफ शर्ट घातला होता. त्याचा व्हायचा तो परिणाम माझ्यावर होत होता. माझ्या मनातही चलबिचल झाली होती. देविका थोडी अवघडलेल्या मूड मध्ये वाटली. आम्ही अनेकवेळा एकत्र होतो या आधीही. पण आजची गोष्ट का माहित नाही वेगळी वाटत होती. माझ्या मनातही बरेच विचार येऊन गेले होते. माझ्याच काय प्रत्येक पुरुषाच्या मनात अशावेळी जे येईल तेच माझ्याही मनात सुरु होतं. इथं कुणाला घाबरायचं किंवा लाजायचं काहीच कारण नव्हतं. समोरून नकार येईल अशीही भीती नव्हती. पण कुठल्यातरी कोपऱ्यात लपलेली नैतिकता पुढाकार घेऊ देत नव्हती.

अशावेळी कुठल्याही पुरुषाला जे घडावं असं वाटत असेल, अगदी तेच मलाही वाटत होतं. मनात प्रचंड चलबिचल चालू होती. तिचीही तीच अवस्था होती. काहीच न बोलता वेळ जात होता. आमचं मौन हीच एकमेकांना संमतीची खूण होती. तनामनात आग लागली होती. दोघांनाही जवळ यायचं होत, यात तीळमात्र शंका राहिली नव्हती. एवढी करारी आणि डॅशिंग देविका पण तिचाही धीर होत नव्हता. ती नजर खाली झुकवून माझ्या पुढाकाराची वाट बघत होती. माझ्याकडून पुढाकार घेणं अवघड झालं होतं. माझ्याही बाबतीत असा प्रसंग तसा पहिलाच होता, असं नाही. पण इतका ड्रामॅटिकलं पहिल्यांदाच होता. प्रत्येक पुरुषानं त्याच्या ऐन तारुण्यात असे अनेक प्रसंग आपल्या मनात रंगवले असतील, मी हि रंगवले होते. माझ्यापुढे माझ्या नशिबानं ती संधी उभी होती. पण मी कमी पडत होतो.

तू तरी पुढाकार घे, असं मन आतून ओरडून सांगत होतं. काहीतरी करायचं म्हणून गॅलरीचं मोठं ग्लास डोअर मी उघडू लागलो. त्यानिमित्तानं काहीतरी घडेल अशी भाबडी अपेक्षा ठेवून मी दरवाजा उघडला. प्रचंड वेगानं वारा आत घुसला. पडदे उडाले आणि पडद्यामुळे सोफ्याच्या कडेवर ठेवलेला पोर्टेबल लाईट खाली पडला. तो उचलण्यासाठी आम्ही दोघही लगबगीनं पुढे आलो आणि खाली वाकणार तोच समोरासमोर एकमेकांच्यावर धडकलो. तोंडानं सॉरी म्हणत अर्धवट वाकलेल्या स्थितीतून वर उठताना आमचा एकमेकांच्या अंगाला स्पर्श झाला. माझे दोनही हात तिच्या कमेरेभोवती होते आणि जवळजवळ तिचेही माझ्या. एका क्षणासाठी आम्ही स्तब्धच होतो. मनात प्रचंड खळबळ झाली. घसा कोरडा पडला. पायात पडलेली लाईट तिच्या शर्टला भेदून वर येत होती. एका क्षणाला ती हलकेच बाजूला होत असलेली बारीकशी जाणीव माझ्या बोटांना झाली आणि

माझ्या बोटांची हालचाल झाली. माझी बोटं तिथंच तिच्या कमरेभोवती हलकीशी घट्ट झाली, रुतली. तिला तसंच थांबण्यासाठी तो इशारा होता. तो तिनं जाणला. माझ्याकडून घेतला गेलेला एवढासा पुढाकार तिला बस्स होता. तिलाही तेच हवं होतं. माघारी निघालेली ती फक्त थांबलीच नाही, तर प्रचंड वेगानीशी माझ्या मिठीत घुसली. असंख्य रोमांच अंगभर संचारले. शरीरं भिडली होती, ओठही भिडले. बाहेर पावसाचा प्रचंड वर्षाव चालू होता, आणि आत आमचाही. खूप दिवसांपासून तहानलेल्या माणसानं पाणी पिताना जेवढा हवरेपणा करावा त्याहूनही जास्त वेगानं आम्ही हवरे झालो होतो. एकमेकांना पिऊन घेत होतो. मघापासून वाया घालवलेल्या वेळेची जणू भरपाईच चालू होती. अनेक युगांपासून तरसलेली शरीरं एकत्र यावी तशी अवस्था होती. पुढची अख्खी रात्र आम्ही एकमेकांत अखंड बुडालो होतो. जणू काही पुन्हा कधीच एकत्र येणार नाही असं. माझ्यासाठी तो प्रचंड वेडापिसा करणारा अनुभव होता.

एक गोष्ट मान्यच करतो मी, कि इथं प्रेमाचा एक लवलेशही नव्हता. असलीच तर फक्त वासना होती. वेळेमुळे, त्या त्या परिस्थितीमुळे मनात तयार झालेली. असं होऊच नये असं एकदाही माझ्या मनात आलं नव्हतं. उलट व्हावच असं वाटत होतं. मला खात्री आहे की प्रत्येक पुरुषाला कदाचित वाटत असेलच असेल की असा वन नाईट स्टॅन्ड आपल्या आयुष्यात व्हावाच व्हावा. जर कुणाला हे अनैतिक वाटत असेल आणि आपल्या आयुष्यात होऊच नये अशी त्यांची मनोमन इच्छा असेल तर नक्कीच ते दैवी मानावे लागतील. कमीतकमी मी तरी तसं मानेन. त्या रात्री ती जितकं जास्त मला मिळवता येईल तेवढ मला मिळवत होती. मीही देत होतो. गाडीत बसल्यापासून इथपर्यंतचा सारा प्रवास हव्यासाचा होता. सुरुवात छोटी होती पण अंत मोठा आणि हवाहवासा होता. असं रोज घडावं असं एका क्षणाला मला वाटूनही गेलं होतं. यात आम्ही तरुण असण्याचा, भिन्नलिंगी असण्याचा, आणि एकूण परिस्थिती आणि वातावरणाचा जास्त रोल होता. या आधीही आम्ही खूपवेळा एकत्र होतो, पण मनात कधी असा विचार आला नव्हता. आलाही असेल तर अगदी मनाच्या खूप खालच्या पातळीत. एक मात्र होतं, यातलं काहीही ठरवून केलं गेलं नव्हतं. जे काही होतं ते उत्स्फूर्त आणि नैसर्गिक झालं होतं. निसर्गाचे नियम आम्हालाही लागू होते.

प्रत्येकालाच असं एखादं चोरून, अपघातानं होणारं काहीतरी हवं असतं. खूपवेळा तसं घडावं म्हणूनही आपण जाणीवपूर्वक प्रयत्नही करतो. पण तीव्र इच्छा असते ती असं अपघातानं घडावं, न ठरवता. माझ्या बाबतीत ते तसंच झालं होतं. अगदी जसं हवं तसं. हा एक जबरदस्त आणि अनोखा अनुभव मी घेतला

होता. हे सगळं चालू असताना रसिकाचा विचार माझ्या मनात आला नव्हता असं नाही. तिचा विचार डोक्यात अनेकवेळा डोकावून गेला होता. पण तिचा, त्या क्षणाला कुठलाही नैतिक विचार माझ्याकडून होणं शक्यच नव्हतं. हे क्षणच तसे असतात. सकाळ उठून रात्री जे केलं, किंवा झालं ते योग्य अयोग्य, नैतिक अनैतिक याचा विचार करायची संधीच मिळाली नव्हती. दारावरची बेल वाजली, दूधवाला, पेपरवाला किंवा कुणीतरी चौकीदार काहीतरी विचारायला आला असेल, असं समजून मी दरवाजा उघडण्यासाठी गेलो. फ्लॅट माझा होता आणि इथं कुणी मला डिस्टर्ब करण्याचा काहीच प्रश्न नव्हता. मी टि शर्ट घालत दरवाजा उघडला. तर रसिका. ती डायरेक्ट आत आली आणि बेडरूम मध्ये घुसली. देविका अजूनही झोपेत होती. तिनं कमरेपर्यंत ब्लँकेट घेतलं होतं. आणि वरती तिच्या अंगावर कपडे नव्हते. पुढे जे घडायचं ते घडलं.

अशा रात्रींचीही एक वेगळी सकाळ असते. पण ती अनुभवता आलीच नाही. रसिकाला रेडहॅन्ड सापडल्यामुळे मला स्वतःच्या नजरेत कसंतरीच फील होत होतं. काय माहित ती तिथं आली नसती तर मी हे तिला कधी सांगितलं असतं का? बहुतेक नसतंच सांगितलं. आणि पुन्हा तिच्या माघारी हे वारंवार घडलं असतं का, कदाचित त्याचंही उत्तर मला होच असं वाटतय. पण तिला हे समजल्यामुळे आणि प्रत्यक्ष तिने हे सगळं बघितल्यामूळे आणि त्यानंतर झालेल्या राड्यामुळे त्या रात्रीच्या सगळ्या फिलींगच संपून गेल्या. पुन्हा असं काही व्हावं, आणि करावं हि फिलींगच निघून गेली. वास्तव माझ्या समोर होतं. रसिकांवर माझं प्रेम होतं, आणि आहे. मला तिला कुठल्याही बाबतीत गमवायचं नव्हतं. तिच्याकडे असं फारसं काहीच नाही, एका गोड चेहऱ्या शिवाय, पण मी तिच्यात इमोशनली अडकलो होतो. मी तिच्या हसऱ्या चेहऱ्यावर दुःख बघू शकत नव्हतो. मला ती तशीच हसरी हवी होती, माझ्या बरोबर असलेली, सतत आणि सर्वत्र असलेली. तिच्याही जवळ मी थोडाफार असाच आलो होतो. पण ती एक प्रोसेस होती. त्याच्या आधीपासून कित्येक दिवस ती मला आवडत होती. मी तिच्यावर प्रेम करत होतो. त्या जवळ येण्यात वासना नव्हती. ते प्रेम होतं. त्याला शुद्धतेची लकेर होती. त्यात आणाभाका होत्या, जरी वरवर घेतल्या गेल्या नसल्या तरी. आणि तरीही इथं मी तिला फसवलं होतं. तिचा विश्वासघात केला होता. पण एक गोष्ट नक्की खरी होती, मी हे ठरवून केलं नव्हतं. तसं करण्याचा विचारही मी कधी केला नव्हता. पण मी त्या प्रसंगी स्वतःला रोखूही शकलो नव्हतो. देवीकाचीही यात काही चूक आहे, असं मला वाटत नाही. हे काही प्रिप्लॅनड नव्हतं. तिनं हे घडवून आणलं नव्हतं. तिचंही माझ्यावर प्रेम आहे, मी तिला आवडतो, हे मला माहित

आहे. तरीही या आधी तिनं कधी तिच्या मर्यादा ओलांडल्या नाहीत. तिच्यासाठीही ती वेळ, तो क्षण मोहाचा होता. तिलाही स्वतःला रोखता आलं नाही, माझ्या सारखंच.

दुसऱ्या दिवशी रसिका घर सोडून निघाली होती. म्हणून मी तिला थांबवण्यासाठी तिथं गेलो. तिची माझ्याशी बोलण्याचीही इच्छा नव्हती आणि तिथं थांबण्याचीही. पल्लवीही तिथं आली. मी माझी चूक कबूल केली. मी रसिकाला सॉरी बोललो. झालेला प्रसंग सांगितला. मी हे ठरवून केलेलं नाही, तिची बंद पडलेली गाडी, रात्री पडलेला पाऊस आणि पुलाखाली अजूनही असलेलं पाणी यांनी माझ्या बोलण्यावर थोडाफार विश्वास ठेवायला तिला भाग पाडलं. पण झालेल्या प्रकारानं तिचं मन दुखावलं होतं. ती जखम एवढ्या लवकर भरून येणार नव्हती. ती काहीच बोलत नव्हती. गप्प होती. पल्लवीनं तिला आत नेऊन काहीतरी समजावलं. काय समजावलं ते मला माहित नाही. मीही विचारू शकत नव्हतो. बाहेर आल्यानंतर मी इथूनपुढं तिला कधीच भेटायचं नाही या सबबीवर ती तिथं थांबायला तयार झाली. माझ्याकडे पर्याय नव्हता. मी अपराधी होतो तिचा. मी माघारी जाण्यासाठी वळलो. तेव्हा डोळ्यातलं पाणी पुसत एकच प्रश्न तिनं मला विचारला, 'ज्या अवस्थेत देविका तुझ्या बेडरूम मध्ये होती, अगदी त्याच अवस्थेत जर मी तुला इतर कुणाच्या तरी बेडरूम मध्ये सापडले असते, तर तू काय केलं असतं? तू मला माफ केलं असतं का?'

तिच्या प्रश्नानं माझ्या आत्म्यावर वार केला. मी तिच्या आत्म्यावर केलेला वार ती कशी सहन करत असेल, याचा विचार करून मी रडवेला झालो आणि बाहेर पडलो. त्या दिवसानंतर मी कधीही रसिकाला भेटलो नाही, आणि देविकालाही. अजूनही तिनं मला माफ केलेलं नाही.

किआरा

किआरा

16
सिल्व्हर चेरीज

n

'मी मीडियाला सामोरं जायचं ठरवलंय.' मी.

'नेमकं काय करणार आहेस? समीर.

'मी माझ्याकडून एक प्रेस नोट जाहीर करतेय. ज्यात मी माझ्याकडून खुलासा करणार. माझी बाजू मांडणार. हे सगळं देवीकानं केलंय असं सांगणार.' मी.

'रसिका, त्यांनं काय होणार आहे, तुझ्या प्रेसनोटला केराची टोपली दाखवतील ते लोक. तेवढं देविकाचं वजन आहे. आणि समजा त्यांनी ती न्युज दाखवली, तुझी बाजू मांडली, तरी लोक तुझ्यावर विश्वास का बरं ठेवतील?' समीर.

'मग मी काय करावं असं वाटतय तुला.' मी.

'तू एक ॲक्टरेस आहेस. तू तुझ्या कलागुणांचा योग्य वापर करावा असं मला वाटतय.' समीर.

'म्हणजे..?' मी.

'मी एवढच तुला सांगू शकतो, तू प्रेसनोट जारी करण्यापेक्षा लाईव्ह प्रेस कॉंफरन्स करावी.'

'काय..?' मी शॉक होऊन विचारलं.

'यसस्स्सस... तू प्रत्यक्ष लोकांच्या समोर जा. टिआरपीसाठी तुला चॅनेल नक्कीच कव्हरेज देतील. तुझ्यावर प्रश्नांचा भडीमार करतील. तू व्यवस्थित तुझी बाजू मांड. तुझ्यातली ॲक्टरेस जागी असु दे त्यावेळी'

समीर पुन्हा काहीतरी सुचवू पहात होता. मी त्याच्याशी बोलत नव्हते, त्याच्यावरचा माझा राग कमी झाला नव्हता, पण एक मेंटॉर म्हणून तो त्याची भूमिका निभावतच होता. मी त्याला मेंटॉर म्हणून स्वीकारत असले तरी एका प्रियकराच्या भूमिकेत त्याची शिक्षा मात्र चालूच होती. मला त्याला एका अंतरावर ठेवायचं होतं. मी त्याला सोडून दिलं असतं तर आज एव्हाना त्याच्या आयुष्यात दुसरं कुणीतरी आलंही असतं. पण मला त्याच्या आयुष्यात दुसऱ्या कुणालाही येऊही द्यायचं नव्हतं. आणि मला त्याच्या आयुष्यात जायचंही नव्हतं. जवळ असूनही दूर असल्याची शिक्षा मला त्याला द्यायची होती. मी त्याला फोन करतच नव्हते. मात्र त्याचे फोन येत असतातच मधून मधून.

मी प्रेस नोटद्वारे जाहीर केलंय कि मी उद्या लाईव्ह प्रेस कॉंफेरेन्ससाठी येतेय. माझी बाजू मांडायला. मीडियानं आजच हा मुद्दा उचलून धरलाय. टिआरपीसाठी हे काय काय करतील सांगता येत नाही. थोड्या थोड्या वेळाने माझी न्युज फ्लॅश होतेय नाही तर स्क्रोल तरी.

'किआरा, मांडणार आपली बाजू, अन्यायाला फोडणार वाचा'

मला खरंच कळत नाहीये. मी फक्त एवढंच म्हटलं होतं, मी माझी बाजू मांडायला येतेय. 'अन्यायाला फोडणार वाचा' असं कधी म्हटलं होतं. मी असं काही म्हटलेलंच नाहीये. मी अजून म्हटलेलंच नाहीये, माझ्यावर अन्याय झालाय म्हणून. पण यांच्या स्क्रिप्ट रेडीसुद्धा झाल्या. मी म्हटलं ना, टिआरपीसाठी हे काहीही करतील.

समीरचा पॉईंट बरोबर होता. मी प्रेस कॉंफरन्स घेणं हेच योग्य आहे. तिथं मला माझी बाजू मांडता येईल. पण त्यानं 'कुणाचं नाव घेऊ नको, देवीकाच तर नाहीच नाही' असं का बजावलं असेल? माहित नाही. मला तर सगळंच सांगायचं होतं, देविकाबद्दल. तिच्या कारनाम्याबद्दल. पण...? ठीक आहे. आणि तो हेही का म्हणाला, तुझ्यातली ऍक्टरेस जागी ठेव. मला समझेना. हा पण ना... सगळं कोड्यात बोलतो. ओपन करून कुठली गोष्ट कधी सांगत नाही. त्याला काहीतरी महत्वाचं सुचवायचं आहे.

मी रात्रभर विचार करतेय. मला झोप येईना. मी या आधी कधीही अशी प्रेस कॉंफरन्स घेतलेली नाहीये. म्हणजे प्रेस अटेंड केलीय खूपवेळा, पन स्वतः प्रेस घेणं वाटतं तितकं सोप्प नाहीये. सगळा फोकस तुमच्यावर असणार. रिपोर्टर्स नाही नाही ते प्रश्न विचारणार. त्यांना हवी असलेली उत्तर मिळवण्यासाठी, तेच प्रश्न फिरवून फिरवून वेगळ्या पद्धतीनं विचारणार. शिवाय, देविका तिची लोकं पाठवेलच. नक्की पाठवेल. ते मला कात्रीत पकडण्याचा प्रयत्न करतील. मी कितीही प्रयत्न केला तरी ते माझ्यावर बोदरेशन आणतील. असंख्य विचार माझ्या मनात येताहेत. माझी झोप उडालीय. असं वाटतंय, नको हे सगळं. हि टीव्ही गर्लची इमेज. त्यापेक्षा पुन्हा आपल्या घरी जावं. लहान व्हावं, आणि टीव्ही ऑन करून रिहानाला बघत रहावं. तीथं बसून तिला बघण्यातच मजा आहे, तिच्यासारखं टीव्हीत दिसण्यासाठी खूप त्रास आहे. क्रिकेट बघताना लोक प्रत्येक बॉलला बॅट्समनला सूचना करत असतात, मग तो सचिन असू दे नाहीतर विराट. त्यांना तिथं बसून खरच खूप सोप्प वाटतं. पण प्रत्यक्ष तिथं जाऊन खेळणं तितकं सोप्प असेल का? मलाही तेव्हा माहित नव्हतं. वाटायचं हे खूप सोप्प आहे, मी करू शकेन. पण त्याच्या बरोबर तिथलं लाईफही काहीतरी वेगळं असेल, याची कल्पना नव्हती मला.

प्रेस सुरु आहे. मी धीरानं उत्तर देतेय. मी माझी बाजू समोर मांडलीय. 'मला कुणीही प्रमोट करत नाहीये. मी कष्टानं इथपर्यंत पोहचलेय. मी मेहनत करतेय. माझा परफॉर्मन्स हाच त्याचा पुरावा आहे. माझ्याकडे तुम्हाला द्यायला दुसरा काहीच पुरावा नाहीये.'

मी बोलत होते, पण समीरचे शब्द माझ्या डोक्यात घुमत होते. शांत राहून उत्तर दे, तुझी बाजू मांड. आणि तुझ्यातली ऍक्टरेस जागी ठेव. मी बोलतच गेले, आणि माझ्या लक्षात आलं, माझ्यातली ऍक्टरेस जागी झालीय, मघापासून मी बोलत होते. आता माझ्यातीलं ऍक्टरेस बोलत होती.

'मी एका छोट्या शहरातून इथं आलीय. आले त्यावेळी माझ्याकडे काहीच नव्हतं. मी धडपडत होते. काम मिळत नव्हतं. तेव्हा इथल्याच काही चांगल्या माणसांनी मला मदत केली. मी कष्ट करत राहिले, लोकांनीही मला स्वीकारलं. पण इथल्याच काही माणसांना मी आता नकोशी झालीय. त्यांनी मला शोमधून बाहेर काढलं. आणि आता इंडस्ट्रीतूनही बाहेर काढणं चालू आहे. त्यासाठी ते मला हवं त्या पद्धतीनं बदनामही करत आहेत. मीही तुमच्या सारखीच आहे, तुमच्यातलीच एक आहे. माझंही एक पर्सनल लाईफ आहे. त्याचा संबंध जोडून, त्याचं भांडवल करून मला शोमधून बाहेर काढलं गेलं. का असं केलं...? कुठल्या नियमात बसतं हे सर्व..? माझा परफॉर्मन्स चांगला नाही का? अजिबातच चांगला नाहीये का? पॉलिटिक्स प्रत्येक क्षेत्रात आहे, इथंही आहे. ज्यांनी कुणी हे सगळं पॉलिटिक्स माझ्या विरुद्ध केलं आहे, ती मोठी लोकं आहेत. ते कोण आहेत तुम्हालाही माहित आहे. मी त्यांचं काहीही करू शकत नाही. ते बलाढ्य आहेत, क्रूर आहेत, मी खूप सामान्य आहे, माझ्यासोबत कुणी हि नाही. मी एकटी आहे, एकटी.. एक एकटी टीव्ही गर्ल.'

शेवटचं वाक्य बोलताना डोळ्यातून थेंब काढायला माझ्यातली अभिनेत्री विसरली नाही. असंख्य लोक आता टीव्ही पहात असतील. त्यांनी माझ्या डोळ्यातील अश्रू नक्कीच पाहिला असेल. त्याची दखल त्यांची मनं नक्कीच घेतील. माझ्यासाठी त्यांच्या मनात नक्कीच सहानुभूती निर्माण होईल. ते माझ्या पाठीमागं उभे राहतील. किती हि झालं, जरी तो अश्रू एका अभिनेत्रींच्या डोळ्यातून आला होता, तरी तो खोटा नव्हता, खराच होता. त्याच्यातल्या वेदनाही खऱ्या होत्या. अभिनेत्रींनं फक्त योग्य वेळ साधून त्याला बाहेर आणायचं होतं, ते तीनं बरोबर जमवलं होतं.

माझ्या डोळ्यातले अश्रू बघून टीव्ही पाहणारांचे डोळे कदाचित पाणावले असतील. त्यांचं हृदय हेलावलं असेल, पण इथं परिस्थिती वेगळी आहे. मला वाटलं होतं, माझ्या या बोलण्यानंतर, माझ्या डोळ्यातला अश्रू पाहिल्यानंतर काही काळ, काही क्षण तरी शांतता असेल, शांतता पसरेल. पण कुठलं काय? इथं तर हे लोक मी माईक खाली ठेवते न ठेवते तोपर्यंत माझ्यावर तुटून पडलेत. कोण काय बोलतंय, काय विचारतय, काहीच कळेना. कुत्र्यांची कळवंड लागल्यासारखा प्रकार वाटतोय मला. त्यातूनही मी उत्तर देतेय. 'कुणी, केलंय हे, कोण आहे याच्या पाठीमागे, तुम्ही बोलत का नाही' असा प्रश्नांचा धपाटा सुरूच आहे. मी होता होईल तेवढी डिप्लोमॅटिक उत्तर देतेय. पण फिरून फिरून त्याच प्रश्नांनी हैराण झालेय. मी शांत. उत्तर द्यायची थांबवली आहेत. गोंधळ थोडा कमी होतोय. एवढ्यात

कुणीतरी पाठीमागून प्रश्न विचारला...

'या सर्व गोष्टींच्या पाठीमागे 'देविका अनंत' तर नाहीये ना...?'

त्या प्रश्नाने मी चमकले. चोवीस पंचवीशीतली सावळ्या रंगाची ती एक डॅशिंग तरुणी होती. नेव्ही ब्लु कुर्ता, स्काय ब्लु जीन्स आणि रंगीबेरंगी स्ट्रोल आणि डोळ्यांना रेक्टन्गॅल फ्रेमच्या ग्लासेस घातलेली एक बेडर तरुणी वाटली ती मला. मघापासून तिथं उपस्थित असलेल्या सर्वांना कदाचित या प्रश्नाचं उत्तर माहित होतं आणि तरीही तोच प्रश्न ते वारंवार विचारत होते. पण कुणाच्याही तोंडात देविकाचं नाव घ्यायची धमक नव्हती म्हणा, किंवा त्यांना तशा सूचना असतील. किंवा एखाद्या गोष्टीच्या मुळापर्यंत ते गेले नसतील, त्यांचा रिसर्च नसेल, पत्रकारिता कशी करतात हे त्यांना माहित नसेल. हि मुलगी वेगळी वाटली.

'सांगा ना मॅडम, या पाठीमागं देवीकाच आहे ना? तिनंच तुम्हाला बाहेर काढलंय ना? तिला तुम्ही नको आहे, हे खरं आहे का?' ती.

अजूनही लाईव्ह कॉंफरन्स टीव्हीवर चालू आहे.

मला काहीच बोलायची गरज पडली नव्हती. तिनं डायरेक्ट नाव घेतलं होतं. मीही त्याप्रश्नानं गडबडले. नेमकं हो म्हणू कि नाही, हेच कळेना. समीरचे शब्द आठवले. 'कुणाचं नाव घेऊ नको. डिप्लोमॅटिक उत्तर दे'

मी उत्तर दिलं, 'मी एकटी आहे, माझ्या सोबत कुणीही नाही. ते लोक बलाढ्य आहेत. मी त्यांचं काहीही करू शकत नाही. ते मात्र मला इंडस्ट्रीतून बाहेर काढल्या शिवाय राहणार नाहीत. पण मी प्रामाणिकपणे, माझ्या अस्तित्वासाठी लढा देतच राहीन. मग माझ्या बरोबर कुणीही नसलं तरी'.

मी 'हो' ही म्हटलं नाही आणि नकार ही दिला नाही. मला प्रथमच एका अभिनेत्री बरोबरच माझ्यातली पॉलटिशिअन्सही पहायला मिळाली.

'एक्सक्युज मी मॅम...' त्या आवाजाने मी थांबले.

कॉन्फरन्स हॉलमधून बाहेर पडून पाठीमागच्या गेटने मी माझ्या कारकडे निघाले होते. कारण पुढे अजून पत्रकार वाट बघतच होते. पल्लवी माझ्या सोबतच होती.

इथंही कुणीतरी आहेच का, असं वाटून मी त्रासलेल्या नजरेनं पाठीमागं वळून बघितलं. तर तीच होती मघाची सावळी तरुणी. हातातली सिगारेट खाली टाकत ती माझ्याकडे आली.

'हाय, हॅलो मॅम... मी कालिंदी. कालिंदी पाटील.

मी 'सिल्व्हर चेरीज'ची एडिटर आहे. 'सिल्व्हर चेरीज' माय वेब पोर्टल. मला तुमची कहाणी माहित आहे, मी रिसर्च केलाय.'

बरीच बोलकी होती ती.

'अच्छा, म्हणजे तू कुठल्या चॅनेलची रिपोर्टर नाहीयेस. तरच..' मी.

'तरच काय मॅम, देवीकाचं नाव घेतलं म्हणून बोलताय का?' ती.

'हो' मी.

'मॅम, आम्हाला कुणाला भिऊन जगायचं कारण नाही. आम्ही कुणाकडे बांधील नाही, कामाला नाही. मी नव्या युगाची रिपोर्टर आहे, नव्या माध्यमाची. आमचं माध्यम नवं आहे, त्याची ताकत आणि पसारा मोठा आहे. आम्हाला फरक पडत नाही.'

मला ती बरीच धीट वाटली.

'नाईस, ब्रेव्ह. तुला भेटून छान वाटलं, बोल काय म्हणतेस?' मी.

'थँक्स मॅम, मी तुमची फॅन आहे ऑलरेडी. पण आता मी फॅन म्हणून तुम्हाला भेटत नाहीये. एक रिपोर्टर म्हणून भेटतेय. हे माझं कार्ड. ठेवा तुमच्याकडे. नक्कीच उपयोगी पडेल. मी ऑलरेडी तुमची स्टोरी कव्हर करायला घेतलीय. माझी बरीच पेजेस आहेत. तुम्ही हळूहळू वाचालच. तुम्हाला कधीही काही वाटलं तर नक्की फोन करा. हलक्यात घेऊ नका. माझा आणि माझ्या पेजचा रिच मोठा आहे मार्केट मध्ये' ती.

'ओके' म्हणून मी कार्ड ठेवून दिलं. माझी केसच हीनं हातात घेतलीय कि काय असं एका क्षणाला मला वाटून गेलं. जणू पुढे काय घडणार आहे, हे आधीच माहित असल्यासारखं ती बोलत होती. मला तिची गरज लागणार आहे, असं तिच्या बोलण्यातून ठामपणे वाटत होतं.

रात्र झालीय. मी टीव्ही पहातेय. सकाळच्या प्रेसचा चांगला इम्पॅक्ट सुरु आहे. माझी बाजूही दाखवली जातेय. याचा काहीतरी इम्पॅक्ट होईलच. नक्कीच होईल. खूप धीरानं सामोरी गेले मी या कॉंफरन्सला.

पल्लवी बाहेर होतीच. पण आत मी एकटी होते. मी एकटी आहे, असं दिसणं हा स्ट्रॅटेजीचा भाग होता. समीरचं डोकं. तो मला या कठीण काळात सपोर्ट करतोय, हि माझी जमेची बाजू आहे. मला थोडा आधार आहे. पण हा माझा एकट्याचा प्रवास आहे. तो मला एकटीलाच करायचा आहे. आयुष्यात कधीतरी अशी वेळ येतेच. रिहानानं नव्हता का केला एकटीनं प्रयत्न. कोणीच नव्हतं तिच्या बरोबर. रोज जाऊन कुणाला तरी भेटायची. कॉलेजचा प्लॅन समजावून सांगायची. एकटी शहरात जायची, मदत गोळा करून आणायची. शेवटी तिनं तिचं कॉलेज उभं केलंच. ती डगमगली नाही. हळूहळू तिला लोक भेटत गेले. एक कारवाँ बनता गया.

कॉन्फरन्स नंतर भेटलेली ती मुलगी खूपच कॉन्फिडंट वाटत होती. तुम्ही प्रवासाला सुरवात केली की लोकं भेटत जातात. सोबत करतात. तुमचाही कारवाँ बनतो. तुमचं साम्राज्य उभं करण्यातला हा अत्यंत महत्वाचा टप्पा असतो. ती अत्यंत महत्वाची प्रोसिजर असते. समीर म्हणतो, साम्राज्य, एम्पायर अशीच उभी रहात नाहीत. त्यासाठी झगडावं लागतं. लोकं जमवावी लागतात, घडवावी लागतात. जपावी लागतात. मला सकाळी भेटलेली हि मुलगी कदाचित माझ्या प्रवासातील माझ्या हाताला लागलेली पहिली व्यक्ती असेल. कदाचित तीच उद्या माझ्या साम्राज्याचा मैलाचा दगडही ठरेल. माहित नाही.

देविका आता नक्कीच चवताळली असेल. तिच्या ध्यानीमनीही नसेल मी असं काही करेन म्हणून. हि एक साधी टीव्ही ऍक्टरेस माझ्यापुढं काय करणार, असच तिला वाटलं असेल. तिनं माझ्यावर न्युज हॅमर केल्या कि मी दार बंद करून घरी बसेन. पत्रकारांच्या प्रश्नांना भिऊन मी घरच सोडणार नाही. हातातल्या सिरिअल्स वाचवण्यासाठी चॅनेलबद्दलही काही बोलू शकणार नाही. घरातल्या घरात बसून स्वतःच्याच न्युज ऐकून वेडी होईल. नेमकं काय करावं आणि काय करू नये असं, होईल तिला. तिच्यापुढे मार्ग नसेल. देवीकानं हे केलंय हे समजूनही ती काही करू शकणार नाही. त्यामुळे मला राग येईल. रागानं मी आकांड तांडव करेन. पण माझ्यापुढे ते करण्याशिवाय दुसरा काही पर्याय नसेल. शेवटी मी डिप्रेशनमध्ये जाईन. आणि तिचा बदला पूर्ण होईल.

पण असं काहीही झालं नव्हतं. पत्रकारांनी माझ्यामागे लागण्याऐवजी मीच त्यांना सामोरी गेले होते. त्यांनी माझ्या मागं लागावं आणि मी तोंड दडवून पळावं, हि वेळच मी येऊ दिली नव्हती. तिची नेमकी हीच इच्छा मी मोडीत काढली होती. याचा आता तिला त्रास होणारच होता. ती चवताळून उठणार यात शंकांचं नाही. ती गप्प बसणार नाही. ती आणखी नवे डावपेच खेळणार. ती नेमके कोणते डावपेच खेळणार हे मला आधीच ओळखून माझ्या चाली खेळाव्या लागतील. तिच्या प्रत्येक चालीला मात द्यावी लागेल. एक चाल मला नेहमी पुढचाच विचार करावा लागेल. आयुष्याच्या या पटावर मला तिला धोबीपछाड करावच लागेल.

माझे डोळे पेंगाळले आहेत. डोळ्यावर झोप चढलीय. उठून बेडरूमपर्यंतही जायची इच्छा नाहीये. इथंच सोफ्यावर पडून रहावं वाटतय. मी टीव्हीचा व्हॉल्युम म्युट केला आहे. अर्धवट उघड्या डोळ्यांनी मी टीव्हीकडे पहातेय. माझ्या हातात त्या मुलीनं दिलेलं विझिटिंग कार्ड आहे. मला सकाळपासूनच्या त्या घटना, ते लोक आठवताहेत. माझ्या डोळ्यासमोरून सरकून पुढे जात आहेत.

एका टेकडीच्या पायथ्याशी असलेल्या छोट्याश्या खळखळत्या नदीच्याकडेला एक लाकडी बाक आहे आणि त्यावर मी झोपलीय. नदीच्या दुसऱ्या टोकाला असलेल्या एका मोठ्या दगडावर एक मोठा टीव्ही ठेवला आहे. नदीच्यावर असलेल्या छोट्या वक्र लाकडी पुलावर कोणीच नाहीये. दूर नदीच्या पाण्यात पाय सोडून बसलेली एक मुलगी हातातल्या कागदावर पेननं काहीतरी लिहितेय आणि लिहिलेले कागद त्या वहात्या पाण्यात सोडून देतेय. सोडलेले ते कागद पाण्यावर तरंगत दूत जात आहेत आणि त्यातून असंख्य फुलपाखरं तयार होऊन ती माझ्या दिशेनं येत आहेत आणि माझ्या भोवती फेर धरत आहेत. मला तिचा चेहरा दुरून दिसत नाहीये, पण ओळखीचीच कुणीतरी आहे नक्की असं वाटतंय. टीव्हीतून रिहाना बाहेर आली आणि लाकडी पुलावरून चालत माझ्या जवळ आली. मला तीनं उठवलं आणि त्या कागद सोडणाऱ्या मुलीकडे घेऊन गेली. जवळ जाताच मी त्या मुलीला ओळखलं, ती तीच होती, कालिंदी ,सकाळी भेटलेली. रिहानानं तिचा हात माझ्या हातात दिला आणि आम्ही तिघीही हातात हात घालून लाकडी पुलावरून दूर दिसणाऱ्या त्या राजमहालात निघालोय. आत आल्यानंतरही तिच्या हातात कागद आणि पेन आहे आणि माझ्या भोवती भिरभिरणारी फुलपाखरं आहेत. महालाच्या मधोमध एका मोठ्या गोलाकार काचेच्या टिपॉयवर सिल्व्हर कलरच्या खूप चेरीज ठेवल्यात. त्या खूप मोठ्या आणि टपोऱ्या आहेत. मी हरखून जाऊन सोफ्यावर अंग टाकलं. रिहाना माझ्या उशाशी बसून आहे आणि कालिंदी माझ्या पाया जवळ. रिहाना एक एक टपोरी सिल्व्हर चेरी मला भरवतेय. मला आवडल्यात त्या चेरी.. त्या सिल्व्हर चेरीज.

अचानक मला जाग आली. पहाट होत आहे. खिडकीतून थंड वारा आत येतोय. मला पुन्हा रिहानाची आठवण झाली.

17
बारोड ड्रिम्स.

डार्क चेरी रंगाची साडी तिच्यावर खूपच खुलून दिसत होती. खूप म्हणजे खूपच सुंदर दिसत होती. थोडं निरखून पाहिलं नसतं तर हि रिहानाच आहे, मलाच काय कुणालाच पटलं नसतं. एक क्षण तर हि कोण आणखी नवी मुलगी ॲड केलीय सिरीयलमध्ये असं मला वाटलं होतं. तो डार्क मरून कलर तिच्या गोऱ्या रंगावर

खूप उठून दिसत होता. साडीमुळे, साडीच्या रंगामुळे ती एवढी छान दिसत होती, की तिच्या सौंदर्यामुळे ती साडी उठावदार दिसत होती, काही समजत नव्हतं. जणू काही तिच्यासाठीच बनवली होती ती साडी. दूर तिकडे तुर्कीच्या जंगलातून चेरी तोडून आणून त्यांचा घट्ट, गहिरा रंग काढून त्यात भिजवून काढल्यासारखी दिसत होती. मला खूप आवडली त्या दिवशी रिहाना. अशी पाहिलीच नव्हती मी कधी तिला. पहिल्यांदाच ती साडीमध्ये होती. चंदाची एंगेजमेंट होती ना आज. चंदा.. म्हणजे चांदणी... तीच ती तिची आत्तेबहीन.. तिच्याच तर इंगजमेंट आणि लग्नासाठी आली होती ती इकडे. तिनेच अट्टाहास करून तिला घ्यायला लावली होती ती साडी. तीची चॉईस मस्त होती. दोघी नटून चालत येत असताना जणू स्वर्गातूनच अवतरल्यात कि काय असं वाटत होतं. तीही सुंदर होती. पण तिचं सौंदर्य आपल्याकडचं वाटायचं. आणि हि कुठूनतरी दुरून काश्मीरच्या अगदी आतल्या भागातल्या, हिमालयाच्या पायथ्याजवळच्या एखादया गावातून आलीय कि काय असं वाटायचं. वेगळीच होती ती. ड्रेसमधली रिहाना आणि साडीतली रिहाना.. सौंदर्याचे मापदंडच तोडले होते तिने आज. ऐन तारुण्यात होतीच, पण वाट्याला काश्मिरी सौंदर्य आलं होतं. असं वाटत होतं, कि आज खरंच येतोय कि काय तिचा राजकुमार तिला न्यायला. खरच येईल आणि आजच तिला घेऊन जाईल, असं वाटलं मला.

एंगेजमेंटची लगबग सुरु होती. खुप पाहुणे रावळे जमले होते. काय दिमाखदार होता तो समारंभ. मुलाकडची पार्टी खूप श्रीमंत होती. दूर तिकडे एका हिल स्टेशनवरच्या रिसॉर्टमध्ये होता समारंभ. तिकडची ती झुंबरं आणि पडदे, मखमली गालीचे, काय बोलूच नका. केवढा राजेशाही थाट होता. मुलाकडची श्रीमंती होती. चंदानं नशीब काढलं म्हणत होते लोक. तीही सुंदर होती, वेल कॉलिफाईड होती. मुलगाही खूप शिकलेला आणि सध्या फॉरेनमध्ये इंटर्नशिप करून आलेला. श्रीमंत बापाचा एकुलता एक मुलगा. कॉलेजमध्येच असताना दोघांचं सुत जुळलं. प्रेमात पडले. आणि आता तर काय एंगेजमेंट. थोडे दिवसात लग्न.

रिहानाची उगीचच लगबग चालू होती. थोडी बावरली होती. पण चंदाच्या बाकी मैत्रिणी तिला समजून घेत होत्या. तिला घेऊनच इकडून तिकडे करत होत्या. चंदाची तशी स्ट्रीकट् ऑर्डरच होती त्यांना. पण या सगळ्या गडबडीत रिहाना सर्वांचं लक्ष वेधून घेत होती. तिचं वेगळेपण उठून दिसत होतं. मुलाकडच्या मंडळींच्या खासकरून मुलाच्या मित्रांच्याही नजरा रिहानाकडेच लागल्या होत्या. त्यांच्यात चर्चा चालू होती. मध्ये मध्ये काही मुलं तिच्या पाठीमागून ये जा

करताना दिसत होती. मध्येच कुणीतरी एक्सक्युज मी.. म्हणून लगट करण्याचा प्रयत्न करत होते. पण रिहानाच्या बरोबर असलेल्या चंदाच्या मैत्रिणी त्यांची खिल्ली उडवून मोठ्यानं हसत पुढे निघून जात होत्या. प्रत्येक लग्नात असे प्रकार चालतातच. कुणीतरी एक मॉडेल असतेच प्रत्येक लग्नात, समारंभात. इथं हा मान रिहानाकडे होता.

तर तो संपूर्ण दिवस फक्त रिहानाचाच होता. एंगेजमेंट चंदाची होती आणि हवा रिहानाची. मुलाचा एक मित्र खूप वेळेपासून रिहानाला निरखून पहात होता. त्याची तिच्यावरची नजर हटतच नव्हती. तिच्या प्रत्येक हालचाल आणि कृतीवर त्याची नजर खिळली होती. एकदोन वेळा रिहानाची आणि त्याची नजरानजरही झाली. रिहाना बावरली. आणि याच्या हृदयाची तार छेडली गेली. त्याला सुचायचं बंद झालं. तो तिच्यासाठी वेडा झाला होता. लव्ह ऍट फर्स्ट साईट असाच काहीसा प्रकार होता. पहिल्या नजरेतच रिहानानं त्याला घायाळ केलं होतं.

तो तरुणही राजबिंडा होता. त्याची पर्सनॅलिटी खूप रुबाबदार होती. कुठलीही मुलगी सहज त्याच्या प्रेमात पडेल असा होता तो. अगदीच श्रीमंत घरातला वाटत होता त्याच्या पोशाखावरून तो. एव्हाना इकडच्या मुलींच्याही तो नजरेत भरला होता. पण त्याचं लक्ष रिहानाकडे होतं. चंदाच्या मैत्रिणींच्या हि गोष्ट लक्षात आलेली आणि रिहानाच्याही. त्यांचा थोडा हिरमोड झाला होता. पण त्याही रिहानाकडे बघून काहीतरी खुसपुस करत होत्या आणि मोठ्यानं हसत होत्या. रिहाना मात्र या सर्व प्रकारामुळे बावरली होती. तिला काय करावं हेच समजत नव्हतं.

कुणीतरी कुणाला तरी बघून त्याच्या प्रेमात पडतं. लव्ह एट फर्स्ट साईट. किती छान गोष्ट असते हि. कुणीतरी आपणालाही बघून आपल्या प्रेमात पडावं, असं प्रत्येकाला वाटतं. पण त्यासाठी आपण सुंदर किंवा आकर्षक असणं खूप गरजेचं असतं. आणि हा क्रायटेरिआ बहुतांश लोक पूर्ण करू शकत नाही. खूप कमी जणांच्या वाट्याला हे नशीब येतं. यावर अनेक प्रकारची डिबेट होऊ शकते. सुंदरतेची आणि आकर्षक असण्याची नेमकी व्याख्या काय, यावरही वाद होऊ शकतील. पण हा झाला चर्चेचा, विवादाचा विषय. पण आपण हि गोष्ट नाकारू शकत नाही, नाकबूल करू शकत नाही. सुंदरतेची प्रत्येकाची व्याख्या नक्कीच वेगळी असू शकते. कुणाला काय आणि कोण आवडेल हेही नाही सांगता येत. व्यक्ती परत्वे हे बदलतही जातं. पण पहिल्या नजरेत तुम्हालाही कोणीही आवडू शकतं, त्यासाठी तुम्ही सुंदर किंवा आकर्षक असण्याची गरज नाही. तुम्ही कुणाला तरी आवडायचं असेल तर मात्र तुम्ही आकर्षक हवं. कुणाला कुणाचे डोळे

आवडतील, कुणाला ओठ, कुणाला कंबर, कुणाला मजबूत बायसेप्स, कुणाला चेहरा तर कुणाला संपूर्ण पर्सनॅलिटी. बाह्य दिसण्याऱ्या गोष्टीशिवाय तुमचा स्वभाव, बोलणं, श्रीमंती, पोजीशन याही गोष्टी मॅटर करत असतील. कसंही असेल पण लव्ह एट फर्स्ट साईट हि कल्पनाच रोमांचकारी आहे. बघताक्षणीच हृदयाची तार छेडली जाणं, वाह क्या बात है..!!

इथं तसं झालं होतं. त्या मुलाच्या हृदयाची तार छेडली गेली होती. समारंभ छान झाला. जेवणं उरकली. आणि आता परतीची तयारी चालू होती. बरीचशी पाहुणे मंडळी एव्हाना गेली होती. काही मोजकीच लोकं आणि फोटोसेशन चालू होतं. मुलाकडचे, मुलीकडचे काही नातेवाईक, घरची मंडळी आणि जवळचे मित्र एवढेच बाकी होते. आता थोड्याच वेळात निघण्याची तयारी होती. आणि मुलामुलीच्या मित्रमंडळींच्या ग्रुप फोटोची वेळ आली. सगळ्यांना एकत्र आणलं गेलं. फोटोग्राफर ऑर्डर देत होते. आणि चंदानं रिहानाला आपल्या उजव्या बाजूकडे ओढून उभं केलं. तिची ती बेस्टी असल्याचा तो पुरावा होता. मुलानंही आपल्या बेस्ट फ्रेंडला त्या राजबिंड्या तरुणाला त्याच्या डाव्या हाताला घेतलं, तो त्याचा बेस्टी होता. सगळे एकत्र जमले. त्या एंगेजमेंट झालेल्या कपलच्या मध्ये हे दोघे होते, रिहाना आणि तो राजबिंडा तरुण. रिहानालाही लाजल्यासारखं झालं. फोटोवर फोटो काढले गेले. त्या तरुणांनं आणखी एक स्पेशल फोटो फक्त न्यू एंगेज्ड कपल बरोबर काढून घेतला. त्यात रिहाना हि होती. रिहाना त्याच्या बाजूलाच होती. दोघे एकमेकांच्या जवळ उभे होते. त्याच्या त्या कृतीने रिहाना आणखीनच बावरली.

गाड्या निघाल्या. हाय बाय केलं गेलं. रिहाना आणि चंदा त्यांच्या ट्रॅव्हल्समध्ये येऊन बसल्या. त्यांचं लक्ष समोर होतं. नवरा मुलगा त्याच्या कारमध्ये जाऊन बसला. तो तरुण, त्याचा मित्र त्याच्याजवळ आला कानात काहीतरी बोलला. तसं त्या नवऱ्या मुलानं या दोघींच्या दिशेनं पाहिलं. रिहानानं दुसरीकडे बघण्याचा प्रयत्न केला. त्यांच्यात काय बोलणं झालं माहित नाही. तो त्याच्या लक्झरी कारमध्ये जाऊन बसला. त्याची कार पाहूनच त्याच्या ऐश्वर्याची कल्पना येत होती. गाडया सुटल्या आणि गाडीत चंदाची आणि रिहानाची चर्चा चालू झाली. ती तिला त्या मुलावरून चिडवत होती. गाड्या घराच्या दिशेने निघाल्या होत्या. सायंकाळची वेळ होती. रिहानानं सहज खिडकीतून पाठीमागं पाहिलं, तसं तिच्या काळजात धस्स झालं. तो तरुण, त्याची कार मागोमागच होती. एव्हाना समारंभापासून हे कित्येक किलोमीटर दूर आले होते, अगदी अर्ध्याएक तासात ते घरी पोहचतील. मग ही गाडी इकडे कशी.? हा माझ्या पाठीमागून तर येत नसेल ना, तिच्या चेहऱ्यावरची चिंता वाढली. ती सतत मधून

मधून मागे वळून पहात होती. गाडी मागे मागे येत होती. चंदानं न राहवून विचारलं, मागे काय बघतेस सारखी. हि काहीच बोलली नाही. काही नाही म्हणाली. काय करावं सांगावं कि नको असा प्रश्न पडला होता तिला. आता रात्र पडली. बऱ्यापैकी पाहुणे मंडळी मध्ये मध्येच उतरली होती. घराच्या लोकांना घेऊन गाडी अंगणात थांबली. खाली उतरताना मनाची ताकत एकवटून रिहानानं मागे पाहिलं. कार कुठेच दिसत नव्हती. तिला हायस वाटलं. सर्वजण घरात गेले. ट्रॅव्हल्सही निघून गेली. चेंज करून सगळे गप्पांच्या मुड मध्ये होते. एवढ्यात येऊ का घरात असं म्हणून एका स्थानिक प्रतिष्ठित व्यक्तीनं एन्ट्री केली. सोबत तो मुलगा होताच. रिहाना आता चांगलीच हादरली होती. चंदालाही काही समजेना. ते सर्व आत गेले. आणि मोठी लोकं बोलू लागली.

तो श्रीमंत, रुबाबदार तरुण तिथल्याच एका स्थानिक, प्रतिष्ठित श्रीमंत व्यक्तीचा नातलग होता. त्यांनी चंदाच्या वडिलांना त्या मुलांसाठी रिहानाचा हात मागितला. त्याचे आईवडील लंडनला होते. ते इथं लगेच येणं शक्य नव्हतं. त्यांच्याशी फोनवर बोलूनच त्यांनी हा प्रस्ताव केला होता. चंदाच्या वडिलांना नेमकं काय करावं समजेना. त्यांनी रिहाना त्यांची पाहुणी असल्याचं सांगितलं. तिच्या घरच्यांना विचारणं गरजेचं होतं. रिहानाला मुलगा पसंद असेल तर ते तिच्या वडिलांशीही बोलायला तयार झाले. रिहाना आणि चंदा आतून सगळं काही ऐकत होत्या. चंदा तर एकदम खुश होती पण रिहाना..

रिहाना आता जास्तच गंभीर होती.

नियती कुणाशी कसा खेळ खेळेल काहीच माहित नसतं. कधी ती तुमच्यासाठी खुशियाँची टोपली घेऊन येईल तर कधी एखादं जुनं वर्षोनुवर्षे पाहिलेलं स्वप्न घेऊन येईल. पुढचा प्रत्येक क्षण जीवन बदलून टाकण्याची क्षमता राखून असतो. पण आपण बेफिकीर, आपल्याच नादात भूतकाळ आणि वर्तमान स्थितीवरून अंदाज बांधत असतो. तुम्हाला आम्हाला काय माहित, तुमच्या आमच्या अंदाज बांधण्याच्या आणि धोरणं ठरवण्याच्या पलीकडची ताकत असते त्या येणाऱ्या क्षणात. एक राजकुमार येणार आणि मला घेऊन जाणार. उराशी असलेलं एक स्वप्न. सहज बघितलेलं. बोललेलं. कधी खरं होईल असं का म्हणून कुणाला वाटेल. जरी तो प्रत्यक्ष राजकुमार नसला तरी एक राजकुमार आणि त्याच्यात कुठल्या गोष्टीत फरक होता. सगळं काही तेच होतं. सर्वांच्या चेहऱ्यावर खुशीची लहर होती. आता सर्वजण रिहानाच्या उत्तराची अपेक्षा करत होते.

रिहाना बाहेर आली. खूप जास्त गडबडली होती ती.

तिच्या तोंडून शब्दच फुटेना. तिचे डोळे गच्च भरले होते. कुणाचेही भरतील. मनासारखं जोडीदार मिळाला तर कुणालाही भरून येईल. आणि हा तर तिचा स्वप्नातला राजकुमार होता. तिला अवघडलेल्या स्थितीत पाहून त्या स्थानिक प्रतिष्ठित व्यक्तीने त्या दोघांना थोडं मोकळं सोडावं, त्यांना बोलू द्यावं हा तोडगा काढला आणि सर्वजण बाहेर निघून गेले. आता हे दोघेच होते. शक्य तितकं वातावरण फ्रँक करण्याचा त्या मुलाने प्रयत्न केला. त्यानं त्याचं नाव सांगितलं.... 'वरून'. अहा.. क्या बात है, जणू काही वरूनच आला होता हिच्या साठी. याच्या आई वडिलांच्या फॅक्टरीज आहेत, ते लंडनला असतात. यानं हॉवर्डमधून एमबीए केलं आहे. आणि इंडियातल्या यांच्या फॅक्टरीज सांभाळण्यासाठी इथे आला आहे. एट्सेट्रा एट्सेट्रा. त्यानं त्याचं प्रेम व्यक्त केलं. ती त्याला किती आवडलीय सांगितलं. तुझ्याशी लग्न करून आयुष्यभर संसार करणार असल्याचं सांगितलं. पण या बाईनं चक्क नकार दिला त्याला. मी एक सामान्य तरुणी आहे. मला आवडेल तुझ्याशी लग्न करायला. पण माझी काही स्वप्नं आहेत. ती अपुरी आहेत. ती अपुरी कामं पूर्ण झाल्याशिवाय मी लग्न नाही करू शकत. त्यानं ती कोणती स्वप्नं म्हणून विचारलं. तेव्हा तिनं कॉलेजचं अपूर्ण राहिलेलं स्वप्न सांगितलं. त्यानं ते स्वप्न पूर्ण करण्याची तिला ग्वाही दिली. त्याच्याकडे पैशाची काहीच कमी नव्हती. मी तुला कॉलेज बांधून देतो असं तो म्हणाला. तिला नेमकं हेच आवडलं नाही. ती म्हणाली, मान्य आहे माझ्याकडे पैसे नाहीत. मी लोकांच्याकडून डोनेशन घेऊनच कॉलर्ज उभं करतेय. पण आमची संस्था आहे, आणि या संस्थेमार्फत आम्ही डोनेशन गोळा करतोय. तेही कॉलेज उभं करण्यासाठी. आणि इथं तू जे म्हणतो आहेस ते वेगळं आहे. लोकं आम्हाला डोनेशन देतात, ते कॉलेज उभं करण्यासाठी. ते फक्त डोनेशन असतं. त्याबदल्यात त्यांना आमच्याकडून काही नको असतं. एका चांगल्या कामाला सर्वांनी केलेली ती छोटी छोटी मदत असते. उद्या त्याचा फायदा समाजातीलच घटकांना होणार असतो. पण इथं तसं नाहीये. तूला माझ्याशी लग्न करायचं आहे म्हणून तू डोनेशन देतोयस. त्या बदल्यात मी तुला मिळणार आहे. आणि मला हे नको आहे. कारण हा सौदा झाला, व्यवहार झाला. मान्य आहे मला गरज आहे, माझ्याकडे पैसे नाहीत माझं स्वप्न पूर्ण करण्यासाठी, आणि मला या पद्धतीनं प्रयत्न करून कॉलेज उभं करायला, खूप वेळही लागेल. कदाचित माझं लग्नाचं वयही निघून जाईल. पण मला पर्वा नाही. मी कॉलेज पूर्ण झाल्याशिवाय तुझ्याशीच काय पण कुणाशीच लग्न करणार नाही.

याला खूप वाईट वाटलं. आपण असं बोलायला नाही पाहिजे होतं. त्याचा तसं म्हणण्याचा हेतू नव्हता. तो उत्सुक होता, तिच्याशी लग्न करण्यासाठी आणि म्हणून तो बोलून गेला. आणि नेमकं तेच तिला पटलं नाही.

'आय एम सॉरी, मला तसं म्हणायचं नव्हतं. तू गैर अर्थ काढू नकोस', असं तो म्हणाला. पण कदाचित आपण लग्न करूनही एकत्र तुझं स्वप्न पूर्ण करू शकतो. मला आवडेल तुझं स्वप्न पूर्ण करायला. तुझं स्वप्न ते माझं स्वप्न' तो पुढे म्हणाला. 'असं कुणी कुणाचं स्वप्न उसनं नाही घेऊ शकत, पूर्ण करण्यासाठी. कदाचित तसं असतं, तर बरं झालं असतं. पण तसं होत नाही. उद्या नाहीच केलं तर? किंवा काही कारणानं नाहीच झालं तर? त्यामुळे मी माझं स्वप्न पूर्ण केल्याशिवाय, लग्न करण्याचा प्रश्नच येत नाही. मला तू आवडला आहेस. तुला कोण नाकारेल? तुझी मला प्रपोझ करण्याची पद्धतही मला आवडली. पण माझं आधी ठरलंय हे सगळं. माझी कमीटमेंट आधीच झालीय माझ्या स्वप्नांशी. तू वाईट वाटून घेऊ नको. मला माफ कर. ती त्याला म्हणाली.

त्याला तिच्या बोलण्याचा थोडा रागही आला. 'तू माझी स्वप्नं उसनी घेऊ शकत नाहीस' हे वाक्य त्याला लागलं. का घेऊ शकत नाही. मी तुझ्यावर प्रेम करतो. तू मला आवडली आहेस. माझं मनापासून प्रेम आहे तुझ्यावर. तुला नसतील द्यायची उसनी तुझी स्वप्नं, तर नको देऊ.

पण मी प्रयत्न करू शकतो नक्कीच. मी मनापासून म्हटलं होतं, तुझी स्वप्नं ती माझी स्वप्नं. पण मी मनापासून म्हटलेलं, तुला कळलंच नाही. ठीक आहे, मी प्रेम केलंय, करतोय. प्रेम करणं म्हणजे फक्त तुझ्याकडे बघत बसणं नाही, किंवा तुझ्यामागून फिरणं नाही. प्रेम फक्त काय शरीरावर केलं जात नाही, ते मनावरही केलं जातं, आणि स्वप्नांवरही. तू तुझी स्वप्न उसनी देऊ नको मला, तरीही मी ती पूर्ण करण्याचा प्रयत्न करेन. आणि त्याबदल्यात तू माझ्याशी लग्न केलंच पाहिजे, हा माझा अट्टाहासही असणार नाही. मला आवडेलच तुझ्याशी लग्न करायला, पण मी त्यासाठी नाही करणार तुझी स्वप्न पूर्ण करण्याचा प्रयत्न. मी तुझ्यावर प्रेम करतो, तुझी स्वप्नं ती माझी स्वप्नं, हे सिद्ध करण्यासाठी करणार प्रयत्न. आणि तुला दाखवून देणार कि स्वप्नं अशी उसनी घेता येतात, देता येतात आणि पुर्णही करता येतात. त्यानं मनाशी बरच काही ठरवलं होतं.

18
वजीर

'ओह किआरा, वेल प्लेड. बरीच हुशार झाली आहेस कि' देविका.

'जगात काय हुशार तू एकटीच आहेस का? पण तू माझ्याशी जे केलं आहेस ना ते चांगलं केलं नाहीस.' मी.

'ओह किआरा, माय डिअर. मी अजून काहीच केलेलं नाही. अजून खूप काही बाकी आहे. तू बघशीलच पुढे पुढे.' देविका कुत्सित हसत बोलली.

'देविका, माय फूट. तू माझं काहीही करू शकत नाहीस. एका शोमधून बाहेर काढलस म्हणजे जग जिंकलंस, असं होत नाही. बघच मी काय करते ते, मी पुन्हा एन्ट्री करून दाखवते कि नाही.' मी त्वेषानं बोलले.

देविका मोठ्याने हसली. तिच्या हसण्यात प्रचंड अहंकार, उद्दामपणा आणि उच्च कोटीचा कॉन्फिडन्स होता.

'माय बेबी, किती बालिश आहेस तू अजून. तुझ्या हातातून सगळं काही निसटणार आहे, इनफॅक्ट निसटलय सुद्धा, आणि तू कोणत्या कॉन्फिडन्सवर बोलतेयस हे सर्व. एका प्रेस काँफरन्सच्या जीवावर? का अशा कॉन्फरन्सवर कॉन्फरन्स घेऊन तू मला नामोहरम करण्याचा विचार करतेयस? एक गोष्ट लक्षात ठेव, मी इथली, या मीडियाची अनभिषिक्त सम्राज्ञी आहे. इथं फक्त माझंच चालतं. माझ्या एका इशाऱ्यावर तुझ्या या कॉन्फरन्सच्या न्युज टीव्ही वरून गायब होतील. तुझ्या या ज्या न्युज कालपासून चालू आहेत ना, असं समज कि त्या माझ्या मेहरबाणीवरच चालू आहेत. आणि राहिला प्रश्न शोमध्ये तू रिटर्न येण्याचा, एन्ट्री करण्याचा... माय डिअर.. तू तुझ्या चालू असलेल्या सिरियल्समध्ये तुझा रोल टिकवून दाखव. तू शोमध्ये रिटर्न येण्याचा प्रश्नच येत नाही. पण तू आता तुझ्या दोन्ही सिरियल्समध्येही राहणार नाहीयेस. मी तुला तिथूनही हाकलून लावते कि नाही बघ. आणि तेही लगेच.. फार उशीर न करता, तुला आधी इंटिमेशन देऊन. सो.. बेबी, टेक केअर अँड हॅव अ नाईस डे. बाआ आ य..'

आणि तिने फोन कट केला.

डोकंच फिरलंय माझं. काय करावं कळेना. हि पक्की नागीन आहे. माझ्या मागेच लागलीय. मला संपवूनच गप्प बसेल, तोपर्यंत ती थांबणार नाही. मी कितीही म्हटलं ना तू माझं काहीही करू शकत नाहीस. तरी मला माहित आहे, ती माझं काय काय करू शकते. फक्त काय काय नव्हे, तर कसं आणि किती टोकाला जाऊन निर्दयीपणे ती माझी वाट लावू शकते एवढा अंदाज आहेच मला. मी माझ्याच हातानं माझ्या पुढ्यात काय वाढून घेतलंय याची जाणीव झालीय मला. आणि मी कोणत्या कॉन्फिडन्सवर तिला बोलले कि मी शोमध्ये एन्ट्री करून दाखवते कि नाही बघ? कोणत्या कॉन्फिडन्सवर? काय प्लॅन आहे माझ्याकडे? काहीच नाही. डोकं नुसतं सुन्न झालंय.

सकाळी उठले त्यावेळी थोडं बरं वाटत होतं. पण तेवढ्यात या कलंदर बाईचा फोन आला. आणि मूडची वाट लागली. रात्री पडलेलं स्वप्न खरंच मस्त होतं. रिहाना आणि सिल्व्हर चेरीज. अशा असतील का सिल्व्हर कलरच्या चेरीज कुठे?

डार्क ऐकल्या आहेत, रेड, ब्लॅक, आणि मरून. पण सिल्व्हर? सिल्व्हर नसतीलच. मग का नाव दिलं असेल त्या मुलीनं तसं.?

माहित नाही. असतील काहीतरी कॉन्सेप्ट तिच्या डोक्यात. थोडी हटके आहे ती पोरगी. रात्री स्वप्नात पण नाही का, कागदावर काहीतरी लिहून ते पाण्यात सोडत होती. आणि त्याचीही फुलपाखरं होऊन ती माझ्याकडे येत होती. काहीतरी डिफरंटच होतं ते..! का पडलं असेल ते तसं स्वप्न मला.? स्वप्न काय काहीही पडतातच. कि काय संकेत असेल माझ्यासाठी त्यात.? समीर म्हणतो, ब्रम्हांड आपल्याशी बोलतं, आपल्याला काहीतरी सांगतं, अगदी कोणत्याही रुपात. कधी एखादा कागद आपल्या हाताला लागतो, त्यावर काहीतरी लिहिलेलं असतं. कधी एखाद्या गाडीच्या, ट्रकच्या बॅकसाईडला किंवा एखाद्या मोठ्या होर्डिंगवर लिहिलेलं असतं. कधी फेसबुकवर सहज पाहिलेल्या एखादा व्हिडिओ काहीतरी सांगून जातो, किंवा कधी एखादं स्वप्न. ब्रम्हांड आपणाला आगाऊ सूचना देतं, मार्गदर्शन करतं, मार्ग दाखवतं. त्याला आपण इंट्युशन असं म्हणतो. तसं काही असेल का? मला त्यातून काहीतरी मार्ग सुचवला असेल का? त्यात रिहाना होती. ती मला आणि कालिंदीला घेऊन एका महालात जाते आणि तिथं मी सिल्व्हर चेरीज खाते. रिहाना मला भरवते आणि कालिंदी पायाशी बसलेली असते, आणि तिच्या हातात अजूनही कागद आणि पेन असतो. चेरीज खूप गोड लागत होत्या. त्यांची चव खूप मधुर होती. काय असेल याचा अर्थ? काहीतरी नक्कीच आहे याचा अर्थ. हे उगीच पडलेलं साधंसुधं स्वप्न नाही. यात काहीतरी मेसेज आहे. मला मार्ग दाखवला गेला आहे.

खूपवेळा अशी स्वप्न पडतात. किंवा अशा काहितरी घटना घडतात, कि आपलं मन आपणाला सांगत असतं, हे कर किंवा करू नको. आपण काहीवेळा ते ऐकतो काहीवेळा नाही. पण तो आपणासाठी ब्रह्मांडाचा संदेश असतो. ब्रह्मांडाचा म्हणा किंवा आणखी कुणी काही शक्ती असेल तर माहित नाही, पण कुणीतरी आपणाला मदत करत असतं. आपल्या बरोबर नेहमी असतं. आपण थोडं सूक्ष्म होऊन ते ऐकायला हवं, समजून घ्यायला हवं. आणि इथं तर रिहाना, माझी रिहाना, मला सांगत होती. मला आश्वस्त करत होती, मार्ग दाखवत होती. तिचा संदेश मला कळतोय. मला त्या गोड चेरींचा अर्थ समजला आहे.

देविका खूप शांत डोक्यानं हा खेळ खेळतेय. ती कसलेली खेळाडू आहे. पण काहीही असलं तरी तिची हि कृती कुणालातरी उध्वस्त करण्यासाठी आहे आणि माझी स्वतःला वाचवण्यासाठी. मीही शांत बुद्धीनेच हा खेळ खेळेन. माझी रिहाना.. माझी टीव्ही गर्ल माझ्या सोबत आहे. माझ्या कालच्या प्रेस कॉन्फरन्सचा

देवीकावर काहीही परिणाम पडलेला नाही. म्हणजे तिचं त्यामुळे काहीही नुकसान झालेलं नाहीये, होणार नाहीये. पण तिला झटका मात्र बसलाय हे नक्की. तिला अपेक्षित नसलेली कृती घडलीय माझ्याकडून, प्रेस घेण्याची. त्यामुळेच तिनं सकाळी मला फोन केला. ती वरून दाखवत नसली तरी माझ्या या धीटपणामुळं ती गोंधळलीय नक्कीच. आणि तिला हे मी जे काही केलंय, ते आवडलेलंही नाही. मी तिला डिवचलय. आणि म्हणून ती मला ओपन चॅलेंज देऊन गेलीय. मला इंटिमेशन देऊन गेलीय कि मी तुला तुझ्या दोन्ही सिरियल्समधून बाहेर काढतेय. तिला हे दाखवून द्यायचं आहे की ती माझ्यापेक्षा ताकतवर आहे. याचा अर्थ माझा घाव तिला वर्मी लागलाय. आता मला तिला दुसरा या पेक्षा मोठा झटका द्यावा लागेल, तिनं मला देण्याआधी. नक्कीच. पण कसा? नेमका कसा?

रात्र होत आलीय. स्ट्रीट लाईट्स ऑन झाल्या आहेत. उंच गॅलरीतून खाली रोडवर पाहिलं तर छोट्या छोट्या कार, जिप्स आणि ट्रकस् अगदी इवले इवले दिसत आहेत. त्यांच्या हेडलाईट्स म्हणजे तर गणपती किंवा दिवाळीत आपण वापरतो त्या छोट्या एलईडी लाईट सारख्या वाटत आहेत. टू व्हीलर आणि पायी चालणारी माणसं तर एकापाठोपाठ चालणाऱ्या मुंग्यांप्रमाणे वाटत आहेत. उंचावरून सगळंच कसं छोटं दिसतं ना? आणखी उंचावर गेलं तर आणखी छोटं दिसेल. माणसंच जर एवढी छोटी दिसत असली तर त्यांचे प्रॉब्लेमही छोटेच वाटत असतील ना उंचावरून. आणि आणखी उंचीवर गेलं की आणखी छोटे वाटत असतील. नक्कीच वाटत असतील. एकदा ट्राय करून बघाच. कारण ते प्रॉब्लेम तर एवढ्याश्या डोक्यात असतात. डोकंच जर एवढं छोटं तर मग त्यातला प्रॉब्लेम कितीसा असणार.?

आज ही मी असाच विचार करतेय... देविका आणि माझ्या प्रॉब्लेमबद्दल.

देविका नक्कीच मला लवकरात लवकर सिरियल्स मधून बाहेरचा रस्ता दाखवणार. मला हालचाल करावी लागेल. मला माझे सिरियल्स मधील रोल वाचवावे लागतील. तिला मात देण्यासाठी तर लागतीलच पण ते जर हातातून गेले तर माझ्या हातात आता कामच नाहीये. काय करू? काय करू? माझ्या समोर कालिंदीचं कार्ड आहे, तिची काही मदत होतेय का बघू.

मी तिला फोन लावला...

'कालिंदी....'

डोअरबेल वाजली. आता कोण आलं असेल?

'हॅलो मॅम, गुड मॉर्निंग' कालिंदी.

'गुड मॉर्निंग, मी तुझीच वाट बघत होते, रात्री तुला फोन झाला, तेव्हा पासून तुझीच वाट बघणं चालू आहे' मी.

'होय का, पण का बरं... काही सिरीयस आहे का अचानक?' ती.

'हो तसंच काही, पण तू बस आधी, आपण बोलू, तू चहा घेणार कि कॉफी?' मी.

'कॉफी' ती.

'ओके.'

मी रश्मीला ऑर्डर दिली.

'ये मला एक सांग, तुझं नाव असं काय गं, कालिंदी. काय अर्थ काय नावाचा?' मी.

ती हसली.

'मला ही माहित नाही फारसं, पण कालिंदी म्हणजे यमुना नदी. यमुना नदीला कालिंदी म्हणतात. ती कलिंद पर्वतात उगम पावते म्हणून.' तिनं सांगितलं.

'अच्छा, पण छान नाव आहे तुझं, आवडलं मला, युनिक आहे' मी बोलले.

आम्ही कॉफी घेऊ लागलो. अजूनही माझ्या ओठात ते नाव घोळतय. कालिंदी. कॉफीपेक्षाही गोड, मधुर आणि हलकसं, काळसर, कडवट. मला वाटून गेलं कि माझं हि नाव हे असायला हवं होतं.

मी विचारलं, 'बोल, तु रात्री काहीतरी बोलत होतीस, काहीतरी सांगायचं होतं तुला, सकाळी भेटल्यावर सांगते बोललीस.'

'हो मॅम, मी काहीतर माहिती काढलीय, जी तुमच्यासाठी इम्पॉरटंट आहे.' कालिंदी.

मी 'बोल'.

'मॅम, देविका तुम्हाला तुमच्या दोन्ही सिरियल्स मधून बाहेर काढणार आहे, त्यासाठी तिने टाईट फिल्डिंग लावलीय. पक्की न्युज आहे माझ्याकडे' कालिंदी.

'मला माहिती आहे कालिंदी, तिने मला ऑलरेडी फोन करून ती तसं करणार असल्याची कल्पना दिलीय.' मी.

'काय सांगताय काय मॅम, म्हणजे ती आता ओपनली डावात उतरलीय तर. मग आता तुम्ही काय ठरवलं आहे?' ती.

'तेच तर कळत नाहीये, काय करावं, म्हणून मी तुला बोलावलं इथं. तुझी काही मदत होईल का? तुला काही करता येईल का? मला माझे दोन्ही रोल वाचवणं आवश्यक आहे.' मी.

'म्हणजे मी काय करावं अशी तुमची अपेक्षा आहे?' ती.

'तू तुझ्या पोर्टलवर आणि जिथे जिथे शक्य आहे तिथे, हि न्युज चालवावी असं मला वाटतय. 'देविका मला सिरियल्स मधून बाहेर काढत आहे.' तिची खरी बाजू जगासमोर येऊ दे' मी.

'त्यांनं काय होईल मॅम. असं करण्यानं तुमचे रोल थोडेच वाचणार आहेत? ते तसेही जाणारच आहेत' ती.

'म्हणजे? म्हणजे काय म्हणायचं आहे तुला?' मी.

' मॅम, हि फक्त न्युज होणार. त्यांनं काहीच होणार नाही, आणि ऑलरेडी देविका एवढी पॉवरफुल आहेच की तुमचे रोल ती घालवणरच. मग आपण फक्त न्युज चालवून काय उपयोग. त्याच्यापेक्षा असा काहीतरी घाव घालूया कि तिची बोलती बंद झाली पाहिजे.' ती.

तिच्या बोलण्यात पॉईंट होता. ती काहीतरी ठरवूनच आली होती, बहुतेक. शार्प होती म्हणा ती.

' मग काही प्लॅन आहे का तुझ्याकडे?' मी.

' हो, मॅम, माझं तिच्या प्रत्येक हालचालीवर लक्ष आहे. तिनं चाल खेळण्याआधी आपनच ती चाल खेळायची, तिला खेळूच द्यायची नाही. गेम आपणच हातात घ्यायचा. आणि आपण खेळलेला गेम तिला कळू द्यायचाच नाही, मॅम. एकदम शॉर्टकटनं निघून जायचं. ती वाटच बघत राहिली पाहिजे' ती उत्साहानं सांगतेय.

मला ती महाधूर्त वाटली, देविका पेक्षा.

काहीतरी गूढ बोलत होती कसलेल्या राजकारण्या सारखं.

'म्हणजे? म्हणजे नेमकं काय करायचं' मी

'काहीही करण्या आधी देवीकाची सायकॉलॉजी समजून घेणं गरजेचं आहे. तिचं वर्तन, बिहेविअर, तिची हल्ला करण्याची पद्धत समजून घ्यायला हवी. मग आपोआप आपणाला तिचा सगळा गेम कळेल. एक गोष्ट लक्षात घ्या, आता ती पहिली देविका राहिलेली नाही, खुंखार. लगेच अटॅक करणारी. समोरच्यावर झडप घालून क्षणात त्याच्या चिंधड्या उडवणारी, आणि त्याला फाडून खाणारी. ती शांत झालीय. तिनं आपली चाल बदललीय. ती आपल्या भक्ष्याला खेळवून खेळवून मारते. त्याला हळूहळू वेदना देऊन मजा घेते. तिचा पाश ती हळूहळू कसत नेते, घट्ट करत नेते. आता ही तसंच करतेय. ती हळूहळू तुम्हाला उध्वस्त करू पहातेय. आपण इथंच तिची फसगत करायची. आपण शॉर्टकट गेम खेळायचा. आत घुसायचं, फास्ट खेळायचं, फास्ट चाली, डायरेक्ट अटॅक, चेकमेट आणि गेम ओव्हर. डिफेन्स गेम खेळायचाच नाही, डायरेक्ट अटॅक.' ती.

मला काहीच कळलं नाही. पण एवढं कळलं होतं की माझ्या हाताला लागलेली हि माझी वजीर होती, ती माझा डाव मला नक्की जिंकून देणार.

‘मॅम, देविका हि थोडी का होईना जुन्या जमान्याची प्लेअर आहे. तिचे गेम, तिच्या चाली आऊट डेटेड आहेत. मान्य आहे तिच्याकडे एक्सपिरिअन्स खूप आहे, तिचं नेटवर्क मोठं आहे. पण तिचं माध्यमही जुनं आहे. आज मॉडर्न युग आहे, मॉडर्न युगाची माध्यमं वेगळी आहेत. तिच्यावर तिची म्हणावी अशी पकड नाही. आपण दोन्हीकडून अटॅक करू. तिच्या माध्यमातूनही आणि माझ्या नव्या माध्यमातूनही. तिला आपण गडबडून सोडू’ ती.

‘हे असं शक्य आहे? मी.

'शक्य आहे मॅम, एक लक्षात घ्या, ती बेसावध आहे, तिला एवढच माहित आहे की ती चाली खेळणार आणि तुम्ही डिफेन्स करणार. तिला माहीतच नाही, तुम्ही अटॅक करू शकता. करणार आहात. त्यामुळे तिची त्यासाठी काहीच तयारी नसणार, अन नाहीये पण. आपण झटपट हालचाली करू, तिला गांगरून सोडू, आणि ती चेकमेट‘ ती.

तिची ती चेकमेटची डेफिनेशन मला कळेचना. देवीकाला चेकमेट करायचं म्हणजे नेमकं काय करायचं? मी तिला विचारलं...

'हे चेकमेट म्हणजे काय?‘

'मॅम, तिनं जिथून गेम सुरु केला, आपण पुन्हा तिथंच पोहोचायचं. तिला तुम्हाला इंडस्ट्रीतून बाहेर करायचं आहे. त्याची सुरवात तिने तुम्हाला शोमधून बाहेर काढून केलीय, आता ती तुम्हाला सिरीयल मधूनही बाहेर काढेलं, मग हळूहळू इंडस्ट्रीतून. आपण तिचे सगळे मनसुभे उधळायचे आणि शोमध्ये एन्ट्री घ्यायची. ती ही दिमाखात. तिचा डावही उध्वस्त आणि आपणही सेफ. एकदा का शोमध्ये एन्ट्री झाली की तो तिच्यासाठी मोठा सेटबॅक असेल. ती तोंडावर आपटेल. तिला लगेच काही नंतर हालचाल करून चालणार नाही. कारण तुम्हीही फ्रंटला आला असणार. मीडियानं तुम्हाला उचलून धरलेलं असणार आणि त्यामुळे चॅनेल्सही आता तुमच्या बाजूने असणार‘ ती.

तिने बराच खोल विचार केलेला होता. तिच्या बोलण्यावरून स्पष्ट वाटतय की तिच्याकडे सर्व प्लॅन्स रेडी आहेत. देवीकाची नस तिने पकडली आहे.

मी तिला विचारलं..

'आता नेमकं काय करायचं? नेक्स्ट स्टेप काय आहे?‘

'पुढची स्टेप असेल अजून एक प्रेस कॉन्फरन्स‘

तिने स्माईल दिली. तिच्या डोळ्यात एक वेगळीच चमक होती. फार मुरलेल्या आणि बेरकी राजकारण्यांसारखी. एका क्षणाला मला समीरची आठवण येऊन गेली. तोही असाच बेरकी, भविष्याचा वेध घेणारा, अचूक प्लॅन्स करणारा.

'होय पुढची स्टेप असेल अजून एक प्रेस कॉन्फरन्स' आणि असं म्हणून तिने मला प्लॅन समजावून सांगितला.

मी थक्क होऊन तिच्याकडे बघतेय.

राजकारण हा आयुष्याचा भाग असतो. तो तुम्हाला जमायलाच हवा. तुम्ही कोणत्याही क्षेत्रात असा, तिथं तुम्हाला राजकारण फेस करावं लागणारच. पण आपण बहुसंख्य लोक, नाकापुढे चालणारे, कधी कुणाच्या वाटेला न जाणारे. आपण कधीच राजकारण करत नाही. अगदी कुणी आपल्यावर अटॅक केला तरी आपण डिफेन्स गेम खेळतो. आपणालाही दुसऱ्यावर अटॅक करते आले पाहिजेत. त्यांनी खेळलेल्या खेळींना प्रतिउत्तर देता आलं पाहिजे. आपणही चाली खेळल्या पाहिजेत, आणि उत्तम उत्तम चाली खेळण्यासाठी आपल्याकडेही चांगले 'वजीर' पाहिजेत.

19

माफिया

'आज इथं या ठिकाणी हि गोष्ट अनाउन्स करताना मला खूप दुःख होतंय. मी मीडियाची, माझ्या सर्व कलिग्जस् आणि मित्रांची, आणि माझ्यावर प्रेम करणाऱ्या माझ्या सर्व फॅन्सची माफी मागून हे जाहीर करते कि मी माझ्या दोन्ही सिरियल्स सोडतेय. ऑलरेडी मला रिऍलिटी शोमधून बाहेर काढलं आहेच. आणि आता मला माझ्या दोन्ही आवडत्या सिरिअल्स मधून काढायचे प्रयत्न सुरु आहेत. लवकरच ते तसं करणार आहेत. तसं करताना ते माझी आणखी जास्त बदनामी

तर करणारच. मला त्याची पर्वा नाहीये. पण माझ्यातील प्रामाणिक अभिनेत्रीवर होणारा अन्याय मी अजून सहन करू शकत नाही. मी इथं प्रामाणिक प्रयत्न करतेय. माझं काम मी मनापासून करण्याचा प्रयत्न करतेय. पण इथल्या माफियाला मी इथं नको आहे. त्यांनी मला इंडस्ट्रीतून बाहेर काढायची पूर्ण तयारी केली आहे. मी एक सामान्य अभिनेत्री आहे, एक सामान्य टीव्ही गर्ल आहे, जी तुमच्यामधूनच इथं आलीय. आणि आपण सामान्य माणसं माफियाशी फाईट करू शकत नाही. इथला माफिया बलाढ्य आहे. मला हा निर्णय घेताना खूप वाईट वाटतय, पण त्यापेक्षा जास्त वाईट या गोष्टीचं वाटतय कि, माझी काहीही चूक नसताना मला आणि माझ्यातल्या अभिनेत्रीला संपवण्याचा हा प्रयत्न होतोय. आणि हे घृणास्पद आहे. मी एकटी आहे, माझ्यासोबत कुणीही नाही. मी यांच्याशी लढू शकत नाही. मला माझ्या सर्व फॅन्सनी माफ करावं, मी सर्वांची मनापासून माफी मागते. धन्यवाद.'

मी माझी प्रेस कॉन्फरन्स संपवून घरी आलीय. पाच मिनटांच्या या प्रेसनं मी सर्वत्र धमाका उडवून दिलाय. चारी बाजुंनी न्युज चॅनेल्सवर हाहाकार उडालाय. मी वापरलेल्या माफिया या शब्दानं चमत्कार केलाय. इंडस्ट्रीसह, सामाजिक, राजकीय, प्रशासकीय वर्तुळात गोंधळ उडालाय, आणि सर्वत्र चर्चांना उधाण आलंय. 'इथला माफिया बलाढ्य आहे' हि हेडलाईन झालीय. आता हा मुद्दा चांगलाच तापणार यात शंका नाही.

माझा टीव्ही ऑन आहे. सकाळपासून सर्वत्र या चर्चेनं वेग पकडला आहे. मीडियाला चांगलं खाद्य मिळालंय. त्याचा ते पुरेपूर वापर करत आहेत. जागोजागी लोकांच्या बाईट्स घेतल्यात. लोकं भरभरून बोलत आहेत. माझ्या बाबतीत जे झालंय ते लोकांना अजिबात आवडलेलं नाही. हे माझ्या बाबतीत घडलंय म्हणून नाही तर माझ्या जागी आणखी कुणी असतं तरी हेच घडलं असतं. लोकांना हे अजिबात आवडत नाही. माफिया, या शब्दाची हि करामत आहे. माफिया म्हणजे असं कुणीतरी कि जो इतरांचं वाईट करतो. जो अन्याय करतो, सर्वसामान्यांना त्रास देतो. हीच डेफिनेशन आहे या शब्दाची. आणि सामान्य लोकांच्यात या असल्या प्रवृत्तीबद्दल प्रचंड राग असतो, संताप असतो. आपल्यातल्याच कुणालातरी, आपल्या जवळच्याच कुणालातरी त्रास दिला जातोय, असं त्यांना वाटत रहातं. पर्यायानं त्यांनाच स्वतःला त्रास दिला जातोय, हि भावना त्यांच्यात तयार होते. त्यांना चीड येते. कारण या पद्धतीचा अगदी माफियाचा नसेल पण धनदांडग्यांचा, मसल पॉवर वाल्यांचा त्रास त्यांनी आयुष्यात कधी ना कधी भोगलेला असतो, जवळून पाहिलेला असतो.

लोकांच्यातली चीड मला दिसतेय. टीव्ही वर लोकं बोलून दाखवताहेत. कोण आहे हा माफिया म्हणून विचारत आहेत. त्याला शिक्षा करा असा त्यांचा एकंदर सूर आहे. आणि हे समाजाच्या सर्वच वर्गातील लोकांचं म्हणणं आहे. टीव्ही वरील त्यांच्या बाईट्स बघितल्या कि हे लक्षात येतंय.

माझ्या बाबतीत जे झालंय, त्याचा लोकांना राग आलाय. लोक त्या शोबद्दलही बोलत आहेत. चॅनेलवरही टीका करत आहेत. लोकांच्या प्रतिक्रिया तीव्र आहेत. आणि हे सगळं बघून न्युजवाल्यांनीही आपला रुख बदललाय. न्युज अँकर आक्रमक बनल्या आहेत. अशा प्रवृत्तीवर कारवाई झाली पाहिजे, असा साधारण पवित्रा त्यांनी घेतलाय. किआराची रिऍलिटी शोमधून हकालपट्टी हि न्युज गायब होऊन अभिनेत्रीवर अन्याय, मस्तीखोर माफिया, माफियाला लगाम हवाच अश्या हेडलाईन्स झळकत आहेत. एका दिवसात त्यांना हे शहाणपण सुचलंय. अजून बरंच काही काही घडणार आहे. मी माझा डाव व्यवस्थित टाकलाय.

तुमची एक अक्कल हुशारीने खेळलेली खेळी समोरच्याचा अक्खा डाव उधळून लावू शकते, याचंच हे द्योतक आहे. संकटांच्या समयी घाबरून न जाता डोकं शांत ठेवून तुम्हाला सामोरं जायचं असतं, हे मी नव्यानं शिकतेय. रात्र झालीय. टीव्ही वरती आता डिबेट्स चालू झाल्या आहेत. प्रत्येक चॅनेलवर डिबेटस् रंगल्यात. राजकीय, सामाजिक, पत्रकारिता आणि इंडस्ट्रीतील

अनेक लोकांचा सहभाग आहे. बऱ्याच चॅनेलवर पाठीमागं एक ब्लॅक रंगातलं महिलेचं क्लीपआर्ट दिसतंय. तिच्या खाली माफिया असा उल्लेख आहे. चॅनेल्सनीही देवीकाच्या दिशेने इंडायरेक्टली का होईना इंडिकेशन्स केल्या आहेत. प्रत्येकाला नाव माहित आहे, अजून कुणी तिचं नाव घेतलेलं नाही. पण चर्चा त्याच अनुषंगानं चालू आहेत. प्रत्येकाचा सूर एकच आहे. अशी प्रवृत्ती ठेचली गेली पाहिजे. कुणीही माफियाची बाजू घ्यायला तयार नाहीये. मीडियानं वातावरण चांगलंच तापवलंय. घराघरात किआरा हा एकच मुद्दा झालाय. मध्ये मध्ये माझ्या सिरिअल्समधील माझं फुटेज दाखवलं जातंय. खास करून माझ्या पहिल्या सिरीयल मधलं. आज प्रत्येक न्युज चॅनेलवर फक्त किआराच किआरा आहे. दुसरं कुणीही नाही. मला नाही वाटत कि आता न्युजवाले लवकर हा मुद्दा सोडतील.

डिबेटमध्ये खास करून महिलांची उपस्थिती लक्षणीय आहे. सामाजिक आणि राजकीय क्षेत्रातील महिला आहेतच, पण चित्रपट, साहित्य आणि सर्वसामान्य महिला, कॉलेज गर्ल्स आणि नवोदित अभिनेत्रींनाही जॉईन करून घेतलंय.

प्रत्येकजण माझी बाजू घेतंय. त्यांच्या बाबतीतही असं अनेकवेळा घडलंय असं अनेकजणींचं म्हणणं आहे. महिलांना प्रत्येक क्षेत्रात त्रास दिला जातोय, असं त्यांचं म्हणणं आहे. आणि खास करून काही प्रस्थापित आणि बलाढ्य महिलाही यात सामील असतात, असा एकंदर त्यांचा सूर आहे. हे थांबवलंच पाहिजे, आणि जो दोषी असेल त्याच्यावर कारवाई करावी अशी त्यांची मागणी आहे.

माझा फोन सकाळपासून वाजतोय. पण मी लक्षच दिलेलं नाही. एक पल्लवी सोडली तर मी कुणाचाच फोन रिसिव्ह केलेला नाही. ती जाम खुश आहे आज टीव्ही पाहून. देवीकाची पुरती वाट लागली असेल न्युज बघून असं ती म्हणाली. हो नक्कीच तसं झालं असेल. कालच्या प्रेसचं एवढं काही नाही, पण आजच्या प्रेसमुळे झालेला हंगामा बघून तिच्या पायाखालची जमीन नक्कीच सरकली असेल. प्रेसमध्ये मी असं काहीतरी बोलेन आणि तिचं नाव न घेता, तिच्याचसाठी माफिया या शब्दाचा प्रयोग करेन असं तिला उभ्या जन्मात वाटलं नसेल. स्वतःला मीडियाची बेताज बादशाह समजणाऱ्या आणि आपण म्हणेल ती पूर्व दिशा असं मानणाऱ्या देवीकाला मी एका क्षणात क्रिमिनलच्या लाईनमध्ये उभं करेन असं तिच्या स्वप्नातही नसेल. होय, क्रिमिनलच्याच. माफिया म्हणजे क्रिमिनल, त्याची तीच व्याख्या आहे. एक अनभिषिक्त सम्राज्ञी ते क्रिमिनल हा प्रवास एका पाच मिनटांच्या प्रेस मध्ये होईल, हि कल्पनाही तिच्या मनात आली नसेल. स्वतःला क्रिमिनल म्हणवून घेणं, किंवा तशी इमेज होणं, आणि लोकांनी त्यावर बोलणं हे किती महाभयानक आहे, याची जाणीव तिला असणारच. तिलाच काय पण कुणालाच ऑन रेकॉर्ड गुन्हेगार व्हायचं नसतं. एकदा का तुम्ही क्रिमिनल झालात किंवा ठरलात तर त्याची पुढची स्टेप अत्यंत भयानक आहे. तुम्ही सलाखोंके पिच्छेही असू शकता. आणि तिथपर्यंत पोहचण्याचं अंतर फारसं रहात नाही मग. देविकाबद्दल असं अजून कुणी बोलण्याचं धाडस केलं नव्हतं. मीही अजून तिचं नाव घेतलेलं नाही. पण चुकून जर मी ते नाव घेतलं, किंवा माझ्याकडून घेतलं गेलं तर ती ऑफिशिअली समोर येऊ शकते, माफिया म्हणून. आणि ते तिला परवडणारं नाही. तिच्या मनात आज नक्कीच दहशत तयार झाली असेल. फक्त तिच्याच नाहीतर तिच्या बरोबर असणाऱ्या अनेकांच्या मनात भीती तयार झाली असेल. कारण अनेक कारनाम्यात ती सामील आहे. आणि ती एकटी नाही तिच्या सोबत एक हाय प्रोफाईल नेटवर्क आहे. ते सगळे तिच्यावर आता दबाव आणतील, आणि एकतर हे प्रकरण मिटवायला सांगतील. कारण आज मी समोर आलेय, उद्या आणखी कुणी उठून उभे राहिल. एव्हाना देवीकाचा फोन सकाळपासून खणखणत असेल. ती हैराण झाली असेल.

समीरचा मेसेज आला आहे. त्यात त्यांनं 'ब्रेव्ह' असं लिहिलंय. आणि 'वेल प्लेड, किप गोईंग' असंही लिहिलंय. नेमका हाच शब्द काल देवीकानंही उच्चारला होता... 'वेल प्लेड'. नेमकं दोघांचेही शब्द एक कसे.?

दोघंही सेमच दिमागाची आहेत म्हणा. असो.

मी गॅलरीत बसलेय. हातात बिअरचा टिन आहे. आज थोडं रिलॅक्स वाटतय. गेला आठवडाभर फक्त टेन्शनच टेन्शन होतं. एक आशेचा किरण दिसतोय. रश्मी काहीतरी खायला घेऊन आली किचन मधून.

'दीदी, आज खूप मस्त वाटतय टीव्ही बघून. सगळे तुमच्या बाजूने बोलत आहेत.' रश्मी.

मी शांत. फक्त एक स्माईल.

'आणि दीदी, तुमच्या त्या पहिल्या सिरीयल मधील सीन्स दाखवत होते, किती मस्त दिसत होतात ना तुम्ही. आणि नेमका तोच ड्रेस घातलेला सीन दाखवत होते, तुम्ही तो पहिल्यांदा स्क्रीनटेस्टच्या वेळी घातला होतात तोच. मला खूप आवडतो तो तुमचा लूक'.

'हो, मलाही' मी.

समीरनेच चॉईस केला होता तो ड्रेस आणि तो गेटअपही त्यानेच सेट केला होता, स्क्रीन टेस्टसाठी. पुढे तोच सिलेक्ट झाला, प्रोमोसाठीही, आणि माझा पहिला सीनही त्यावरच झाला होता. समीरला सगळं माहित आहे माझ्या बद्दल. मला काय चांगलं दिसेल, काय नाही. एवढंच नाही तर मी कुठल्या क्षणी कशी वागेन, काय बोलेन, कशी रिऍक्ट होईन, सर्व काही. मी कधी काय बोललं पाहिजे, मीडिया कसा फेस करायचा, पत्रकारांना कोणत्या प्रश्नांना कसं सामोरं जायचं, मी काय बोलायचं, कोणते शब्द कधी वापरायचे, हे सगळं तोच फिक्स करत असे. माझ्या सगळ्या मीडियावरच्या स्क्रिप्ट त्याच्याच असायच्या.

पण आजच्या स्क्रिप्टचं सगळं श्रेय जातं ते कालिंदीला.

आजची स्क्रिप्ट तिचीच होती. तिनंच फिक्स केली होती. एवढंच नाही तर मी काय बोलायचं, किती बोलायचं, कधी माफिया हा शब्द उच्चारायचा इथपर्यंत तिनं माझी तयारी करून घेतलेली. ग्रेट आहे यार ती. तीनं जातानाच बजावलं होतं, एवढंच बोलायचं आणि थांबायचं. याच्यापेक्षा एकही शब्द जास्त नाही. आणि पत्रकारांच्या प्रश्नांना सामोरं न जाता लगेच बाहेर पडायचं. तीचं प्लॅनिंग परफेक्ट होतं. रिझल्ट माझ्या समोर आहे. कालिंदी.. ग्रेट आहेस. आता इथं असतीस तर नक्कीच माझ्याकडून एक बिअर गिफ्ट दिली असती तुला. आज आकाश निरभ्र आहे. चंद्र पूर्ण नाही अर्धाच आहे, पण शुभ्र आहे. टिपूर चांदणं पडल्याचा फील आहे.

वादळ शमत असल्याची चाहूल आहे. कदाचित हा चंद्र पूर्ण गोल होईपर्यंत माझ्या आयुष्यातील हे वादळ पूर्ण निघून गेलेलं असेल, आणि पौर्णिमा उजाडली असेल. मी त्या दिवसाची वाट बघतेय. तो चंद्र भर्रकन पूर्ण व्हावा असं मला वाटतय. मी त्या अर्ध्या चंद्राला आणि त्याच्या उरलेल्या अर्ध्या भागाला न्याहाळतेय.

सकाळी मी उठायच्या आधीच पल्लवी आणि कालिंदी घरी आल्यात. मी आश्चर्यानं त्यांच्याकडं पाहिलं, तर माझ्या लक्षात आलं, ऑलरेडी अकरा वाजलेत. रात्रीच्या हँगओव्हरमुळे जागच आली नाही.

'अगं उठवायचं नाही का मला, अकरा वाजले की' मी रश्मीला ओरडले.

'दीदी, अहो किती दिवसानंतर छान झोपला होता तुम्ही आज, म्हटलं झोपु दे. आठ दिवस झाले बघतेय मी तुम्ही या कुशीवरून त्या कुशीवर होत होता.' असं म्हणून रश्मी त्यांना दिलेले चहाचे कप घेऊन आत गेली.

खरं आहे तिचं, आज मनसोक्त झोपले. फ्रेश वाटतय.

'तुम्ही बसा, मी आलेच फ्रेश होऊन' असं म्हणून मी आत किचन मध्ये गेले.

'रश्मी, समीर चा काही फोन आला होता का तुला? मला नाही आला कालपासून म्हणून विचारतेय' मी.

'हो आला होता, तुम्ही रात्री गॅलरीत होता तेव्हा, विचारलं जेवली का? मी सांगितलं आज जरा खुश आहेत, बसलेत बिअरचा टिन घेऊन. तर बरं म्हणाले, असू दे एन्जॉय करू दे तिला, मी नाही डिस्टर्ब करत, नाहीतर अजून काहीतरी वाद व्हायचा, आणि तिचा मूड खराब व्हायचा, असं म्हणाले. पण का हो, आज असं एकदम झोपेतून उठून विचारलं सकाळी सकाळी?'

'काही नाही, सहजच विचारलं' मी टाळून नेलं.

मी फ्रेश होऊन आले.

'सॉरी, माझ्यामुळे तुम्हाला वेटिंग करावं लागलं. बोला आता नेक्स्ट प्लॅन' मी.

'मॅम, कालचा प्लॅन अगदी व्यवस्थित वर्क झालाय. आता आपणाला शांत बसून चालणार नाही. आता आपणाला फास्ट पुढची स्टेप घ्यायची आहे.' कालिंदी.

'म्हणजे काय करायचं आहे?' पल्लवी.

'हे पहा, काल मिडियानं माफियाला पुरतं झोडून काढलंय. सगळीकडे दिवसभरात चीड निर्माण झालीय. आणि बऱ्यापैकी तुमच्याबद्दल सहानुभूती. तुमच्याबद्दल फक्त सहानुभूती निर्माण करणं आणि देविकाबद्दल चीड एवढाच आपला उद्देश नाही. तर आपणाला शोमध्ये एन्ट्री करून घेणं, हा आपला उद्देश आहे. आणि मीडिया यावर अजून काहीच बोललेला नाही. अगदी कुठल्याच चॅनेलवर असं काही बोललं गेलेलं नाही.'

'असं का..?' मी.

'कारण एकतर मीडिया पुरवून पुरवून बातम्या युज करणार. एकाचवेळी सगळं संपावणार नाही. कदाचित ते एक आठवाड्यापेक्षाही जास्त वेळ या विषयाला हात घालणार नाहीत. आणि असं झालं तर गडबड होऊ शकते. कदाचित समोरचा आणखी एखादी चाल खेळून बसेल.' ती.

'मग..?' मी.

'फास्ट आणि अटकिंग गेम हि आपली स्ट्रॅटेजी आहे. आपण एवढा वेळ द्यायचाच नाही समोरच्याला. तो एक विचार करेपर्यंत, यातून बाहेर पडेपर्यंत एकतर आपण दुसरं काहीतरी उभं करायचं, आणखी एक धक्का द्यायचा, नाहीतर त्याच्या हातातून सुटून जाऊन आपल्या टार्गेटपर्यंत पोहोचायचं.' कालिंदी

'म्हणजे काय करायचं, आता?' पल्लवी.

'हे बघा मॅडम, हा गेम आता आपण लीड करतोय, ना कि मीडिया किंवा अन्य कोणी. त्यामुळे त्यांचं काय होतंय पाहून आपण गेम खेळायचा प्रश्नच येत नाही. आपण मीडियाला लीड करायचं. आपण आपल्या पद्धतीनं हॅन्डल करायचं' कालिंदी.

'जरा स्पष्टच सांग' मी.

'हे बघा मॅम, मीडिया हा आरसा आहे, आपल्या आजूबाजूला काय चाललय याचा. इथं जे घडेल, जे सेन्सेशनल असेल तेच ते दाखवणार. आता माफियाची बाजू दाखवून झालीय. तुमच्यावर अन्याय झाला आहे हेही लोकांना समजलय. आता फक्त लोकांनी एवढंच म्हणणं गरजेचं आहे, 'किआराला, शोमध्ये घ्या, किआराला शोमध्ये घेतलच पाहिजे'' ती.

'वाह, बेस्ट प्लॅन..' पल्लवी.

'पण ते कसं घडणार, लोकं कशी बोलणार?' मी.

'बोलणार ना मॅम, नक्की बोलणार. खरतर, मी मघाशी जी फास्ट स्टेप घ्यायला हवी असं म्हटलं ती मी ओलरेडी घेतलीय. हे बघा, मी ऑलरेडी माझ्या पोर्टलवरून कॅम्पेनिंग चालूही केलं आहे. माझे ब्लॉग्ज रेडी झालेत कालच आणि आज सकाळपासून ते सगळीकडे झळकूही लागलेत. एफबी, इंस्टा, व्हाट्सअप्प वर. माझ्या सगळ्या पेजेसवर ते पोस्ट झालेत. लोकांना टॅग झालेत. मी माझ्या काही मित्रांचीही मदत घेतलीय, आज संध्याकाळपर्यंत सोशल मीडियात धुमाकूळ घालतील या पोस्ट्स. मॅडम, प्रत्येकाच्या हातात मोबाईल आहे. प्रत्येक जण यावर बोलेल, कॉमेंट्स करेल, व्यक्त होईल. आणि तेच बोलेल जे आपणाला हवंय, कारण त्या सर्व पोस्ट्स आपण लीड करतोय, आपणाला हवं तेच लोक बोलणार, तसं

डिजाईनच आहे त्याचं' कालिंदी.

'वाह कालिंदी, वाह.. काय डोकं लावलं आहेस, यार अपने दोनोंकि जोडी जमेगी, तू मीडिया इन्फ्लुएंसर आणि मी डिटेक्टिव्ह, वाह, लव्ह यु' पल्लवी.

'पल्लवी, थांब ग जरा. पण मला सांग यानं काय होणार,? म्हणून मला चॅनेल थोडीच शोमध्ये घेणार?' मी.

'घेणार, मॅम, गॅरंटीड घेणार. कारण ऑलरेडी कालच्या न्युजमुळे चॅनेल प्रेशरमध्ये आलं असणारच, शंकांचं नाही. ज्यावेळी सोशल मीडियातला लोकांचा आजचा धुमाकूळ न्युज चॅनेलवाले बघतील, ते आज नवीन न्युज चालवतील, 'किआराला शो मध्ये परत बोलवा, म्हणून'. हि जी न्युज ते आठवडाभरा नंतर चालवणार असतील ती त्यांना आजच चालवावी लागेल. आणि एकदा का मुख्य मीडियात हि न्युज चालली, कि चॅनेल अजून जास्त प्रेशर मध्ये येईल. त्यांच्या शोच्या आणि चॅनेलच्या रेप्युटेशनचा प्रश्न निर्माण होईल, जो कि अलरेडी झाला आहेच, पण अजून जास्त प्रमाणात होईल. आणि चॅनेल नेहमी सर्व्हे करत असतं. त्यांचं बारकाईनं लक्ष असतं. ज्यावेळी ते सोशल मिडियातल्या कमेंट्स वाचतील ना मॅम, त्यांचं डोकं फिरेल. तुम्हाला माहित असेल लोकं काय बोलतात ते, कश्या कमेंट्स करतात ते.' मग मात्र चॅनेलला आपल्या निर्णयाबद्दल विचार करावा लागेल. कारण लोकं शिव्या चॅनेललाच घालणार, ना की आणखी दुसऱ्या कुणाला. मग आपण आपली तिसरी स्टेप खेळू, कि जी सर्वात जास्त पॉवरफुल असेल'

ती बोलतच होती. तिनं ऑलरेडी सकाळपासूनच वात पेटवली होती. आणि आता धमाके चालू झाले होते. यात चॅनेल आणि माफिया दोघांनाही इजा होणार होती. आणि माझी वाट सुखर होणार होती.

पण का कुणास ठाऊक पल्लवी तिच्याकडे म्हणजे कालिंदीकडे एकटक बघत होती. 'दया, कुछ तो गडबड है' असाच काहीतरी भाव तिच्या चेहऱ्यावर दिसत होता.

20
कम बॅक किआरा

'माफिया हाय हाय, माफिया बाय बाय'
'किआरा को वापस लो, वरना चॅनेल बंद करो.'

कालिंदीच्या कॅम्पेनिंगनं धमाका उडवून टाकलाय. सर्व न्युज चॅनेल्सवर धुडगूस चालू आहे. शेवटी कालिंदीचा अंदाज बरोबर ठरला. सोशल मिडियातल्या कॅम्पेनिंगचा व्हायचा तो परिणाम झालाच. चॅनेलवर ब्रेकिंग न्युज लागलीय, 'किआराला परत बोलवा, लोकांची मागणी', 'लोक बोलावत आहेत किआराला' इ. हि तर फक्त सुरवात झालीय, अजून खूप न्युज येणार, खूप फुटेज दाखवलं जाणार. चॅनेलवाल्यांची हिच पद्धत आहे. ते न्यूज हॅमर करतात. आज ही ते तेच करणार. पण याचा त्रास मला नाही तर देवीकाला होणार. दोन ते तीन दिवसात चित्र पूर्ण पालटून टाकलं, कालिंदीनं. जादू केली एकदम.

'थँक्स कालिंदी'

'थँक्स कशाबद्दल मॅम, माझं हे कामच आहे. सेन्सेशनल न्युज मलाही हवीच आहे की. फक्त इथं तुमची बाजू योग्य आहे हे मला माहित होतं, आणि मी तुमची फॅन आहे एवढंच' कालिंदी.

'समजा तू हिची फॅन नसतीस तर..? म्हणजे तू हे सगळं केलं असतंस का?' पल्लवी.

'अम्म्म.. नाही माहित, नसतं हि केलं कदाचित. जास्तीत जास्त काय तर यांची बाजू ठामपणे उचलून धरली असती, पण फार स्पेशिअली इनव्हॉलंमेन्ट घेऊन नसतं केलं मी' कालिंदी.

'तेच, तेच म्हणतेय ना मी, तू नसतं केलं, मग आता एवढं का बरं करतेयस तू?' पल्लवी.

'ये पल्लवी, अगं काय बोलतेस तू? तुला काय कळतय का? काय पण प्रश्न काय? तू नको लक्ष देऊ कालिंदी हिच्याकडे. हीच डोकं जरा जास्तच पळतं.' मी.

'कम ऑन मॅम, माझ्यावर संशय घेताय कि काय?'

कालिंदी हसतेय.

'ओह गॉड, अहो मला काय देवीकांनं पाठवलंय असं वाटतंय कि काय तुम्हाला? तो टीव्ही बघा, न्युज फ्लॅश झाली सुद्धा, 'किआराची होणार का एन्ट्री, शो मध्ये परत येणार का किआरा?' अहो चॅपटर क्लोजींगला आला आहे. आता काय घेताय संशय माझ्यावर, ओह गॉड' कालिंदी.

तिचं हसणं थांबतच नाहीये.

पल्लवी चांगलीच वरमलीय. मलाही हसू येतंय.

'शंका घेऊ नका, मी तुमच्याच बाजूने आहे'

आणि ती पुन्हा हसली. पल्लवी आता चांगलीच रागावलीय.

'इनफ हं कालिंदी, नाहीतर मी आता जातेच'

आणि पल्लवी उठून निघाली.

तसं स्वतःला कंट्रोल करत उठून तीनं पल्लवीला थांबवलं.

'ओह, सॉरी, सॉरी, मला हसायचं नाहीये, पण मला खरंच कंट्रोल होत नाहीये' आणि ती तिच्या गळ्यात पडून पुन्हा हसू लागली. पल्लवीलाही कळेना, तीही हसू लागली खोटं खोटं, तिला तर रडायलाच आलं.

ते बघून आता मात्र कालिंदीनं कसंबसं स्वतःला कंट्रोल केलं.

आम्ही खाली बसलो. ती थोडी सिरीयस झाली.

'पल्लवी मॅम, आता इथून पुढे तुमचा रोल सुरु होतोय'

'माझा कसला रोल आलाय यात' पल्लवी अजूनही थोडी रागात होती.

'राग सोडा हो, ऐका माझं. आता सद्यस्थितीला आपण ग्राउंड चांगलं तयार केलं आहे. सर्वसामान्य माणसापासून मीडिया पर्यंतसर्व जण आपल्या बाजूने बोलत आहेत. रात्रीपर्यंत तुम्हाला शोमध्ये घेण्याबाबत आणखी जास्त न्युज चालतील आणि त्याचा आणखी मोठा इम्पॅक्ट होईल. पण एवढं सगळं झालं तरी इंडस्ट्रीतील अजून कुणी तुम्हाला परत शोमध्ये घ्यायला हवं असं अजून तरी बोललेलं नाही. आणि आता याच गोष्टीची गरज आहे.'

'मग मी काय करू शकते यात?' पल्लवी.

'करू शकता ना, तुम्हीच करू शकता. तुमचं नेटवर्क स्ट्रॉंग आहे. तुम्ही तुमच्या काही कलिग्ज, मित्र परिवार यांच्या मधल्या पाचदहा जणांना 'किआराला परत बोलवा' असं बोलायला सांगा. एफबीवर, इंस्टावर लाईव्ह व्हिडिओ करायला सांगा. पोस्ट करायला सांगा' कालिंदी.

'त्यानं काय होईल?' मी.

'त्याने खूप काही होईल. आपण लगेच 'कॉल बॅक किआरा' असा हॅशटॅग चालवू. सगळे तो बघतील. छोटे मोठे आर्टिस्ट जर कॉल बॅक किआरा म्हणू लागले तर मोठेही म्हणतील. आणि चॅनेलची कम्प्लिट अडवणूक होईल. त्यांच्या लक्षात येणार आपण केवढी चूक केलीय देविकाच्या नादाला लागून.' कालिंदी.

पल्लवीचे डोळे पुन्हा विस्फारले.

तिने लगेच कॉंटॅक्ट्स चालू केले. दिवसभर कोपऱ्यात बसून, ती फोन करतेय. गॅलरीत जातेय, आत येतेय. पण बाईनं फोन काही सोडलेला नाही दिवसभर. येता जाता सिगारेटचा धुरळा करत तिने सक्तीने तिच्या कॉंटॅक्ट्समधील आर्टिस्टसना व्हिडिओ करायला सांगितले. तिचं नेटवर्कच मोठं आहे. दिवसभरात हॅशटॅग चांगलाच ट्रेंड झालाय.

हॅशटॅग ट्रेंडचीही न्युज चॅनेलवर आली आहे. सगळीकडून चॅनेलवर दबाव वाढतोय. आता फोकस देविका वरून हटून चॅनेलवर आलाय. शोमधल्या माझ्या क्लिपींग्ज दाखवल्या जात आहेत. माझ्या कामाचं कौतुक केलं जातय. मी कशी पहिल्या राऊंडपासून इथपर्यंत आले, त्यातल्या माझ्या कामाची आणि मेहनतीची स्तुती केली जातेय. परवा परवा माझ्याबद्दल बरंच काही बोलणारे चॅनेल्स आता माझे गुणगान गात आहेत. आम्ही घेतलेल्या मेहनतीला फळ आलंय. इस बात पे पार्टी तो बनती है ना, बॉस..!!

गेले आठदहा दिवस फुल्ल टेन्शनचे होते. पण या छोट्याश्या यशानं आशा पल्लवीत झाल्यात. एवढ्या टेन्शनमधून मिळालेली हि छोटीशी उसंत. तो क्षणही सेलिब्रेट करायला हवाच. हो नक्कीच हवा. आयुष्य हे असंच सुख दुःख, टेन्शन, प्रेशरनी भरलेलं आहे. मध्ये मध्येच केव्हातरी आनंदाचे खूप छोटे छोटे क्षण येतात. अगदी छोटे छोटे. तेच क्षण साजरे करायचे. आयुष्य आपोआप सेलिब्रेट केल्या सारखं वाटू लागतं. जगण्याचं सेलिब्रेशन करायला काही दूर कुठे एखाद्या आयलॅंड किंवा क्रूझवरच जायची गरज नाही. तुम्ही कुठेही सेलिब्रेशन करू शकता. प्रत्येकाची पद्धत वेगळी असेल. कोण डान्स करून, कोण गाणी गाऊन, कोण खाऊन पिऊन अन कोणी आणखी काहीतरी वेगळं करून. पण सेलिब्रेशन झालं पाहिजे बॉस, जगण्याचं सेलिब्रेशन झालंच पाहिजे. त्या दिवशी तिघी होतो. आज चौघी आहोत. त्यादिवशी कारण नव्हतं, आज कारण आहे. त्यादिवशी मन सुन्न होतं, आज मन प्रसन्न आहे. विजयाची अपेक्षा आहे. आज एक टिन जास्तच जाणार आहे.

'चिअर्स... '

आज कालिंदीनं लीड घेतलंय.

'चिअर्स डारलिंग्ज... चिअर्स...

हे प्रिसेलिब्रेशन आहे, किआरा मॅमच्या शोमध्ये होणाऱ्या एन्ट्रीचं, आपल्या सगळ्यांच्या मेहनतीचं आणि प्लॅनिंग्जचं. अ परफेक्ट प्लॅन इज हाफ सक्सेस. पीओ, चिअर्स' कालिंदी.

असं म्हणून कालिंदीनं अक्खा मग नॉनस्टॉप रिचवला. मी बघतच राहिले. यार इथं पण फास्ट आहे हि.

'आपलं सगळंच फास्ट आहे' कालिंदी.

'हो ते येतंय लक्षात, पण..

तू मधूनच कुठून आलीस... फास्ट मध्ये.. मला हेच कळेना' पल्लवी.

पल्लवीची गाडी पहिल्याच टिन बरोबर रुळावर येते आणि सुस्साट सुटते. माझा नेहमीच अनुभव आहे. आज ही तेच आहे.

'ये सांग ना, तू मधूनच कुठून आलीस... फास्ट मध्ये.. सगळ्यांना ओव्हरटेक करून?' पल्लवी.

'मी मधूनच कुठून नाही आले. मी सुस्साट जात होते, मध्येच तुम्ही दिसलात म्हनून स्पीड थोडा कमी केलाय मी. एवढच. आणि मी आली तशी पुन्हा सुस्साट निघूनही जाणार आहे' कालिंदी.

हे सगळं चालूच होतं. पार्टीत एकदोन जरी अशी असलीत ना... तरी पार्टीत मजा येते. एकतर पार्टी मस्त होते नाहीतर वाट लागते. पण लक्षात मात्र रहाते एवढं नक्की.

ओमप्रकाश चा फोन.

'ए फोन घ्यायचा नाही कुणी. पल्लवी.

'गप गं, ओमचा फोन आहे चॅनेल मधून.' मी.

'मॅम.. मॅम.. मॅम.. चॅनेल मधून फोन असेल तर नकाच उचलू मग, अजिबात नका उचलू.' कालिंदी

'अगं पण, काही महत्वाचं असलं तर...? शोच्या डिरेक्टरचा फोन आहे.' मी.

'काय महत्वाचं असणार. जास्तीत जास्त तुम्हाला शोमध्ये माघारी घेतलंय, हेच असणार. दुसरं काय असणार' कालिंदी.

'हो... म्हणूनच...' मी.

मला थांबवत आणि तोंडाने धूर लांब हवेत सोडत, कालिंदी...

'नाही मॅम... नाही...

त्यांनी किती हि बोलवू द्या, मगर आपुन जाने का नई...'

'अगं काय बोलतेयस तू.. त्यासाठीच तर एवढं सगळं चाललंय ना?' मी.

'हो.. त्यासाठीच चाललंय.. पण आता तुम्ही एवढ्याही स्वस्त आणि साध्या राहिलेल्या नाहीत की कुणीही बोलवावं आणि तुम्ही लगेच जावं. तुमच्या जाण्याचाही एक इव्हेंट झाला पाहिजे, बिग इव्हेंट' कालिंदी.

मी तिच्याकडे कौतुकानं बघायला लागले आणि पल्लवी हि. हि जॅम खतरनाक कॅरॅक्टर आहे याचा मला पुन्हा अनुभव येत होता.

'ये ये ये, हि राईट बोलतेय, तू नाही जायचं. कितना भी बुलाने दे आपुन जाणे का नई. ये मला आता पटतंय.. तुला देवीकांनं पाठवलेलं नाही. पण तू आलीस कुठून...'?' पल्लवी.

'पल्लवी, तू जरा शांत बस, रश्मी कशी शांत आहे बघ' मी.

पुन्हा ओमचा फोन वाजतोय.

'मॅम, असाच फोन वाजू द्या उद्या पर्यंत. आणि उद्या सांगून टाकायचं, कि एम नॉट इंट्रेस्टेड. मला शोमध्ये यायचंच नाहीये. मग बघा कशी वाट लागते यांची. मग आपण आपलं फायनल अस्त्र बाहेर काढू.'

तिने हातातला मग पुन्हा संपवला. आता आणखी कोणतं अस्त्र काढणार आहे ही, हा विचार करत मी केव्हा झोपून गेले कळलंच नाही.

सकाळपर्यंत इंडस्ट्रीतील बऱ्याच लोकांच्या बाईट्स झळकू लागल्या आहेत. खूप जणांनी किआराला परत बोलवा म्हणून एफबीवर, इंस्टावर व्हिडिओ केलेत. हॅशटॅगनंही चांगलाच जोर धरलाय. सगळीकडे 'कॉल बॅक किआरा'च्या पोस्ट दिसत आहेत. मी सिरिअल्स सोडल्या ही गोष्टही लोकांना जास्त स्पर्शून गेलीय. आणि आता कालिंदी याचंच भांडवल करणार आहे.

ओम चा फोन.

'हॅलो, ओम बोल.' मी.

'अगं हे काय? तू फोन का उचलत नाहीयेस?' ओम.

'ते महत्वाचं नाहीये, तू बोल, का फोन केला होतास?' मी.

'अगं, इथं खूप खळबळ माजलीय. तू सिरियल्स सोडल्यास आणि हे टीव्ही वरच्या न्युजनी इथं खूप गोंधळ उडालाय. मीटिंगवर मीटिंग चालू आहेत. एकंदर तुला शोमधून काढल्याच्या प्रकरणावर डिरेक्टर बॉडीत चांगलंच युद्ध रंगल्याचं कानावर येतंय. तुझ्यासाठी गुड न्युज आहे. बहुतेक तुला परत शोमध्ये घेतलं जाईल, असं एकूण वातावरण आहे.' ओम.

'ओम, मला एक खरं सांग, कि तू हा फोन तुझ्या मनाने केला आहेस कि आणखी काही. जे काही असेल ते मला खरं सांग. एज अ फ्रेंड तू मला हे सांगू शकतोस.' मी.

'किआरा, अक्च्युअली मी आता माझा मीच फोन केलाय. पण मला रात्री बोलावलं होतं, मीटिंगला. रात्री मी तिथूनच फोन केला होता. तुझा कल काढायला सांगितलं होतं त्यांनी, म्हणजे तू हे सगळं थांबवावं. आणि रिटर्न शोमध्ये यावं असं एकंदर डिरेक्टर बॉडीचं म्हणणं आहे. पण मीच त्यांना म्हटलं होतं कि, मला नाही वाटत आता किआरा रिटर्न येईल. ती दुखावली आहे. आणि ती फार स्वाभिमानी आहे असं. तेव्हा मला तुला विचारायला सांगितलं त्यांनी. मला वाटतय तू रिटर्न यावं.' ओम.

'ते शक्य नाही ओम. मला गरज नाहीये. तू माझ्यावतीने त्यांना ऑफिशियली तसं सांगून टाक. तू माझं एवढं काम नक्कीच करू शकतो.' मी.

'मी सांगेन किआरा, त्याबद्दल काहीच नाही. इनफॅक्ट मला आता पुन्हा मीटिंगसाठी बोलावलं आहेच. पण मला वाटतं, तू असा निर्णय घेऊ नये.' ओम.

'नाही, ओम.. मला ते शक्य नाहीये. तू त्यांना तसं कळवू शकतो. चल बाय. मला थोडं काम आहे.' मी.

मी फोन ठेवला. थोडं विचित्र वाटलं मला असं ओमला सांगताना.

'मॅम, बऱ्यापैकी इंडस्ट्रीतल्या लोकांनी तुम्ही सिरिअल्स सोडलीत या मुद्द्याला हात घातलाय. आणि तुम्हाला परत शोमध्ये आणि सिरिअल्समध्ये घेतलं जावं, यावर ते बोललेत. सर्वसामान्य लोकांच्याही यावर प्रतिक्रिया येऊ लागल्यात. तुमच्या डिरेक्टरचाही फोन येऊन गेलाय. तुम्ही चॅनेलला नकार कळवलात हे छान झालं. आता आपण एक फेसबुक लाईव्ह करून तुम्हाला चॅनेलकडून आलेल्या फोन बद्दल बोलू. आणि आपण रिटर्न जाण्यासाठी इंरेस्टड नसल्याचं जाहीर करू.'

मी बघतच राहिले. पण तिला फॉलो करण्याशिवाय माझ्याकडे पर्याय नाहीये. आतापर्यंत तीचे सगळे प्लॅन्स वर्क झालेत.

फेसबुक लाईव्ह चालू आहे.

'माझ्या ऑडिअन्स मित्रांना आणि माझ्यावर प्रेम करणाऱ्या सर्वांना माझ्याकडून धन्यवाद. तुम्ही मला सपोर्ट केलात त्याबद्दल थँक्स. मनापासून सर्वांचे आभार. तुमच्या सपोर्टमुळे माझ्यात आत्मविश्वास निर्माण झालाय. माझ्या सारखाच आणखी कुणावरही असा काही अन्याय झाला असेल तर तुमचं प्रेम आणि सपोर्ट बघून त्यांनाही बळ मिळेल. उद्या कदाचित ते लोकही अन्यायाविरुद्ध वाचा फोडतील. ठामपणे उभे राहतील. तुम्ही लोकांनी माझ्यासाठी 'कॉल बॅक किआरा' म्हणून मुव्हमेंट चालवली. मला खरच तुमचं प्रेम पाहून माझ्या डोळ्यात पाणी येतंय. चॅनेलकडूनही परत यावं यासाठी मला विचारणा झालीय. पण कुठेतरी हे सगळं तुमच्या दबावामुळे होतय. कदाचित अजूनही त्यांना मी परत यावं हे मनापासून वाटत असेल की नाही याबद्दल माझ्या मनात शंका आहे. त्यांनी तसं कुठेच अधिकृत म्हटलेलं नाही. त्यामुळे मी अजूनही परत न येण्याच्या माझ्या निर्णयावर ठाम आहे. तुम्हा सर्वांची कदाचित नक्कीच इच्छा असेल, मी परत यावं म्हणून. माझ्या मनात याबद्दल तिळमात्र शंका नाही. पण कदाचित मी परत न येणं हेच माझ्यासाठी आणि काही लोकांच्यासाठी योग्य ठरेल. मी परत येत नाहीये. माझ्यावर दाखवलेल्या प्रेमासाठी पुन्हा एकदा मनापासून आभार. असच प्रेम करत रहा. धन्यवाद.'

आम्ही आमचं फायनल अस्त्र सोडलं होतं.. ब्रह्मस्त्र.

ब्रह्मस्त्रच होतं ते. कालिंदीच्या डोक्यातून बाहेर आलेलं. तिला माझी सन्मानपूर्वक एन्ट्री करून द्यायची होती शोमध्ये. तिचं प्लँनिंग परफेक्ट होतं. देवीकाची सगळी खेळी उधळून लावली गेली होती. आता तिनं कितीही प्रयत्न केला तरी त्याचा उपयोग होणार नाही. मला शो मध्ये येण्यापासून ती मला रोखू शकत नव्हती. तिने कितीही प्रयत्न केले काड्या घालण्याचे तरी चॅनेल तिचं काहीही ऐकणार नव्हतं. ऑलरेडी त्यांना त्यांची चूक कळलेली होती. देवीकाच्या नादाला लागून त्यांनी त्यांचं नुकसानच करून घेतलं होतं. त्यांनाही आता ऑफिशिअली अनाउन्स करून मला बोलावणं भाग होतं. कारण तशी पब्लिक डिमांडच होती. आणि हि डिमांड आणखी वाढवण्यासाठी कालिंदीनं तिची उर्वरित खेळीसुद्धा खेळली. तिनं नुकताच आणखी एक हॅशटॅग रन केला आहे.. 'कम बॅक किआरा'. आणि हा हॅशटॅग पूर्वीचे सगळे रेकॉर्ड ब्रेक करणार यात आता शंका राहिलेली नाही.

गेल्या दहा दिवसातला प्रवास खूप रंजक होता. आव्हानात्मक होता. त्यादिवशी ओमनं 'तू आता या शो मध्ये नाहीयेस' हि सांगितलेली न्युज ते आता लवकरच पुन्हा माझी शोमध्ये होणारी एन्ट्री, याच्या मध्ये बरंच काही घडलं होतं. त्यावेळी मला जराही विश्वास नव्हता कि मी आता पुन्हा एंटर करू शकेन. या दहा दिवसाच्या प्रवासात मी काही गमावण्यापेक्षा खूप काही कमावलच होतं. माझा ऑडिअन्स रेषीओ नक्कीच घसरला होता. खूप घसरला होता. पण त्याची जाणीव मला नव्हती. तीही या निमित्ताने झाली. आणि आज अखंड ऑडिअन्स माझ्या बरोबर उभा आहे. कधी नाही एवढी पॉप्युलॅरिटी आणि ऑडिअन्सचं प्रेम मला मिळालंय. माझं व्यक्तिमत्व अनोख्या पद्धतीनं समोर आलंय आणि निखरून निघालय. लोकांना माझा ब्रेव्हनेस आवडलाय. मी एकटीनं दिलेली फाईट आवडलीय. प्रत्येक घराघरात माझीच चर्चा चालू आहे. सगळंच स्वप्नवत वाटतय. संघर्षातूनच तुम्ही उजळून निघता. तुमचं व्यक्तिमत्व बहरतं. संघर्षच तुमच्या जीवनाला झळाळी देतो. लवकरच मी शोमध्ये एन्ट्री करेन, तेव्हा याचा, या व्यक्तिमत्वाचा मला फायदाच होईल. माझी ऑडिअन्स बॅंक यानिमित्तानं भरून गेलीय, त्याचाही मला फायदा होईल. या सर्वात मला मदत झालीय ती पल्लवी, आणि कालिंदीची. खास करून कालिंदीची. तिच्यामुळेच आणि तिच्या परफेक्ट प्लॅनिंगमुळेच हे शक्य झालंय. पल्लवी म्हणते त्याप्रमाणे हि कुठून आली असेल? काल परवापर्यंत तर ती माझ्या आयुष्यात नव्हती देखील. अचानक कुठून आली? रिहानाच्या आयुष्यातही राजकुमार असाच आला होता तिची स्वप्न पूर्ण करण्यासाठी. तशीच तिथून कुठून तरी ही आली असेल का? कि रिहानानं

माझ्यासाठी पाठवली असेल? कि हि रिहानाच तर नसेल ना रूप पालटून आलेली? कोण असेल नक्की? कुठून आली असेल?

21

सन इज अप

मिस युनिव्हर्स स्पर्धेचा निकाल आहे आज. टीव्हीवर लाईव्ह प्रक्षेपण केलं जातंय. थोड्याच वेळात मिस युनिव्हर्सची घोषणा होईल. आणि एक सुंदरी जगज्जेत्ती होईल. किती नशीबवान असेल नाही ती. जगभरातल्या सुंदरीमधून ती निवडली जाईल आणि जगावर राज्य करेल. काय असेल असं खास तिच्यात?

नेमक्या कोणत्या गोष्टींमुळे तीचीच निवड होत असेल आणि बाकीच्यांची नाही. सर्वांना हरवत, मागे टाकत ती कशी इथपर्यंत पोहचेल. सर्वांपेक्षा वरचढ ठरेल ती. किती टप्प्यातून जावं लागत असेल तिला. किती कष्ट करावे लागत असतील तिला इथपर्यंत पोहचण्यासाठी.? मुळात फायनल राउंड सोडा, प्राथमिक फेरीत पोहचण्यासाठीच, स्पर्धेत एन्ट्री मिळावण्यासाठीच किती झगडावं लागत असेल. झगडणं प्रत्येकाच्याच नशिबात असतं. आता हेच बघा ना, पुन्हा शो मध्ये एन्ट्री करण्यासाठी झगडावं लागतंय ना मला? अजूनही झगडणं चालूच आहे. पण जवळ पोहचलीय मी आता.

'कम बॅक किआरा' म्हणून लोकांनी अक्षरशः मीडिया हलवून सोडलाय. गृहिणीपासून ते कॉलेज गर्ल्स पर्यंत आणि कार्पोरेट एम्प्लॉयीज पासून ते ऑटोवाल्यापर्यंत सर्वांनी 'कम बॅक किआरा' चा नारा सुरू आहे. लोक जिथे मिळेल तिथे व्यक्त होत आहेत. टीव्ही पासून ते न्युज पेपरपर्यंत आणि आणि सोशल मीडिया पासून ते एफएम चॅनेलपर्यंत सर्वत्र किआराच आहे. लोकांना मी हवी आहे. मी परत शोमध्ये हवी आहे. मला खरंच काही कळेना हे प्रेम बघून. त्या मिस युनिव्हर्समधील कॉन्टेस्टंटसना सुद्धा माझा हेवा वाटेल, अशी परिस्थिती आहे. त्यांना सुद्धा एवढं प्रेम मिळालं नसेल जेवढं मला मिळतंय. मीही एक कंटेस्टन्टच आहे या शोची. मग मला एवढं प्रेम? कदाचित हे सगळं या गेल्या आठ दिवसांतील कारनाम्यामुळे असेल. असेल नाही, त्यामुळेच आहे. मी लवकरात लवकर शोमध्ये एन्ट्री करण्याची वाट बघतेय.

लोकांचा दबाव बघून चॅनेलनं प्रेस कॉन्फरन्स घेतलीय. आणि त्यांनी मला परत येण्याचं आवाहन केलय. त्यांच्याकडून झालेल्या या संपूर्ण प्रकाराबद्दल त्यांनी दिलगिरी व्यक्त केलीय. आणि किआराला सन्मानपुर्वक दोन्ही सिरियल्स आणि शोमध्ये घेतोय आणि लवकरात लवकर तिनं चॅनेल जॉईन करावं असं आवाहन केलंय.

चॅनेलकडून अश्याप्रकारची गोष्ट भविष्यात कुणाच्याही बाबतीत होणार नाही, याची काळजी घेतली जाईल, हेही त्यांनी आवर्जून सांगितलं. एकंदर माझी शोमध्ये सन्मानपूर्वक एन्ट्री झालीय. न्युज बघून मी खूप खुश आहे. एखाद्या भयंकर स्वप्नातून बाहेर आल्यानंतर जसा फील येतो, नेमका तोच फील येतोय मला. सुटले एकदाचे. माझे फोन पुन्हा वाजू लागलेत. मला काँग्रॅच्युलेशन्स देण्यासाठी लोकांचे फोन येत आहेत. ज्यांनी ज्यांनी मला यात साथ दिली, माझ्यासाठी रस्त्यावर उतरले, माझ्यासाठी कॉमेंट्स केल्या, व्हिडिओ केलेत त्या सर्व लोकांचे मी मनापासून आभार मानते. देव त्यांचं भलं करो. माझ्या डोळ्यात आनंदाश्रू

आहेत.

मला समीरची आठवण येतेय. तो हवा होता आता इथं, असं का कुणास ठाऊक पण वाटतंय. खूप खुश झाला असेल तो, हे पाहून. त्याचा मेसेज आला होता, ‘ कॉंग्रॅच्युलेशन्स’ म्हणून. ‘खूप छान फाईट दिलीस. ब्रेव्ह गर्ल आणि बरंच काही लिहलं होतं. पण वाचेपर्यंत कुणाचा तरी फोन आला आणि राहून गेलं वाचायचं. त्यांनं मला योग्य सल्ला दिला, प्रेस कॉन्फरन्स घेण्याचा. आधी वाटलं होतं, कसं जमणार, कशी घेणार प्रेस कॉन्फरन्स.? पण जमलं.. आणि पुढे तर काय काय केलं आम्ही. मजा आली. पण यात समीर कुठेच नव्हता. एवढं सगळं चालू असताना एकदोन फोन सोडले तर यानं मला काहीच का सपोर्ट केला नाही? जसं मी देवीकाचं नाव घेतलं, त्याला सांगितलं, त्यानं लांबच राहणं का पसंत केलं? का केलं असेल त्याने असं? त्याच्या मनाची काही विचित्र अवस्था सध्या चालू आहे की काय असं मला वाटतय. आज पण फक्त मेसेज केलाय. का असा वागतोय.? कदाचित पुन्हा काहीतरी चूक घडेल किंवा त्यानं फोन केलेले मला आवडत नसेल म्हणून? कि त्याने आतापर्यंत फोन केले, पण मी एकदाही फोन केलेला नाही म्हणून? मी करू का फोन त्याला...? मी पुन्हा तंद्रीत.

’हॅलो, हाय‘ ओमप्रकाश चा फोन.

’बोल‘ मी.

’कॉंग्रच्युलेशन्स डिअर.. तू जिंकलीस.‘

’थँक यु ओम, थँक्स तुम्ही सगळे माझ्या सोबत होतात.‘ मी.

’आम्ही असणारच गं. ऐक, मी परवाच तुझं शूट लावतोय, सेमी फायनल आहे लक्षात ठेव, पूर्ण तयारी करून ये‘ ओम.

’ओके‘ मी.

हा ओमप्रकाश पण ना. याला खूप घाई असते. मी नको म्हटलं असतं तरी काही फायदा झाला नसता. हा काही कुणाचं ऐकत नाही. म्हणून ओके बोलले. सेटवर आता जाईन तेव्हा नेमकं कसं वाटेल? या दहा बारा दिवसात असं काही घडलंय बिघडलय कि काहितरी वेगळं नक्कीच वाटेल. आता जाईन तेव्हा एक नवी आणि वेगळी मानसिकता असेल.

मिस युनिव्हर्स स्पर्धेचा निकाल लागला. सावळ्या रंगाची ती मॉडेल मिस युनिव्हर्स ठरली. ऑफ्रिकेतल्या कुठल्यातरी देशाची आहे ती, ज्याचं नाव मघापासून दोन वेळा विसरले मी. अगदी उंचपुरी, आणि हसऱ्या चेहऱ्याची ती मॉडेल मला जरा कमी नाहीतर कालिंदीसारखीच दिसली. जगभरातल्या सुंदर सुंदर आणि गोऱ्यापान मॉडेल्सच्या हातातुन हिसकावून तिनं तो मिस युनिव्हर्सचा

ताज पटकावला होता. इथंही देवीकाच्या हातात असलेला माझ्या आयुष्याचा पत्ता कालिंदीनं अलगद तिच्या हातातून काढून माझ्या हातात दिला होता. आणि मला या शोमध्ये खेचून आणलं होतं. उद्या कधी जर मी शोची विनर झाले तर त्याचं पूर्ण क्रेडिट कालिंदीच असेल, नक्कीच. इतर रनरअप मॉडेल त्या सावळ्या मिस युनिव्हर्सला मिठी मारत होत्या. मीही कालिंदीला मिठी मारली.

पल्लवी, कालिंदी, रश्मी आणि मी आम्ही तिघी डान्स करतोय. मनसोक्त नाचतोय. मोठ्यानं म्युझिक चालू आहे. 'इना'च्या 'सन इज अप' वर आम्ही ठेका धरलाय. मला इनाची सर्वच गाणी आवडतात. कितीतरी वर्ष झाली हे गाणं येऊन पण आजही त्यातले शब्द मला साद घालतात. 'ऑल द पीपल टूनाईट, पुट युअर हॅन्डस इन द स्काय' हे म्हणताना तिचा चिरका आवाज असा काही लागतो कि बस्स...! असं वाटतं पॉप गावं तर तिनंच. 'सन इज अप, सन इज अप'. पल्लवीनं व्हॉल्युम् अप केला. सन नाही पण मून नक्कीच वर आलाय. अंधाऱ्या रात्रीला उजळण्यासाठी.

माझ्या आयुष्यात चंद्रोदय झालाय, पौर्णिमा झालीय. मन खूप खुश झालंय. बाहेर चांदणं पडलंय आणि पौर्णिमेचा चंद्र गोलाकार दिसतोय. या चंद्राला आता मी कधीच ओहोटी लागू देणार नाही. याला मी असाच गोलाकार ठेवणार. आणि तेजस्वी. ढगांना आता याच्या आड नाही येऊ देणार.

मी मघाशीच चॅनेलला माझा होकार कळवला आहे. चॅनेलने आता तसं डिक्लेअरही केलं आहे, मी परत येतेय म्हणून. गोष्टी फार ताणायच्या नसतात, एवढं कळलय. त्यामुळे राईट टायमिंग बघून मी माझा होकार कळवला.

सर्व चॅनेलवर ब्रेकिंग न्युज आहे, मी परत येण्याची. घराघरात आनंद आहे. 'किआरा जिंकली, माफीया हरला' अशा हेडलाईन्स काही ठिकाणी दाखवल्या जात आहेत. खरंच माफिया हरला होता. त्याचे मनसुबे उधळले होते. परफेक्ट प्लॅनिंगनं त्याला म्हणजे तिला आम्ही चारिमुंड्या चीत केलं होतं. तोंड दाखवायला जागा ठेवली नव्हती. पण माफिया आहे कुठे? काय करत असेल? चरफडत असेल. आणि आम्ही पार्टी करतोय.

पण हा आनंद फक्त कालच्या रात्रीपुरताच ठरला. आज सकाळी रश्मीनं झोपेतून उठवलं ते या बयेचं तोंड बघायलाच. तशी दुपार होत आलीय. आम्ही चौघीही लेटनाइट झोपलो. रश्मी जस्ट उठली तर टीव्ही चालूच होता अजून. आणि टीव्ही वर देविका. शॉकिंग होऊन तिनं आम्हा तिघींनाही उठवलं. सैतान हजर होती. ती बोलू लागली आणि आम्ही कोमात गेलो.

'या सर्व प्रकरणाशी माझा काहीही संबंध नाहीये. माझं नाव काही चॅनेल्सवरती काही लोकांनी घेतल्याचं माझ्या कानावर आलंय. पण मला काही हे नवीन नाही. अनेक बाबतीत माझं नाव घेतलं जातं. आणि त्यानं मला काही फरक पडत नाही. ज्या अभिनेत्रीबाबत हे जे सगळं चालू होतं, तसं तिच्या बाबतीत व्हायला नको होतं. आणि हे असे प्रकार माझ्या बाबतीतही या आधी झाले आहेत. इनफॅक्ट तिच्यावर फक्त आरोप झालेत, माझ्यावर फायरिंग झालं होतं. तिला फक्त शोमधून आणि इंडस्ट्रीतून बाहेर घालवण्याचे प्रयत्न झालेत, मला या जगातूनच बाहेर घालवण्याचे प्रयत्न झालेत. इथला माफिया खरंच बलाढ्य आहे, त्याच्याशी आपण सर्वांनी एकत्र येऊन फाईट करण्याची गरज आहे. किआरा एक चांगली आणि गुणी अभिनेत्री आहे. मीही तिची फॅन आहे. पण आमच्या बाबत मीडियात नाहक वाद पसरवण्याचं काम चालू आहे.'

माझी धडधड पुन्हा वाढली. काय बाई आहे ही. सैतानाचा अवतारच वाटली मला. काय साळसूद आवं आणला होता तिने, जणू काही मी त्यातली नाहीच. स्वतःवरचा रोख तिनं अलगद दुसरीकडे वळवला होता, विनासायास, फार कष्ट न करता. तेवढी माहीर आहे म्हणा ती. उगीच नाही या पोजीशनवर. पण माझ्या मनात भीती तयार झालीय. हा तिचा काही डाव तर नसेल ना? आणि असेल तर? एवढ्या सहसहजी ती सोडणार नाही मला. आणि तिनं माझी स्तुती का केली? ते हि माझं नाव न घेऊन? काय कारण असेल? तिला लोकांची दिशाभूल करायची असेल का? कि स्वतःला सेफ व्हायचं असेल? मला भीती वाटतेय.

'घाबरू नका हो मॅम, ती काहीच करू शकत नाही. मी सांगते ना तुम्हाला, ती फक्त मीडिया समोर सेफ गेम खेळलीय. एवढ्या लवकर तर ती काहीच करणार नाही, करू शकत नाही. नाहीतर ती अडचणीत येईल. आणि ती तसं करणार नाही. तेवढी शहाणी आहे ती.' कालिंदी.

'तरी ही...' मी.

'डोन्ट वरी मॅम, तुमचं काम झालंय. तुम्ही ऑलरेडी शोमध्ये एंटर झाला आहात. आपलं काम झालंय. तुम्ही आता तिकडे कॉसनट्रेट करा. आणि समजा, तिने काही केलं तर आपण सगळ्या आहोतच कि.' कलिंदीनं धीर देण्याचा प्रयत्न केला.

'मला उगीच रुखरुख वाटतेय' मी.

'मी तुम्हाला बॉण्डवर लिहून देते, ती काहीच करणार नाही. आता नव्हे कधीच करणार नाही. देविका चॅप्टर संपला आहे तुमच्या आयुष्यातून'. कालिंदी.

खूप कॉन्फिडन्स दिला कालिंदीने. पण कुठल्या भरवश्यावर बोलतेय हि कुणास ठाऊक. हुशार आहे म्हणा. जे काय असेल ते असेल, असं म्हणून मी विषय सोडून दिला, आणि शोवरती फोकस करायचं ठरवलं.

पल्लवी अजूनही कालिंदीकडे विशिष्ठ नजरेनं बघतच आहे. मला तर ती आता ठार वेडी वाटायला लागलीय.

आणि हा सर्व प्रवास करून मी सेटवर पोहचले तर एकदाची. एक नवी सकाळ, एक नवी फीलिंग. आज सेटवर ते सर्वजण नेहमीचेच आहेत, पण मी मात्र नवीन एंटर केल्यासारखी वाटतेय. पहिल्या सिरियलच्या वेळी मी फर्स्ट टाईम सेटवर गेले होते, अगदी तसंच फीलिंग आहे आज. थोडी बावरल्यासारखी झालेय. सेटवर एन्ट्री करताच सर्वांनी टाळ्या वाजवून माझं स्वागत केलं. पण मी नेमकी कशी रिऍक्ट होऊ हेच कळेना. सर्वांच्या चेहऱ्यावर ख़ुशी आहे. ओमने पुढं येऊन माझं स्वागत केलं, आणि एक छोटंसं स्पीच दिलं. थोडं वातावरण हलकं आणि पूर्वीसारखं करण्याचा प्रयत्न केला त्याने. आणि सर्वांना केक, स्वीटडिश आणि कोल्ड कॉफीची ट्रीट दिली.

'अगं बावरलीयस काय, सगळं तसंच आहे, पूर्वी सारखं, रिलॅक्स' तो बोलला.

मी हो म्हटलं. आणि आम्ही कामाला सुरुवात केली.

गणेशपूजन झालं आणि लाईट्स ऑन झाल्या.

त्या लाईट्समुळे माझे डोळे हलकेसे दिपले. डोळे मिटून घेऊन एक दीर्घ श्वास घेतला आणि हळूहळू डोळे उघडत, श्वास बाहेर सोडत मी सीन मध्ये एंटर झाले. अगदी पूर्वीसारखी, जणू काही मध्ये काहीच घडलं नाही. माझ्यातली टीव्ही गर्ल आता परफॉर्म करायला रेडी झाली.

हा शो इतर शो सारखाच आधी शूट करून मग टेलिकास्ट केला जातो. मात्र याचं स्वरूप एखाद्या कॉम्पिटिशन सारखच आहे. या कॉम्पिटिशन मध्ये इतर कुठल्याही कॉम्पिटिशन प्रमाणेच परफॉर्म करावं लागतं. जजेस असतात. शो पाहायला आलेले लोक आणि मिडियातले सुपरवायजरही असतात. ते एज अ एक्सटर्नल म्हणून भूमिका बजावतात. मुख्य कॅमेरांशिवाय काही इतर कॅमेरे संपूर्ण प्रक्रियेचं रेकॉर्डिंग करत असतात, कि ज्यांचं फुटेज कॉम्पिटिशन योग्य पार पडत आहे, त्यामध्ये चिट केलं जात नाहीये, आणि स्क्रिप्टेड काही नाही याचं प्रूफ म्हणून युज केलं जातं. आणि मग नंतर फक्त एपिसोड वेल एडिट करून त्याचं टेलिकास्ट केलं जातं. एकूण काय तर एक रिअल कॉम्पिटिशन आणि तुम्हाला रिअल परफॉर्म करावं लागतं.

प्रत्येक राउंडचे टास्क डिफरंट आहेत. आणि ते प्रत्येक राऊंडला बदलत जातात. आज सेमी फायनल आहे. आम्ही चौघी आहोत. आणि यातून दोघी सिलेक्ट होणार फायनलसाठी. आजचा राऊंड पूर्वीपेक्षा जास्त टफ आहे. चौघीही बेस्ट पेरफॉर्मर आहोत. पण नशीबवान दोघीच ठरणार. माझ्यासाठी थोडं मानसिकरित्या चॅलेंज आहे, कारण जस्ट एका अग्निदिव्यातून मी इथं आलेय. माझं कॉन्सनट्रेशन माझा परफार्मन्स डिसाईड करणार आहे. मी आणखी एक दिर्घ श्वास घेतला आणि शोमध्ये इन झाले.

अशावेळी मनावर येणारं दडपण, बोदरेशन समजून घ्यायला हवं. मी बाहेरच्या जगातली एक लढाई जिंकून आले होते. पण कॉम्पिटिशनचं एक वेगळंच प्रेशर असतं तुमच्यावर. माझ्याबाबतीतही नेमकं आता तसंच आहे. कालपर्यंत मी कॉम्पिटिशनच्या बाहेर होते, आज पुन्हा आत आले. पण वेल परफॉर्म नाही करू शकले तर आजच पुन्हा बाहेर. आधी तुम्ही एका राऊंडमधून दुसऱ्या राऊंडमध्ये जात असता, तेव्हा तुमचा एक टेम्पो सेट झालेला असतो, एक बेअरिंग तुम्ही पकडलेलं असतं. पण मध्येच बाहेर जाऊन, मधल्या एका वाईट प्रोसिजरला फेस करून, पुन्हा तुम्ही आत येता, त्यावेळी तो टेम्पो, ते बेअरिंग पकडणं खूप आव्हानात्मक असतं, अवघड असतं. काय होईल, मला जमेल का..? मला पकडता येईल का ते बेअरिंग? आणि नाही आलं तर, नाही जमलं तर..? प्रेशर, प्रेशर ते काय असतं, तुम्ही समजू शकता. माझ्यासाठी हीच खरी फायनलची घडी आहे. हाच माझ्यासाठी फायनल राउंड आहे. मला आताही या क्षणी समीरचीच आठवण येतेय. अशा सिच्युएशन कशा हॅन्डल करायच्या त्याला बरोबर कळतं. असं काहीतरी तो बोलतो, समजावतो कि मनावरचं सगळं दडपण क्षणात नाहीसं होतं. कॉन्फिडन्स बिल्डअप करावा तर त्यानेच. मी मनात त्याला आठवतेय. तो या क्षणाला मला काय सांगेल याचा विचार करतेय. समीर.. समीर..

'ज्या ज्या वेळी मी तुझ्या बरोबर नसेन, आणि तुला काही अडचण आली, काय करावं तुला कळेना, तुझं मन अस्थिर झालं, तुला परफॉर्म करताना अडचण येऊ लागली, किंवा नेमकं कसं परफॉर्म करू हे कळेना तेव्हा एकच गोष्ट कर, असं समज कि मी तिथेच कुठेतरी आहे, अगदी जवळच, तुझा परफॉर्मन्स बघतोय. आणि मला नेमका कसा परफॉर्मन्स हवा असू शकतो, तसाच कर. मला फक्त एक्सलन्स परफॉर्मन्स हवाय तुझ्याकडून, जरा जरी उन्नीस बिस झालं, तरी ते मला चालणार नाही. अगदी मला परफेक्टच हवंय, अगदी तसंच कर, परफेक्ट.' समीरचा चेहरा डोळ्यासमोर येऊन गेला, आणि त्याची वाक्य डोक्यात. तो जवळच आहे कुठेतरी, माझा परफॉर्मन्स बघतोय.

राउंड्स वर राउंड्स सुरु आहेत. टफ, टफेस्ट कॉम्पिटिशन. मी माझ्या पद्धतीनं बेस्ट देण्याचा प्रयत्न करतेय. गेल्या आठवड्या पासून रोज टीव्हीवर दिसणारी मी आणि मला पाहणारे प्रेक्षक, जेव्हा हा एपिसोड टेलिकास्ट होईल तेव्हा मला पाहतील, माझा परफॉर्मन्स पाहतील. त्यावेळी त्यांना आपण जिला सपोर्ट केला तिला फायनल मध्ये जाताना बघायला आवडेल, फक्त फायनल मध्ये जाताना, ना कि या राउंड मधून बाहेर पडताना. मी परफॉर्म करतच चाललेय, परफॉर्मन्स देतच चाललेय, मी बेभान झालेय. माझं काम मी हॅन्डरेड परसेन्ट करतेय. मीही आणि माझ्या बरोबरच्या त्या इतर तिघीही.

पर्वा इनाचं 'सन इज अप' ऐकत होते. ती धून अजूनही मनात रेंगाळतेय. माझा हि सूर्य आज उगवेल का? तो वर येईल का?

22

कोल्ड कॉफी

अँड.. दि पार्टीसिपंट हु कॉलिफाईड फॉर फायनल राउंड इज....

निकिता राज अँड किआरा समीर.

माझ्या डोळ्यातून पाण्याच्या धारा लागल्या. मला रडू आवरेना. मी शोची होस्ट स्पृहाच्या गळ्यात पडून ढसाढसा रडु लागले. मी हुमसून रडले. खूप मोठी

अचिव्हमेंट होती माझी ही. खूप दबावाखाली होते मी. मला जिंकणं खूप गरजेचं होतं. मी जिंकणार कि नाही जिंकणार मला काहीच माहित नव्हतं. मला अंदाज बांधता येत नव्हता. मला अंदाज बंधायचाही नव्हता. मला ती वेळच सहन होत नव्हती. काय व्हायचं ते होऊ दे, माझं नशीब जे काय असेल ते माझ्या बरोबर. मी देवाजवळ याचना किंवा प्रार्थना केली नाही. कारण मी अशा विचित्र अवस्थेत होते की मला माझा कॉन्फिडन्स हरवलाय कि मिळवलाय, हेही कळत नव्हतं. फक्त जीव तोडून मी परफॉर्म केलं होतं. प्रत्येक राऊंडमध्ये मी बेभान होऊन पार्टीसीपेट झाले होते. मला विचारच करायचा नव्हता, कि काय होणार आहे माझ्या सोबत. फक्त बेस्ट द्यायचं. आणि ते कुणाला माहित नसलं तरी चालेल, पण मला माहित असायला पाहिजे मी बेस्ट दिलंय ते, आणि मी जी जिंकले. मी फायनलसाठी कॉलिफाय झाले. मी रडू नको तर काय करू. मला रडू येणारच ना.!

माझं नाव उच्चारलं तेव्हा मी अक्षरशः कान गच्च बंद करून घेतले होते. कारण मला ऐकायचंच नव्हतं, कुणाचं नाव असेल ते. माझं असेल तर असेल..आणि नसेल तर? नसेल तर तेही मला सहन झालं नसतं. का ते तुम्हाला माहित आहेच. माझ्यासाठी तो धक्का असता. कदाचित.. कदाचित का काय ते मला माहित नाही, पण असं वाटतय, मी स्वतःला सावरू शकले नसते. मी फस्ट्रेट झाले असते, माझं मन उडालं असतं या सागळ्यातून. कदाचित पुढे जाऊन जरी मी फायनल हरले तरी मला तेवढं दुःख नाही होणार. मी समजून घेईन. मी ते फेस करू शकेन. पण आज इथं माझं जिंकणं महत्वाचं होतं. माझ्या जागी येऊन विचार केलात तर नक्की कळेल का ते. काल सकाळी मी आले तेव्हापासून शूट चालू होतं. काल रात्रीचा ब्रेक, आणि आज सकाळी पुन्हा चालू ते आतापर्यंत. हा एवढा वेळ एक विचित्र बोदरेशन होतं. पण देवानं मला साथ दिली. मला आता या गोष्टीचा विचार करायची गरज नाही. आता माझ्यातल्या कॉन्फिडन्स वाढला आहे. मी सेट झाले आहे. आता मी फ्री हिट खेळू शकते. दबावाशिवाय. आता मी पूर्ण क्लीअर झालेय मेंटली. नो डाउट..!!

आज मी भलतीच खुश आहे. असं वाटतंय कि कधी एकदा घरी पोहचतेय आणि पल्लवीला बोलावून घेऊन पार्टी करतेय. कॅब धावतच नाहीये असं वाटतंय. हवेतून एखादा रोड असावा नाहीतर सरळ इथून गायब होऊन दुसरीकडे निघायची काहीतरी सिस्टिम पाहिजे होती. पण नाहीये. मला त्या दिवशी कॅबमधून दिसलेली प्रत्येक गोष्ट आजही दिसतेय, पण मला आता त्यावर व्यक्त होऊ वाटेना. मला ओढ लागलीय घरची. मला लवकर घरी जायचय. रश्मी वाटच बघत असेल. घरी जाऊन नुसता धिंगाणा. माझ्यातल्या लहान मुलांनं डोकं वर काढलंय. आज

दुपारीच पार्टी चालू. क्या बात है.

मी कॅबमधूनच पल्लवीला फोन लावला, 'हॅलो पल्ले, निघालीस कि नाही अजून?'

'अगं नाही ना, अजून शूट संपलेलच नाहीये, मला वाटतय मला इथलं आटपून पोहचायला इव्हिनिंग होईल, तू जा पुढं' पल्लवी.

'अगं इव्हीनिंग काय, लवकर ये, आज दुपारीच..'

कॅबवाला माझ्याकडे बघतोय.

'बस्स्ससाययययचंचचचययययय'

त्याने माझ्याकडे बघायचंच सोडुन दिलं. मी वेडी झाले होते. आज खूपखूप दिवसानंतर मजा आली होती. पण कॅब.. पळतच नव्हती. असं वाटत होतं, त्याला मागे बसवून आपणच चालवावी.

रश्मीनं दरवाजा उघडला, मी तिच्या गळ्यात पडले. तिला काही समजेना म्हणजे तिला यातलं काहीच माहित नाहीये. एपिसोड अजून टेलिकास्ट व्हायचा आहे. तो अजून दोन तीन दिवसांनी होईल. तिला समजेनाच काय ते. ज्यावेळी मी तिला सांगितलं एवढी खुश झाली की बस. मी म्हटलं होतं ना, धिंगाणा घालणार घरी गेल्यावर, घातलाच. सुख म्हणजे काय नक्की काय असतं? ते हेच असतं. उडती हि फिरू.. इन हवाओंमें कही.. या मैं झुम् जाऊ.. इन फ़िजाओं में कहीं. मी गाणं म्हणतेय आणि डान्स करतेय.

आयुष्यात अशी सुखाची बरसात रोज व्हावी. रोज म्हणजे रोजच. रोज असाच मूड असावा. असच फीलिंग असावं. कशाचीच कमी नसावी. पैसा, पाणी, ग्लॅमर, मित्र मैत्रिणी, सर्व काही. रोज सकाळी दिवस उजाडावा तो एक नवी आशा घेऊन. एक नवी आशा, एक नवी उमंग. अशी फुलपाखरं उडावी चारीबाजूला, रंगीबेरंगी काजवे चमकावे, हलकीशी बर्फवृष्टीही व्हावी, हलकासा गारवा वाटावा. रिहाना जशी त्या बदकांच्या मागे दुडुदुडु धावायची, तसं आपणही धावावं, साऱ्या रानोमाळ, हिरव्यागार गवतांच्या गालीच्यावरून, उगाचच. काहीही कारण नसताना. दूर दऱ्यांच्या काठावर उभं राहून ओरडावं, साद घालावी कुणालातरी. आपण एकटं असावं, आणि एकटेपणाचीही जाणीव व्हावी, कुणीतरी असावं आपल्या जवळ, आपल्यासाठी असं वाटावं. त्याची वाट पहावी. नजरेत त्याची आस दिसावी. एकटेपणानं खुळ लागावं, मनात अनामिक ओढ लागावी, आणि आपण साद घालत सुटावं आणि तरीही त्यानं येऊच नये. खूप झगडायला लागावं. पण तो येणारच अशी आशा असावी. अरे, काय काय विचार यायला लागलेत माझ्या मनांत. कुठून सुरु झाले आणि कुठे पोहचले. आज खुष तर खूप आहे, पण

त्यातही काहीतरी कमी जाणवतेय, नेहमी सारखीच.

आता मी फायनलमध्ये पोहचलेय. ज्यावेळी मी हा शो जॉईन केला तेव्हापासूनच मला नक्की विश्वास होता मी फायनल पर्यंत नक्कीच पोहचणार. फायनलही जिंकणार. असं वाटत होतं की आपल्या मनातला शो आहे हा. जसं डिजाईन माझ्या मनात तयार होतं, अगदी हुबेहूब तसा वाटायचा मला हा शो. जणू कुणीतरी माझ्यासाठीच बनवलाय कि वाटायचं. त्यामुळे आपणच जिंकणार अशी खात्री होती, अजूनही आहे. पण आज मात्र नव्हती. आज काय होईल हे काही माहित नव्हतं. आज एक दडपण आलेलं, पहिल्यांदाच. धकधक वाढलेली. मी कान गच्च बंद करून बसले, मला ऐकायचंच नव्हतं. पण माझंच नाव उच्चारलं गेलं... आणि मी निःश्वास सोडला. किआरा समीर. होय किआरा समीर.

मी समीरचच नाव लावते माझ्या नावा समोर अजून. पहिल्या सिरीयल पासून इंडस्ट्रीत माझं हेच टायटल आहे. समीरनं माझं नाव बदललं, आणि रसिकांचं किआरा केलं. त्यानं एवढाच बदल केलेला, पण मी पुढं समीर लावलं. त्यालाही आश्चर्य वाटलं. इंडस्ट्रीतही खूप चर्चा झाली. पुढे आम्ही थोडे दुरावलो. थोडे कि जास्त अजून काही कळत नाही. एकमेकांपासून लांब असलो तरी जवळ असल्या सारखेच आहोत, आणि तरीही दूर आहोत. आमच्यात बिनसलं आहे नक्कीच. आम्ही वेगळे आहोत. पण मी अजून त्याचं नाव माझ्या नावापासून वेगळं केलेलं नाही. मी माझं नाव बदललेलं नाही. का ते मला ही माहित नाही. याचा अर्थ मी त्याला माफ केलंय असंही नाही. आणि माफ केलेलं नसलं तरी त्याचे येणारे फोन मी रिसिव्ह करते, त्याच्याशी बोलते, पन त्याला स्वतःहुन कधी फोन करत नाही. दोन वर्षे झाली मी त्याला भेटलेली नाहीये, पण प्रत्येक दिवशी, प्रत्येक सिच्युएशनमध्ये तो माझ्या मनात असतो, मनात येतो. हे नेमकं काय चाललंय माझं, काहीच समजत नाहीये. सगळंच कॉम्प्लिकेटेड वाटतय.

काही गोष्टीत नाही डिसिजन घेता येत. काय करावं नाही कळत. मन आणि बुद्धीची सांगड नाही घालता येत. दोन्हींचा मिलाफच होत नाही. रेल्वेच्या दोन पटऱ्या जशा एकमेकांना समांतर असतात, तसे समांतर विचार येत जातात मनात आणि डोक्यात. कुठेतरी ते एकत्र येतील, त्या पटऱ्यांचा मिलाफ होईल असं वाटत रहातं, पण तसं होत नाही. वेळ जातो, दिवस जातात, आपण खूप अंतर पुढे येतो, पण पटऱ्या तशाच असतात, तशाच चालत राहतात समांतर. आणि मग आतुष्यही समांतरच राहतात. म्हणायला एक, पण वेगळी. मध्ये अंतर ठेवून. प्रवास फक्त सोबत, पण सोबत नाहीच त्यात. बरोबर आहे, पण एकत्र नाही. असच चाललंय सध्या आमचं. कुठवर चालणार आहे माहित नाही. या पटऱ्या एकत्र येणार आहेत

की नाही, माहित नाही, कि अशाच चालत राहणार आयुष्यभर.?

रश्मी कोल्डकॉफी घेऊन आली. हिला परफेक्ट माझ्या सगळ्या सवयी माहित झाल्या आहेत. आत्ताच विचार मनात आला होता की कोल्ड कॉफी करायला सांगावी हिला, तर कोल्ड कॉफी समोर. खरंच रश्मी ग्रेट आहे.

'अगं मी तुला आत्ता सांगणारच होते कोल्डकॉफी करायला, तर डायरेक्ट घेऊनच आलीस. तुला कसं समजलं मला कोल्ड कॉफीच हवीय, मी तर रोज घेत नाही ना. मग..?'

'कळतं मला सगळं कळतं..!!' ती.

'काय कळतं तुला, सांग बरं..' मी.

'हेच कि तुम्हाला आत्ता समीरभैय्यांची आठवण येत होती, म्हणजे येतेय. होय कि नाही..?' ती.

मी उडालेच. काय मनकवडी आहे कि काय हि?

'काहीतरीच, असं काहीही नाहीये' मी.

'गप्प बसा हो दीदी, मला काही सांगायची गरज नाहीये. ओळखते मी सगळं. एकटक खिडकीतून बाहेर बघत होतात, तंद्री लागली होती तुमची, तेव्हाच मी ओळखलं. कि भैय्यांची आठवत येत असणार, आणि तुम्ही कोल्डकॉफी मागणार.' रश्मी.

'हुशार आहेस कि खूप..' मी.

'हो, आहेच मी हुशार.' रश्मी.

आम्हा दोघांनाही कोल्डकॉफी आवडते. कॉफी मला आवडतेच पण समीरला कोल्डकॉफी जास्तच आवडते. एकदा मी बनवलेली, कोल्डकॉफी त्याला एवढी आवडली कि हावऱ्या सारखी आणखी दोन तीन वेळा करून घेतली माझ्याकडून. पुढे मला सतत म्हणायचा, तूच बनवं ना कॉफी. रश्मीला म्हणायचा तू बस, तिला बनवू दे, बनवतेय ती आपल्या दोघांसाठी. मलाही छान वाटायचं त्याचे लाड पुरवायला. नंतर मी शूटमध्ये बिझी झाले, त्याला माझी आठवण यायची. ये ना कॉफी करून द्यायला म्हणायचा. मला कॉफी प्यायची आहे. मी कशी येणार शूट सोडून? तूच बनव म्हणायचे मी त्याला. मला नाही जमत तुझ्यासारखी, तूच ये म्हणून हट्ट करायचा. त्यालाही माहित होतं, मी येऊ शकत नाही. पण त्याला करमायचं नाही माझ्याशिवाय. मग असं करत रहायचा काहीतरी. फोन करून त्रास द्यायचा. आणि मी त्याला फोन वरूनच रेसिपी सांगत बसायचे, असं कर, तसं कर. आणि हा बळेच मला रोज विचारायचा, आता काय करू पुढे? मी विसरलो, पुन्हा सांग प्लिज. एवढी अवघड असते कॉफी? एवढी लक्षात नाही रहात? पण

आमचं प्रेम बहरत होतं. त्यात हि लाडीगोडी खूप हवी हवीशी वाटायची. मग त्याची आठवण आली की मी कोल्डकॉफी मागणारच ना? खरं होतं रश्मीचं.

ते क्षण, ते दिवस मंतरलेले होते. मला कधी वाटलं नव्हतं कि माझ्या आयुष्यात असं कोणी येईल म्हणून. असं कोणी अचानक येईल आणि माझ्या जीवनाचा भाग बनून जाईल. पण गोष्टी घडतात. ध्यानीमनी नसताना घडतात, आणि आपण नकळत कुणाच्यातरी प्रेमात पडतो. एका उंचीवर पोहचतो आणि एकाएकी दृष्ट लागते आपल्या प्रेमाला. आपण उंचीवरून गडगडत खाली येतो. खूप इजा होते आपल्या मनाला. आपण एकमेकांपासून दूर होतो. मग फक्त आठवणी येत रहातात एकमेकांच्या, बोचत राहतात, सुखाच्या क्षणीही आणि दुःखाच्या क्षणीही. त्या दिवसातल्या गोष्टी आठवत राहतात, पिच्छा पुरवतात. आणि सोबतही करतात. कोल्डकॉफी हि त्यातलीच एक आठवण. मला सोबत करते. ₹ औषधांचं नाही, पण गुंगीचं काम करते. जोडूनही ठेवते आणि मोडूनही टाकते.

'दीदी, आणखी हवीय का तुम्हाला, कॉफी. अजून शिल्लक आहे. तुमच्यासाठी डबल बनवलीय.' रश्मी.

'हेही माहित होतं का, अजून लागणार आहे म्हणून?'

खरंच मला आणखी कॉफी प्यावी वाटत होती.

'हो, मी म्हटलं ना, दिदी, मला सगळं कळतं.' रश्मी.

'काय काय कळतं अजून तुला?' मी.

'मला हे कळत कि रोज तुम्हाला भैय्यांची आठवण येते. अगदी रोज.' रश्मी.

मी गप्पच.

'दीदी, मी एक बोलू का...? म्हणजे तुम्हाला राग येणार असेल तर' रश्मी.

'बोल.. नाही राग येणार' मी.

तिचा राग येण्याचा प्रश्नच नव्हता.

'दीदी, आता सगळं चांगल झालंय. तुम्ही आज फायनल मध्ये गेलात, उद्या तुम्ही फायनलही जिंकालं. सगळं मनासारखं चालू आहे. पण यातही काहीतरी कमी आहे. एवढं सगळं असूनही मोठी पोकळी आहे असं वाटतं. प्रत्येकवेळी कुणीतरी असायला हवं होतं, असं वाटत रहातं. मला वाटतं, तुम्ही समीर भैय्यांचा राग सोडावा. त्यांना परत बोलवावं. तुम्ही एकत्र यावं. त्यांच्याशिवाय या गोष्टीला काहीच अर्थ नाही. मला नाही माहित तुमच्यामध्ये काय घडलं त्या दिवशी, तुम्हाला कोणत्या गोष्टीचा राग आला, दुःख झालं? मी समजू शकते, एखादी बाई रडते त्यावेळी त्याचं कारणही तसच काहीतरी मोठं असणार. कदाचित

समीरभैय्याकडून काहीतरी चुकलं असेल. पण, दिदी, माणूस म्हटलं की चुका होणार, चुकणारच. मला वाटतं, तुम्ही त्यांना माफ करावं. झाली एवढी शिक्षा खूप झाली. दीदी, दोन वर्षं झाली समीर भैय्या शिक्षा भोगत आहेत. एका शब्दानंही त्यांनी कधी तक्रार केली नाहीये. दोन वर्षे खूप मोठा काळ असतो. रोज तुमची चौकशी करत असतात. जेवली का, झोपली का, तब्येत ठीक आहे का? एवढंच नाही तर मला सांगून गेलेले, रश्मी तू आता इथंच रहा. काळजी घे तीची. दिदी, एक सांगते, त्यांचं काहीतरी चुकलं असेल, पण खूप प्रेम करतात ते तुमच्यावर, खूप. एवढं प्रेम कुणीच कुणावर करत नाही हो. मोठ्या मनानं माफ करा त्यांना. तुम्ही दोघांनी एकत्र यावं असं मला वाटतय.' तिचे डोळे भरून आले होते. आणि माझेही.

मलाही खूप आठवण येतेय सध्या समीरची. मला प्रत्येक गोष्टीत समीर आठवत राहतो. त्याची आठवण आली की मन वेडंपिसं होतं. असं वाटतं माफ करून टाकावं त्याला. बस झालं आता. खूप शिक्षा दिली. काय वाटत असेल त्याला? माझ्या आठवणींनी वेडा होत असेल. रात्र रात्र जागून काढत असेल. प्रत्येकवेळी फोन करतो. माझी विचारपूस करतो. मला गाईड करतो. मी सरळ बोलतही नाही त्याच्याशी व्यवस्थित. तेवढ्यास तेवढं. जास्त काहीच नाही. गोष्टी घडत असतात. पण किती ताणायच्या हे सर्वस्वी आपल्यावर असतं. ताणून तोडण्याचा विषय असता तर गोष्ट वेगळी. पण मन मानत नाहीये.

रश्मीचं बरोबर आहे. खूप झाली शिक्षा. प्रत्येकवेळी तो असायला हवं असं वाटतं. त्याच्याकडून शिकायला, त्याला प्रत्येक गोष्ट विचारायला, आणि जे जे घडेल ते सगळं त्याला सांगू वाटतं. घरी आले की घर अगदी नकोसं वाटतं. असं वाटतं की मी घरी यावं, आणि दरवाजा उघडावा, आणि आत तो असावा. मी नाही बोलले तरी त्यानं हट्टानं इथं असावं, रहावं. काय माहित एकेदिवशी माझा राग गळून पडेल. आणि मी त्याच्या मिठीत असेन. पण असं घडून यावं, आपोआप. मला नाही त्याला रिटर्न बोलावणं शक्य. त्यानंच यावं. पुन्हा सगळं पूर्वी सारखं व्हावं. त्यानं ओरडावं मला. मी भांडावं त्याच्याशी. मग त्यानं समजूत काढावी. मी पसारा आवरावा, आणि त्यानं तो पुन्हा करावा. मी चिडावं आणि मला चिडताना बघून त्यानं आणखी पसारा करावा. हे व्यवस्थित लावलेलं घर नको वाटतय मला. मला चालेल त्यानं पसारा केलेला. त्याची ती अव्यवस्थता. पल्लवीचंही तेच म्हणणं आहे. बस झालं आता. राग सोड. बोलावं त्याला.

माझ्या हातातली दुसरी कॉफीही संपलीय. मी रिकाम्या ग्लासकडे बघतेय. दोन रिकामे ग्लास माझ्यापुढं आहेत. पुढच्यावेळी ज्यावेळी माझी कोल्डकॉफी पिऊन झाली असेल, त्यावेळीही असेच दोन ग्लास माझ्यापुढं असावेत. पण

त्यातला एक समीरचा असावा आणि एक माझा. होय. पुढच्या वेळी आम्ही दोघांनी एकत्र कोल्डकॉफी पिलेली असेल. लवकरच. नक्कीच.

पल्लवी

पल्लवी

23

एन्ड गेम

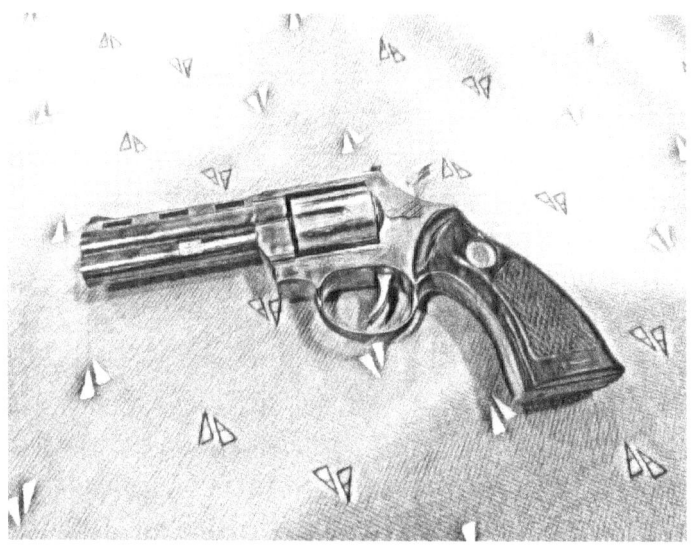

'होय, मलाही वाटत, कि तू आता समीर ला माफ करावं. बस झालं आता. होप तू ऐकशील आणि तुम्ही लवकरच एकत्र असाल.' मी.

ती शांतच.

'चल, मी निघते. बाय. रात्रीची पार्टी मस्त झाली. आणि आता तू फायनलवर कॉन्सनट्रेट कर. मला गॅरंटी आहे, तूच जिंकणार, नो डाउट. पण निकिताही खूप टॅलेंटेड आहे. तिला हलक्यात घेऊ नको. तिचा परफॉर्मन्सही जबरदस्त आहे.

वाटतं तितकं सोप्प नाहीये यावेळी. मला माहित आहे, निकिता खरंच खूप टॅलेंटेड आहे. खरंतर तीच या शोची विनर ठरेल असं मला आधीपासून वाटायचं. अगदी सुरवातीला तर मी अझ्युम केलं होतं की तीच विनर ठरेल. पण अचानक तू डार्क हॉर्स ठरत सगळ्यांना मागे टाकत पुढं आलीस. तु लाजवाब परफॉर्म केलं आहेस आता पर्यंत. नो डाउट. पण मी अझ्युम केल्याप्रमाणे निकिताही फायनलला पोहचलीय. आता तुझी फाईट तिच्याशी आहे. माझा पूर्ण विश्वास आहे, तू नक्की जिंकशील. पण निकिता हरेल, हे अझ्युम करणंही थोडं अवघड वाटतय. मी हे बोलतेय म्हणून रागावू नकोस, आणि यामुळे टेन्शनही घेऊ नको. पण हे सत्य आहे. निकिता टफ आहे. जरी तू जिंकलीस तरी तिच्या आणि तुझ्या पॉईंट्समध्ये फार फरक असेल असं मला वाटत नाही. अगदी थोड्या फरकाने तू जिंकशील. पण आजतरी पारडं तिच्या बाजूने आहे. तुला जान लावावी लागेल. काय..? मी.

'होय, मला कल्पना आहे त्याची.' किआरा.

'ओके. चल निघते, बाय.' मी.

मी तिथून निघाले. मला ड्राईव्ह करत पोहोचायचं आहे शूटवर. इथं ड्राईव्ह करणं म्हणजे काय सांगू, गाड्याचं गाड्या सगळीकडे. आणि पिकअवरमध्ये तर काही बोलूच नका. मुंगीसारखी हळूहळू वाट काढत पुढे जावं लागतं. त्यात रात्रीच्या पार्टीचा हँगओव्हर आहे डोळ्यावर अजून. मस्त झाली पार्टी. किआराकडे पार्टी करण्याची मज्जाच वेगळी. तिची गॅलरी खूप प्रशस्त आहे. तिथं बसून व्युव्ह बघत रात्रीचा फील घेत बिअर घेण्यात खूप मजा येते. मस्त एकदम. डिरेक्टरचं घर आहे ना ते. हे डिरेक्टर्स लोक ना फार हौशी असतात. त्यांची घरं, फ्लॅट, गाड्यांची चॉईस मस्त असते. आणि पोरींचीसुद्धा. जोकिंग..!! आता हेच बघा ना, किआरा आणि समीर. तशी किआरा बरीच बालिश आहे आणि अल्लड. थोडी रुड आणि इन्ट्रोव्हर्ट. पण याला आवडली. जमलं दोघांचंही. छान वाटतं दोघांकडे बघितलं कि. तो खूप मॅच्युअर आणि ती बालिश, अल्लड. तसे मिसमॅचच आहेत दोघ एकमेकांना, पण म्हणतात ना..!! जाऊ दे. पण फार काळजी घेतो समीर तिची. आय मिन घेत होता असं म्हणूया. अजूनही काळजी करतो. या बाईला सांभाळणं आणि हिच्याशी जमवून घेणं वाटतं तितकं सोप्प नाहीये. फार मुडी आहे ही. पण हा बरोबर हॅन्डल करायचा तिला. तीही लगेच कम्फर्ट होते म्हणा त्याच्या बरोबर. दोघांचं कसं जमतं आय मीन जमायचं मला प्रश्न पडतो कधी कधी. पण एकानं पडती बाजू घेतली, कि म्हणतात ना सगळं जमून जातं, तसं आहे हे. आणि पडती बाजू घेण्याची सर्वस्वी जबाबदारी हि समीरचीच, प्रश्नच नाही. मी अलीकडेच आले या दोघांच्या जवळ. म्हणजे मी समीरकडे आधी काम केलंय, माझी आणि त्याची ओळख

होती. पण एवढी जवळीक नव्हती. किआरा आणि मी एकाच सिरियलमध्ये आलो, आणि किआराचं आणि माझं जमलं. आम्ही छान मैत्रिणी झालो, अगदी बेस्टी. तिला माझ्यात डिटेक्टीव्ह दिसायची. मला ती डिटेक्टिव्हच म्हणते अजून. मग तिच्याकडे येणं जाणं वाढलं, आणि समीरशीही चांगली मैत्री झाली. घरी गेलं की मस्त वाटायचं त्यांच्या. दोघांची खूप मस्ती चालायची. आणि त्यात मी ॲड झाले. आम्ही दोघं किआराची जाम खेचायचो. भारी दिवस होते. पण दृष्ट लागली म्हणतात ना तसं झालं.

त्यादिवशी मला सेटवर किआरानं देविकाबद्दल सांगितलं. म्हणजे देवीकानं समीरला प्रपोज केलं त्याबद्दल. ती त्यादिवशी जास्तच टेन्स होती. तिचंही बरोबर होतं. देविका फार डॉमिनंट आणि स्वतःला हवं ते करणारीच आहे. त्या दोघांची चांगली मैत्रीही होती. थोड्या गॉसिप्स होत्या दोघांच्याबद्दल. पण इथं इंडस्ट्रीत असतातच तशा, त्यात काही फार अर्थ नसतो. पण किआराला जास्त इनसिक्युअर वाटलं. मीही तिला थोडं सावध राहण्याचा सल्ला दिला. समीरला होता होईल तेवढं तिच्यापासून लांबच ठेव असं म्हटलं. बरोबरच होतं माझं. काय चुकीचं होतं. बघितलत ना त्या दिवशी. काय झालं? एवढी काळजी घेऊन पण.

खरतर त्या दिवसापासून किआरा समीरच्या बाबतीत जास्त पजेसिव्ह झालेली. त्यात समीरच्या सेटवर ती बाई येऊ लागली. या दोघांच्यात खटके उडू लागले. किआराला काही स्पष्ट सांगता येत नव्हतं, आणि सांगितलं असतं तरी समीरला ते पटलं नसतं. आणि किआरा नेमकं कुणामुळे पजेसिव्ह बनलीय हेही समीरला कळत नव्हतं. त्याला वाटायचं शनायामुळे. मीही समीरला सांगण्याचा प्रयत्न करत होते इंडायरेक्टली, पण याच्या डोक्यात देविकाबद्दल काहीच नव्हतं. त्यामुळे त्याच्या ते लक्षातच आलं नाही. मी डायरेक्ट कशी सांगणार, आम्ही मित्र होतो, पण एवढे क्लोज नव्हतो. तो मला सिनियर होता, एज ए डिरेक्टर म्हणून त्याचं एक वेगळं इम्प्रेशन होतं आधीपासून. मग मी किआरालाच काळजी घ्यायला सांगत राहिले. कारण समीरबद्दल मला विश्वास आहे, पण त्यापेक्षा जास्त मी देविकाला ओळखते. ती काय चीज आहे मला माहित आहे. आणि शेवटी तिनं जे करायचं ते केलंच.

त्यावेळी ऑलरेडी समीर दुसरीकडे रहात होता. याला न विचारता किआरानं आणखी एक सिरीयल स्वीकारली, आणि त्यातून दोघांचे वाद झाले. तो थोडेदिवस सगळं शांत होईपर्यंत म्हणून त्याच्या दुसऱ्या फ्लॅटवर राहायला गेला. त्याचे प्रोजेक्ट्स चालू होते आणि त्याला कॉन्सनट्रेट करणंही गरजेचं होतं. दोघांच्यात टोकाचे वाद झाले होते. आणि दोघ वेगळे रहात होते. मला त्यावेळी भीती वाटतच

होती, हि देविका या संधीचा फायदा उठवेल म्हणून. आणि तेच झालं. मी त्यादिवशी सकाळी लवकर शूटवर निघाले होते. रात्री पाऊस पडून गेला होता, त्यामुळे वातावरण खूपच फ्रेश होतं. सकाळी एवढ्या लवकर रस्ता तसा रिकामाच असतो. मी विंडोज ओपन करून क्लायमेटचा आस्वाद घेत जात होते. आणि अचानक मला देवीकाची कार दिसली. मी ओळखते ना तिची कार. तिचीच काय पण कुणाचीही कार आणि आणखी काहीही असू दे, माझं प्रत्येकावर बारीक लक्ष असतं. मी शॉक. इथं हिची कार कशी. आणि इथं कार सोडून ती कुठं गेली असेल. कारकडे आणि तिच्या टायर्सकडे बघून कळत होतं, कार रात्रीपासून इथंच पार्क आहे. आणि माझ्या लक्षात आलं, रात्री न्यूजवर दाखवलेलं पुढच्या ओव्हरब्रिजखाली पाणी साचलेलं. मग ही कुठं जाणार? समीरचा फ्लॅट सर्वात जवळचा. मी लगेच किआराला कल्पना दिली. आणि पुढं जे व्हायचं ते झालं.

मी दिवसभर शूटमध्ये व्यस्त होते. रात्री किआराला फोन केला तेव्हा बरच काय लक्षात आलं. दुसऱ्या दिवशी ती घर सोडून निघालीय असं म्हणाली, म्हणून मी तिच्याकडे यायला लागले. मी तिला तू कुठेही जाऊ नको सांगितलं. मी येईपर्यंत थांब म्हटलं. मी पोहचेपर्यंत समीरही तिथं आला होता. त्यांनं तिची झाल्या प्रकाराबद्दल माफी मागितली. तिनं जाऊ नये म्हणून खूप रिक्वेस्ट केली. पण ती ऐकण्याच्या मनःस्थितीत नव्हती. तेव्हा मी तिला बेडरूम मध्ये घेऊन गेले. मी तिला सांगितलं, किआरा हे बघ. शांत राहून विचार कर. तू समीरला ओळखतेस, त्यापेक्षा आधीपासून मी त्याला ओळखते. तो तसा नाहीये. अगं साधा विचारही नाही त्याच्या मनात तिच्याबद्दल, मी चेक केलं आहे त्याला या आधी खूपवेळा. पण मी तुला म्हटलं होतं, देविका पासून त्याला सांभाळ. देविका कशी आहे, हे तुलाही माहित आहे, आणि मलाही. ती तिचं म्हणणं खरं करणार. तिला माहित आहे समीरचं तुझ्यावर प्रेम आहे, तो लॉयल आहे तुझ्या बरोबर. तो कधीच तिच्या हाताला लागणार नाही. म्हणून ती संधी शोधत असेल. प्लॅन करत असेल. आणि तिनं बरोबर प्लॅन केला असणार त्याच्याकडे जाण्याचा. तिनं गाडी बंद पाडली असणार एट्सेट्रा. पण तिनं हे घडवून आणलं आहे हे लक्षात ठेव. तू तिचा प्लॅन ओळख. तिला नेमकं तेच हवंय. तू त्याला सोडून जावं. आणि आरामात तो तिला मिळून जाईल. एक लक्षात ठेव, तू जर आता त्याला सोडून गेलीस, तर तिचा प्लॅन सक्सेस. मग समीरला ती कायमच हिसकावून घेईल. पुढं काय करायचं ते आपण बघू. पण सध्या तू इथून जाणं म्हणजे तू तिच्या प्लॅनची शिकार आहेस लक्षात ठेव. आपणाला कोणत्याही परिस्थितीत तिचा प्लॅन सक्सेस होऊ द्यायचा नाही. तू जोपर्यंत समीरच्या घरात आहेस, तो पर्यंत तो तुझाच आहे असा त्याचा

अर्थ होतोय. ती त्याला तुझ्यापासून हिरावून घेऊ शकत नाही. आणि तूही त्याला हिरावून घेऊ देऊ नकोस. माझ्यावर विश्वास आहे ना, मला डिटेक्टिव्ह म्हणतेस ना. तर सध्या निघून जाण्याचा विचार थांबव. पुढं काय करायचं ते बघू. हवं तर त्याला काय शिक्षा द्यायची ते दे. मी कसंतरी तिला समजावलं. आणि ती थांबली. पण मला काय माहित हि समीरला एवढी मोठी शिक्षा देईल.

माझ्या मनात या सगळ्या गोष्टी येऊन गेल्या. आज पुन्हा असं वाटतंय कि किआरा तिचा निर्णय बदलेल. ती समीरला माफ करेल आणि ते दोघे पुन्हा नव्याने एकत्र येतील. आणि तेव्हा खरं देवीकाचा चॅप्टर पूर्ण संपेल.

समीरचं म्हणणं होतं की तो एक एक्सिडंट होता. ती वेळ तशीच होती. पण समीर तुला देविका माहित नाही.

मला पूर्ण खात्री आहे, कि त्या दिवशीचा तो ॲक्सिडेंट नव्हता, ते देविकानं मुद्दाम घडवून आणलं होतं. तो तुझ्यासाठी ॲक्सिडंट असेलही, पण तिच्यासाठी नव्हता.

मी विचारांच्या तंद्रीत ड्राईव्ह करतेय. आणि कचकन माझ्याकडून ब्रेक दाबले गेले. काहीतरी माझ्या नजरेसमोरून गेलं. मला काहीतरी दिसलं आता, मी पाहिलं आता माझ्या डाव्या बाजूच्या विंडोमधून. कुणीतरी उभं होतं त्या हॉटेलच्या समोर. मला पाहिलंच पाहिजे. मी हळूहळू कार मागे घेतेय. अजून थोडं, अजून थोडं मागं.. आणि मी शॉक. माय गॉड.. हे काय पाहतेय मी. माझा माझ्यावरच विश्वास बसेना.

असं कसं होऊ शकतं? काय आहे हे? इम्म्पॉसिबल.

शीट यार मोठा गेम आहे काहीतरी.

तरीच मी म्हणत होते ना.. माझं मन मला कधी रॉन्ग इन्फॉरमेशन देऊच शकत नाही. माझ्यातला डिटेक्टिव्ह नेहमी जागा असतो. मला जिथे जिथे शंका येईल, ज्या ज्या गोष्टीबद्दल शंका येईल, तिथं काहीतरी असतंच. मलाही शंका आली होती. एकदा सोडून अनेकवेळा. मी म्हटलं पण होतं. मी का इग्नोर केलं नंतर या गोष्टीला. यार मोठा लोचा झाला, किआरा.. यार किआरा.. मोठा गेम होणार आहे काहीतरी. मोठा गेम.

मी जे पाहिलं, त्यावर माझा विश्वासच बसेना. सैतान का नाम लिया और सैतान हाजीर. हॉटेलच्या बाहेर असलेल्या पार्किंगमध्ये मी देवीकाला पाहिलं होतं. आणि तिच्या बरोबर होती... कालिंदी. येस.. कालिंदी. दोघी काहीतरी बोलत होत्या. त्यांच्या हातात सिगारेट होती. ती टाकून त्या दोघी देवीकाच्या कारमध्ये बसल्या. तिथं आत काय झालं माहित नाही. आणि पुढच्या दोनतीन मिनीटात कार निघून गेली. मी स्पष्ट पाहिलं ती देवीकाच होती आणि तिच्याबरोबर कालिंदीच होती.

आणि कार.. कार बद्दल काय प्रश्नच नाही, मी कशी विसरेन ती कार, ती देवीकाचीच होती.

त्या उलट्या दिशेने निघून गेल्या. मी त्यांचा पाठलागही करू शकत नाही.

मी म्हणत होते ना सारखी, कि हि कालिंदी मधूनच कुठून आली. आधी कुठेच नव्हती, मग अचानक कुठून आली. ती येते काय, सगळी सूत्र हातात घेते काय, देवीकाच्या विरुद्ध कॅम्पेनिंग चालवते काय? आणि आता देवीकाच्या बरोबर दिसते काय, आणि तिच्या कारमधून जाते काय? सगळंच विचित्र आहे. त्या दोघींच्या बॉडी लँग्वेज वरून स्पष्ट कळत होतं, कि त्या आता फर्स्ट टाईम इथं भेटलेल्या नाहीत. त्यांच्यात अगदीच जेवढ्यास तेवढं ऑफिशियल रिलेशन नाही वाटलं मला. दोघी एकत्र स्मोक करत होत्या, आणि शिवाय देविका मधून मधून अगदी तिच्या खांद्यावर हात टाकून बोलत होती. दोघी मोठ्यानं हसतही होत्या आणि टाळीही देत होत्या. हे रिलेशन खूप गहिरं आहे. याचा अर्थ देवीकांनंच तिला किआराकडे पाठवलं असणार हे उघड आहे. या दोघी एकत्र असतील, आणि कालिंदी किआराकडे येत असेल, आणि किआरा तिच्या म्हणण्याप्रमाणे वागत असेल तर याचा अर्थ जे काही झालं आणि चालू आहे, ते देवीकाच्या इशाऱ्यानंच चालू आहे. हा गेम देवीकाच खेळतेय. आणि आम्ही खेळवले गेलोय. मीही खेळवले गेलेय. मीही कालिंदीच्या म्हणण्याप्रमाणे वागलेय. यार मोठा गेम झालाय. हन्डरेड परसेन्ट मोठा गेम झालाय. झालाय नाही अजून सुरु आहे, गेम संपलेला नाहीये. एन्ड गेम देवीकाच खेळणार आणि किआराचा गेम एन्ड करणार.

मी शूटला न जाता डायरेक्ट घरी आलेय. माझं डोकं आता जॅम दुखतंय. मला काहीच कळेना. काय चाललंय काय? आणि मीही कशी गंडली गेलीय यात. मला थोडा विचार करावा लागेल. शांत बसून. हा काय गेम आहे. मला यांची स्ट्रॅटेजी क्रॅक करावी लागेल. मी शांत बसून विचार करतेय. कालिंदी किआराला फर्स्ट टाईम प्रेस कॉन्फरन्समध्ये भेटली. तिथं कॉन्फरन्समध्ये तिनं देवीकाचं नाव घेतलं, आणि किआराचं अटेंशन मिळवलं. प्रेसक्लबच्या पाठीमागच्या गेटला ती पुन्हा आम्हाला भेटली, तिनं आम्हाला कार्ड दिलं. मला देवीकाची सगळी हिस्ट्री माहित आहे म्हणाली. गरज लागली की मला कॉल करा म्हणाली. तिला माहीतच होतं कॉल येणार. त्याप्रमाणे किआरानं तिला बोलावून घेतलं, तिनं व्यवस्थित तिची बाजू मिडीयासमोर आणली. किआराला जो पब्लिकचा सपोर्ट मिळाला तो ऑरगॅनिक नव्हता. आम्ही कॅम्पेनिंग रन केली होती, प्रेस कॉन्फरन्स घेतल्या होत्या. माफिया म्हणून देवीकाची बदनामी केली होती. चॅनेलला गुढघे टेकायला लावले होते. या सगळ्याचं ऑफिशियल रेकॉर्ड कालिंदीकडे आहेच, म्हणजेच देविकाकडे आहे.

आणि या सगळ्या गोष्टी घडत असताना जर कालिंदीनं काही गोष्टी शूट केल्या असतील, किंवा आमचं बोलणं रेकॉर्ड केलं नसेल कश्यावरून. आम्ही पाट्र्या झोडत होतो, आमची मस्ती चालू होती, तेही रेकॉर्ड केललं असू शकतं. मला त्यावेळीही शंका आलेली. आणि आता याचा वापर करून देविका एक मोठा आणि फायनल गेम खेळणार असेल तर. तिच्याकडे सगळे एव्हिडन्स असतील. आणि ते वेगळ्या पद्धतीने विचार करून, व्यवस्थित लोकांच्यापुढे जर आणले, तर किआराचा गेम एन्ड. आणि इथूनपुढं कोणतंही चॅनेल तिला दारात उभं करून घेणार नाही.

मग तीनं किआराला शोमध्ये का बरं रिटर्न आणलं असेल? कदाचित ती ऐन टॉपवर असताना तिला खाली खेचायचं असेल. ती ऐन पब्लिसिटीच्या हाईटवर असताना तिला खाली खेचलं तर तिचं जास्त नुकसान होऊ शकतं. म्हणजे तिला हाईटला घेऊनही तीच निघालीय. आणि आम्ही इथं खुशीत आहोत, देवीकाच गेम आम्ही एन्ड केलाय म्हणून. मूर्ख आहोत आम्ही. किआरा तर जास्त मूर्ख, कलिंदीला आपला वजीर समजतेय. तुझ्या वजीरानं तुझ्यावर केवढं पॉलिटिक्स केलंय कळतंय का...? किआरा... किआरा... गेम झाला यार..

मला काय करावं कळेना, यांची पुढची स्टेप काय असेल? किआरा तर फायनल मध्ये गेलीय, उद्याच तिचं फायनल एपिसोडच शूट आहे. आज तिचा काल शूट झालेला एपिसोड टेलिकास्ट होणार आहे. यांची पुढची स्टेप मग कधी आहे, आज, उद्या, कि पर्वा..? कि मग शो संपल्या नंतर.? काहीच समजेना. काय करू किआराला बोलू का हा विषय? तिच्या तर पायाखालची जमीन निघून जाईल. बिचारी आज एपिसोड बघण्याच्या तयारीत असेल. आणि उद्या तर तिचा फायनल राउंड आहे. मी काही बोलले तर, ती उद्या कॉन्सनट्रेटच करू शकणार नाही. मला काहीच कळेना. कि समीरला फोन करू? खरच कळेना. मला शांत डोक्याने विचार करावा लागेल. अजून काही घडलेलं नाही. पण सर्व गोष्टीवर बारीक नजर ठेवावी लागणार. मग मी निर्णय घेईन. घाई नको. एवढा किआराचा फायनल राउंड शूट होऊ दे, आणि देवा.. तिनं तो जिंकू दे, बस. मग बघू काय करायचं ते. तिथपर्यंत साथ दे.

काय पण भयानक आहे हे सगळं...?

देविका.. देविका.. तू सुधारणार नाहीस. व्हॅम्प नाही, विच्च आहेस तू, डर्टी विच्च.

किआरा

किआरा

24

ग्रँड फिनाले

आणि आज तो दिवस उजाडला. फायनलचा. ग्रँड फिनाले ऑफ मोस्ट प्रेस्टीजिअस रिऍलिटी शो ऑफ टेलिव्हिजन इंडस्ट्री.. 'द टीव्ही गर्ल'. आणि मी उत्सुक आहे, 'टीव्ही गर्ल ऑफ द इयर' बनण्यासाठी. माझ्यासाठी हा अवॉर्ड खूप महत्व राखतो. कारण हा पहिलाच अवॉर्ड आहे, हे पहिलच वर्ष आहे या शोचं. आणि जर मी हा अवॉर्ड जिंकला तर मी पहिली टीव्ही गर्ल ठरणार, जीला दुनिया लक्षात ठेवणार. इथून पुढे कधीही या शोचं नाव निघेलं, त्या त्या प्रत्येक वेळी लोकांना

मी आठवेन. टीव्ही गर्ल म्हटलं की लोकांच्या समोर चटकन माझाच चेहरा येईल. टीव्ही गर्ल आणि मी हे लाईफटाईम कॉम्बिनेशन बनून जाईल. म्हणून मला हा अवॉर्ड जिंकायचा आहे. मी खूप एक्ससायटेड आहे.

कुठलीही पहिली गोष्ट मग ती काहीही असुद्या आपल्या लक्षात रहाते. पहिल्याचं कौतुक सगळीकडेच होतं. आणि ते लक्षातही राहतं. काहीही असुद्या, पहिलं प्रेम, शाळेतला, कॉलेजातला पहिला दिवस, पहिली ड्रिंक, पहिली भेट.. सगळं सगळं. आणि हि संधी मला सोडायची नाही, पहिली टीव्ही गर्ल होण्याची. मी नक्की होणार. नक्कीच. पल्लवी म्हणते तशी हि फाईट टफ आहे. पण मी रिलॅक्स आहे, मला काहीच टेन्शन नाहीये. मी काहीच जास्त विचार केलेला नाही. जायचं आणि मस्त परफॉर्म करायचा एवढंच. अगदी बिनधास्त. जास्त अवेरनेसमुळे माझ्याकडून जास्त चुका होण्याची शक्यता आहे. म्हणून मला बिनधास्त खेळायचं आहे. या आधीच्या विनिंगमुळे ऑलरेडी माझ्यात कॉन्फिडन्स तयार झालाय, मी फ्री झालेय. या आधीचे सर्व राउंड मी अगदी बिनधास्त खेळलेय. विदाऊट टेन्शन. लास्ट राउंडमध्ये फर्स्ट टाईम एक अनामिक प्रेशर फेस करत होते. पण आता त्यातूनही बाहेर आलेय मी. ती फाईट मला फायनलपेक्षा अवघड वाटलेली. आज काहीच वाटत नाहीये. मला फक्त जायचंय, परफॉर्म करायचंय आणि जिंकायच आहे. त्यादिवशी थोडा का होईना, माझा कॉन्फिडन्स डळमळीत होता, पण आज मी एकदम परफेक्ट मोड मध्ये आहे. एकच गोष्ट फक्त वेगळी आहे, यावेळी लोकांचं लक्ष माझ्याकडे आहे. आणि तेही खूप जास्त. आतापर्यंत झालेल्या घडामोडीमुळे मी फ्रंटला आलेय. लोकं आता माझ्यावर फोकस करून आहेत. माझं काय होणार, मी फायनल जिंकणार कि नाही, याबद्दल त्यांना उत्सुकता लागलीय. त्यामुळे एक अपेक्षेचं ओझं आहे म्हणा. पण काही हरकत नाही. मी रेडी आहे.

चॅनेलनं या शोला एका उंचीवर नेऊन ठेवलंय. अगदी सुरवातीपासूनच त्यांनी याची काळजी घेतलीय. एक माझ्या बाबतीत मध्यंतरी जे झालं, ते सोडलं तर संपूर्ण शोनं एक हाईट गाठलीय. पूर्ण कॅम्पेनिंगच असं काही डिजाईन केलं आहे, कि पहिल्यापासूनच लोकांच्या नजरा या शोवरती खिळल्यात. इतर कुठल्याही शोला मिळालं नसेल इतकं प्रेम आणि अटेंशन या शोला मिळालंय. सुरवातीपासूनच एक दर्जा टिकवला गेलाय. कोण होणार या शोची विनर आणि कुणाच्या डोक्यावर चढणार टीव्ही गर्लचा क्राउन या बद्दल उत्सुकता आता शिगेला पोहचलीय. आणि ती कशी शिगेला पोहचेल याची पूर्ण खबरदारी घेतली गेलीय. मी खरंच भाग्यवान आहे, कि मला या शोमध्ये परफॉर्म करता आलं. एक

ग्रँड शो आहे हा, आणि मला या ग्रँड शोची विनर व्हायचं आहे. मी नक्कीच होणार, मला कॉन्फिडन्स आहे.

निकिता एक कसलेली अभिनेत्री आणि मॉडेल आहे. तिचं दिसणं, लुक, पर्सनॅलिटी या सगळ्याच गोष्टीत ती माझ्यापेक्षा उजवी आहे. आणि टॅलेंटही तिच्यात खचाखच भरलंय. वेल कॉलिफाईड आहे, आणि रिच फॅमिलीतून आहे. पण या सगळ्यापेक्षा जास्त ती एक गुणी अभिनेत्री आहे. डाउन टू अर्थ आहे. जर मी या शोमध्ये नसते तर मीही तिचीच फॅन असते. आणि तीच जिंकावी अशी माझी अपेक्षा असती. यावरून समजेल कि तिचं आव्हान नक्कीच माझ्यासाठी मोठं असणार आहे. तीनं परफॉर्मही तसंच केलय. पहिल्या राऊंडपासून पॉईंट्समध्ये नेहमीच ती सर्वांच्या पुढे राहिलीय. आणि प्रत्येकवेळी पुढच्या राऊंडसाठी माझी एन्ट्री अगदी काठावर झालीय. लास्ट राऊंडच्या आधीच्या सर्व राउंड्स पर्यंत आम्ही दोन्ही टोकं पकडून पुढे येत राहिलोय. प्रत्येक राऊंडला आम्ही दोघी वीन झालोय. पण तिचे पॉईंट्स सर्वात जास्त आणि माझे सर्वात कमी. ती फर्स्ट आणि मी लास्ट. मी इतर कॉन्टेस्टंट्सना मागे टाकत वर तर येत राहिलेय पण माझी आणि तिच्या पॉईंट्सची बरोबरी कधीच झालेली नाही. एवढंच नाहीतर मी तिच्या जवळ पासही फिरकू शकले नाही. लास्ट राउंडलाही तिला नाइंटी पॉईंट्स होते आणि मला सिक्सटी फाईव्ह. मी अगदी थोडक्यात बचावले होते लास्ट राउंड मध्ये. आमच्या बरोबरच्या इतर दोन्ही कॅंटेस्टंट्सना सिक्सटी फोर पॉईंट्स मिळाले. फक्त एका पॉइंटने मी फायनलला वरती आले. याचा अर्थच असा आहे की माझ्या समोर किती टफ फाईट आहे, हे मला कळतंय. मग मी एवढी बिनधास्त का आहे? कारण माझ्यासाठी खरी फायनल तर होऊन गेलीय. मला आता काहीच वाटेना या राउंडचं. हार जीत होतच असते, माझ्या हातात फक्त परफॉर्म करणं आहे. आणि एवढी मोठी स्पर्धक समोर असेल तर तुम्ही फक्त परफॉर्मच करायचं, जीव तोडून, दुसरं काय असणार तुमच्या हातात. आणि मी तेच करणार आहे.

आणि सर्वात मोठी आणि महत्वाची गोष्ट आज काय असेल तर आजचा शो लाईव्ह टेलिकास्ट होणार आहे ना की आधी शूट करून. खरंतर हि गोष्ट माझ्यासाठी एक्ससायटेड करणारी आहे. ऑडिअन्स प्रत्यक्ष आम्हाला पाहणार आहे परफॉर्म करताना. जबरदस्त थ्रिल आहे या गोष्टीत. मला आठवताहेत कॉलेजचे दिवस, तिथं अनेक कॉम्पिटिशन्समध्ये मी लाईव्ह परफॉर्म केलंय, ड्रामा आणि इतर खूप गोष्टीत. मी थिएटर जास्त केलेलं नाही, दोन तिनंच नाटकं सोडली तर, तेही सिंगल शोज. पण कॉलेजमध्ये सिंगिंग पासून डान्स आणि

वक्तृत्व स्पर्धेपर्यंत सगळं काही केलंय. समोर प्रेक्षक असले आणि तुम्ही लाईव्ह परफॉर्म करत असाल कि मला जाम कॉन्फिडन्स येतो. माझ्यातली अभिनेत्री लेव्हल तोड परफार्मन्स देते. इथं थोडेच प्रेक्षक माझ्या समोर असले आणि बाकीचे आपापल्या घरात बसून टीव्ही पहात असले तरी मला माहित आहे, माझ्या मनाला माहित आहे सर्वजण मला लाईव्ह पहात आहेत. कदाचित इतरांना या गोष्टींमुळे दडपण येऊ शकतं, पण मी एक्ससायटेड आहे. बघूया काय होतंय. मी तयार आहे.

सकाळपासून शुभेच्छांचे कॉल आणि मेसेज येऊन गेलेत. टीव्हीवरही आजच्या फायनलच्या न्युज आहेत. सगळीकडे उत्सुकता ताणली गेलीय. समीरचाही फोन येऊन गेला. 'तू स्पर्धेत नाहीस. तुझ्यापुढे कुणीही प्रतिस्पर्धी नाही. असं समजून परफार्म कर. यावेळी प्रत्येक पॉइन्ट्सच्या अनौन्समेंट नंतर तुला दडपण येईल. तुला पॉईंट्स तर समजनारच. तू पॉईंट्सकडे बघून आणि त्यांचा हिशोब करून परफॉर्म करू नको. असं समज, कि तू सोलो परफॉर्म करत आहेस. लोकांना तुझा परफॉर्मन्स आवडला पाहिजे. त्यांना आवडेल असाच परफॉर्मन्स कर. एक गोष्ट लक्षात ठेव, दुर्दैवाने तू निकितापेक्षा मागे पडलीस, आणि आता आपण जिंकू शकत नाही, असं वाटलं, तरी तू फक्त प्रेक्षकांच्यासाठी सर्वोत्तम परफॉर्म कर. जरी तू हरलीस तरी चालेल पण तू ऑडिअन्सना जिंकायला हवं. आजचा परफॉर्मन्स फक्त आणि फक्त ऑडिअन्ससाठीच असेल तुझा. ओके? बेस्ट लक.' त्यांनं माझं दडपण घालवलं. मला समोर काहीतरी स्वतःच टार्गेट हवं होतं, ते त्यानं दिलं. फक्त आणि फक्त ऑडिअन्सना जिंकायचं, त्यांच्यासाठी परफॉर्म करायचं.

रश्मीनं माझं औक्षण केलं. 'दिदी मला गोव्याची ट्रिप हवी आहे, आणि ती तुम्ही मला देणार आहात.' तिच्या अपेक्षारूपी शुभेच्छा मला नक्कीच फळ देतील, मला विश्वास आहे. 'तू बॅग पॅक करून ठेव. मी येतेच बघ जिंकून' मीही कॉन्फिडन्स दिला. मी जिंकण्यासाठी निघून आले.

मी सेटवर पाय ठेवला. रोजच्यापेक्षा किती तरी भव्य सेट. प्रत्येक अँगलमध्ये लावलेले मोठेमोठे कॅमेरे. रंगीबेरंगी लाईट्स. आणि प्रेक्षकांची संख्याही जास्त. पल्लवी याच प्रेक्षकांमध्ये कुठेतरी बसलीय. आज मध्ये मध्ये ब्रेक मिळणार नव्हता. सगळं काही पटापट होणार होतं. त्यासाठीही एक वेगळी मानसिक आणि शारीरिक तयारी लागते. सगळ्या गोष्टी पटापट होतील, आणि रोजच्याच सारखा आजचाही एपिसोड एडिटेड वाटेल इतकी टेक्निकल तयारी केली गेलीय. मधल्या ॲडव्हरटाईज ब्रेकमध्येच आम्हाला नेक्स्ट राउंडसाठी तयार व्हायचं आहे. आणि तसं लवकर आम्ही रेडी होऊ असंच डिजाईन आहे. इतर एपिसोड साधारण बारा ते पंधरा तासात आम्ही शूट केलेत. पण आज फक्त तीन साडेतीन तासात सगळं

होणार आहे. आजचा शो रात्री आठला स्टार्ट होईल आणि साडेअकरा पर्यंत संपवायचं टार्गेट आहे. सगळे लोक मेहनत घेत आहेत. सकाळपासूनच आमच्या रिहर्सल घेतल्या जात आहेत. कुणी कधी कुठून यायचं, काय करायचं, नंतर चेंजिंग आणि इतर आर्ट डिरेकशनसाठी सेटअप इ. खूप गोष्टींची प्रॅक्टिस चालू आहे. आम्हाला सर्व राउंड्स आणि त्याच्याशी रेलटेड गोष्टी समजावून सांगितल्या आहेत. सकाळपासून दोन तीन वेळा रिहर्सल आणि ड्राय रन झालंय. आणि आता आम्ही एक तासांची रेस्ट घेत आहोत. त्यानंतर मेकअप आणि मग ग्रँड फिनाले.

आणि शो स्टार्ट होतोय. ऑर्डर्स दिल्या गेल्यात. सर्वांना पोजिशन्स मिळाल्या आहेत. सर्वजण रेडी आहोत. पुन्हा एकदा सर्वजण रेडी असल्याची खात्री करून घेतली. आणि शो स्टार्ट होतोय पुढच्या दोन ते तीन मिनीटात. सर्वत्र शांतता. लाईट्स डीम आहेत. मी दीर्घ श्वास घेतला. मला डोळ्यासमोर फक्त प्रेक्षकच पहायचे आहेत. मी तसंच पहातेय. मला निकिताकडे लक्षच द्यायचं नाहीये. तसं आज आमच्या दोघींच्याशिवाय सेटवर कुणीच नसणार. मध्ये मध्ये अँकर येईल तेवढीच. पण मी ठरवलंय, प्रेक्षकांच्या समोर बसलेले जजेसही पहायचे नाहीत. फक्त प्रेक्षक पहायचे. मी पहातेय, मनातल्या मनात. मला त्या सर्वांच्या मध्यभागी समीर दिसतोय. समीर आणि प्रेक्षक. प्रेक्षक आणि समीर. अँड काऊंटडाउन स्टार्ट.. टेन, नाईन, एठ, सेव्हन, सिक्स, फाईव्ह, फोर, थ्री, टू, वन, अँड स्टार्ट... अँड लाईव्ह.

लाईट्स ऑन झाल्या. कॅमेरा आणि जिमी मूव्हमेंट. प्रेक्षकांचा टाळ्यांचा कडकडाट आणि होस्ट, अँकर स्पृहा बोलतेय. जबरदस्त फिलिंग. वेलकम झालं आणि सुरवातीला आमचा, दोघींचा आतापर्यंतचा प्रवास एलईडी वॉलवरती दाखवला गेला आणि राऊंडस स्टार्ट झाले. आम्ही परफॉर्म करतोय. दोघीही बेस्ट देण्याचा प्रयत्न करतोय. मी अजूनही निकीताकडे पाहिलेलं नाही. मला प्रेशर नाहीये. मी फक्त परफॉर्म करतेय. पहिला राऊंड संपला आणि आम्ही दोघीही बरोबरीत आहोत, तिलाही एठ आणि मलाही एठ पॉईंट्स. पहिल्या राउंडला तरी मी तिला फाईट दिली. मीही तुझ्या बरोबर आहे दाखवून दिलं. तिच्याबद्दल माझ्या मनात जेलेसी किंवा दुसरं असं काही नाहीये. पण ती आता माझी प्रतिस्पर्धी आहे. मी लीड घेण्याचा, तिच्यापुढे जाण्याचा वगैरे विचार करतच नाहीये. पण कितीही म्हटलं तरी पॉईंट्स बघितले कि मनात कॅलकयुलेशन्स तयार होतातच. मी प्रथमच तिच्या बरोबरीत आले आहे, तिच्याएवढे पॉईंट्स मला मिळाले आहेत. माझ्यासाठी हे कॉन्फिडन्स वाढवणारं आहे. मीही कमी नाही हे दाखवून देणारं आहे. त्यातूनही मनात विचार येऊन गेलाच, अरररे, तिच्या पुढं जायला इथं संधी

होती. मला नाईन पॉईंट्स मिळायला हवे होते. मी स्वतःला सावरलं. समीरचे बोल पुन्हा डोक्यात आले, कॅल्क्युलेशन्स नाही, फक्त प्रेक्षक. मी नेक्स्ट राउंडसाठी तयार. नेक्स्ट राउंड. पुन्हा बरोबरी. पुन्हा दोघींना सेम, एठ, एठच. मला बरं वाटलं. मागेही नाही, पुढेही नाही. थर्ड राऊंड. पुन्हा बरोबरी. मी एठ, ती पण एठ. माय गॉड. काय चालू आहे. हे असंच चालू राहिलं तर कसं होणार.? लोकंही आश्चर्यचकित. फाईट एकदम परफेक्ट चालू आहे. आम्ही दोघीही जीवतोडून परफॉर्मन्स देतोय. लोकांना आमच्यात सरस कोण, हे सांगता येणार नाही, एवढा जबरदस्त परफॉर्मन्स आहे दोघींचा. पण ऑडिअन्सला माझं आश्चर्य वाटतय, का तर मी निकिताच्या तोडीस तोड परफॉर्म करतेय, आणि तिच्याएवढे पॉईंट्स मिळवतेय. ते मला टाळ्या वाजवून दाद देत आहेत. पण माझ्या मनात एक गोष्ट आलीय, मला समजून चुकलंय, निकिता तिच्या नेहमीसारखा परफार्मन्स देत नाहीये, ती थोडी कमी पडतेय. कारण सेमी फायनलमध्ये जरी बघितलं, तरी तिनं सर्वांच्या सर्व दहा राऊंडसला नाईन पॉईंट्स मिळवले होते आणि एकूण नाइंटी. आणि मोस्टली तिला नाईन पॉइन्ट्सच मिळतात. मी थोडी नेहमीपेक्षा लीड घेतली आहे, पण ती पूर्वीपेक्षा एक पॉइंटसने कमी पडली आहे. कदाचित फायनल किंवा लाईव्ह परफॉर्मन्सचा परिणाम असू शकतो. असो...!

पण निकीताच ती.. तिनं ग्रीप घेतलीच. फोर्थ राउंड. मला एठ, तिला नाईन. म्हटलं ना, नाईन तिचा फेवरेट नंबर आहे. मी एठ लाच अडकले. देवा..

फिफ्थ राउंड.. निकिता पुन्हा नाईन.. आणि मी.. मी पुन्हा एठ. माय गॉड. मध्ये ब्रेक आहे टेन मिनिट्सचा.

पाचव्या राउंड अखेर मी दोन पॉईंट्सनी मागे पडलेय. माझी कॅल्क्युलेशन्स नको म्हटलं तरी चालू झालीत. ती फोर्टि टू वर आहे आणि मी फोर्टि. फक्त दोनच पॉइन्ट्सचा फरक आहे. पण तो किती मोठा आहे हे मी समजू शकते. कारण इथं असं काहीही होणार नव्हतं, कि एखाद्या राउंडला, तिला पाच किंवा सात पॉईंट्स मिळणार होते आणि ती खाली माझ्या बरोबर किंवा मागे राहणार होती. ती एवढ्या कमी कधीच येऊ शकत नाही, उलट ती एकवेळ पुढे जाईल. पण खाली येणार नाही. मी माझं बेस्ट देतेय, पण मी माझा आठचा आकडा अजून सोडलेला नाही. पाचव्या राउंड अखेरही मी सलग आठ पॉईंट्सचाच परफॉर्मन्स दिला आहे. आणि आता माझ्या हातात फक्त पाच राउंड शिल्लक आहेत. आणि निकिता तिच्या फेवरेट लकी नंबरवर आलीय. आता ती तो नंबर सोडेल असं काही वाटत नाही. काय करू मी. काय करू...?

मी डोळे बंद करून घेतले. समीरचा चेहरा माझ्या डोळ्यासमोर आहे. 'तू फक्त प्रेक्षकांच्यासाठी परफॉर्म कर. हरली तरी चालेल. पण प्रेक्षकांना वाटलं पाहिजे, वाह, काय परफॉर्मन्स दिलाय.' मी डोळे उघडले. मी स्वतःला काय समजवायचं ते समजावलं. पॉईंट्स तर दिसणारच आहेत, पण मला आता त्यांची फिकीर नाहीये. पुढच्या राऊंडसाठी सिग्नल. मी रेडी.

सिक्सथ राउंड. आणि पॉईंट्स.. निकिता पुन्हा नाईन, आणि मी.. मी नाईन. सुपरब. माझा आता पर्यंतचा बेस्ट परफॉर्मन्स. नाईन पॉईंट्स. गुड, किआरा, गुड. मी डोळे मिटले, समीर मला थम्सअप करताना दिसतोय. असच करत रहा, यु आर ऑन राईट पाथ. असं काहीतरी बोलतोय. मी डोळे उघडले आणि पुढच्या राउंडसाठी तयार. नेक्स्ट राउंड. सेव्हन्थ राउंड. अँड डन. निकिता नाईन, मीही नाईन. आठवा राउंड. पुन्हा निकिता नाईन मीही नाईन. मला काहीच कळेना. हि पोरगी एकाही पॉईंटने कमी येईना. हिचा परफॉर्मन्स फिक्सचं, नाईन म्हणजे नाईनच. आता ती सिक्सटी नाईनवर होती आणि मी सिक्सटी सेव्हन. दोन पॉइन्ट्सचा फरक तसाच होता. मला तो काढता आला नव्हता. आठ राउंड्समध्ये आम्ही सहावेळा बरोबरी केली होती. पण मधल्या दोन राउंड्समध्ये ती एक एक पॉइन्ट्सनी माझ्यापुढं होती. आणि ती आठव्या राउंड्सपर्यंत एकदाही खाली आली नव्हती. याचा अर्थच ती राहिलेल्या दोन राउंड्समध्ये काय खाली येणार, शक्यच नाही. म्हणजे मला आता राहिलेल्या दोन राउंड्स मध्ये माझा परफॉर्मन्स वाढवावा लागणार. पण काय परफॉर्मन्स वाढवणार मी. अलरेडी मी माझं बेस्ट देतेय, फक्त दोनच राउंड्समध्येच मी तिच्या मागे राहिले. आता मला टेन आऊट ऑफ टेन मिळवणे हाच पर्याय. आणि तिनेही तसंच केलं तर? माझ्यापुढे पर्याय नव्हता. मी समीरला फॉलो करायचं ठरवलं. जे होईल ते होईल. आणि आता नववा राउंड. इथंच माझं भवितव्य ठरणार होतं. राउंड स्टार्ट.. मी बेस्ट दिलय.. सर्वोत्तम मी दहाची अपेक्षा करतेय.. टेन पॉईंट्सची. आणि रिझल्ट समोर आहे. मी नाईन आणि निकिता.. निकिताही पुन्हा नाईन. ती सेव्हन्टी एठ आणि आणि मी सेव्हन्टी सिक्स. मधला गॅप दोनचा तसाच होता. तो काही भरून आला नव्हता आणि कमीही झाला नव्हता. आणि एकच राउंड शिल्लक. लास्ट राउंड. मला पल्लवीचे कालचे शब्द आठवले, तुमच्या दोघीत कुणीही जिंकलं तरी दोघींच्या पॉईंट्स मध्ये जास्त फरक नसणार. तेच झालं होतं. आणि हेही आठवलं, कि निकिताच दावेदार आहे, या शोची. तू बेस्ट दिलं आहेस, देते आहेस, पण निकिताचं आव्हान टफ आहे. मी सुन्न झाले. मला दुःख होत नाहीये. पण व्यक्तही होता येत नाहीये. मी खरंच मनापासून बेस्ट दिलंय, हे मला माहित आहे. नऊ मधल्या

सात राउंड्समध्ये मी तिला बरोबरीत फाईट दिली, पण दोन राउंड्समध्ये ती पुढं गेली एवढंच. पराभव झाला तरी अंतर कमी असणार होतं. फक्त दोनच पॉईंट्सचं. म्हणजे काहीच नाही. जवळजवळ आम्ही इकवलच होतो. पण पराभव तो पराभवच. पण मी का हा विचार करतेय. समीर बोलला होता, तुला वाटलं की तू हरते आहेस, तरी दुःखी होऊ नको. तू तुझ्यासाठी, प्रेक्षकांच्यासाठी तुझा बेस्ट परफॉर्मन्स दे. आणि मी देईन. नक्कीच. फक्त प्रेक्षकांसाठी. मी माझी ट्रिक पुन्हा युज करतेय. मी डोळे मिटले. पुढे प्रेक्षक आणि त्यांच्यामध्ये बसलेला समीर. आणि मी रेडी.

लास्ट, दहावा राउंड सुरु होतोय. मी फ्री आहे, एकदम टेन्शन फ्री. हा राउंड थोडा वेगळा आहे. याच्या आधीच्या सर्व नऊच्या नऊ राउंड्समध्ये आम्ही सोलो परफॉर्म करत होतो. आधी एकीनं नंतर दुसरीनं. आता तसं नाहीये, आता दोघी एकाचवेळी परफॉर्म करणार, एकत्र आणि पॉइंट्स दिले जाणार. आम्ही दोघीही तयार. काउन्टडाउन स्टार्ट.. थ्री, टू, वन, झिरो आणि स्टार्ट..

एका हिंदी क्लासिकल गाण्यावर आमचा डान्स सुरु आहे. अत्यंत अवघड असं गाणं आहे. ज्यामध्ये डान्स, स्टेप्स आणि आणि चेहऱ्यावरील एक्सप्रेशन्सना पॉइंट्स आहेत. तीही माझ्यापेक्षा चांगली डान्सर आहे. आम्ही दोघीही बेभान झालोय. बेभान होऊन परफॉर्म करतोय. हार जीत सगळं काही क्षणात होणार आहे. तिला नाईन पॉइंट्स मिळाले, आणि मला ही नाईन मिळाले, तर ती जिंकणार आहे. दोघीनाही टेन मिळाले, तरी ती जिंकणार आहे. तिला नाईन मिळाले आणि मला टेन मिळाले, तरी ही तीच जिंकणार आहे. मला जिंकायचं असेल तर मला टेन मिळवावे लागतील, आणि तिला सेव्हन मिळायला लागतील. आणि हे केवळ आणि केवळ अशक्यच आहे. कारण मी एकवेळ टेन मिळवेनही, जीव तोडून, पण ती सेव्हन वर कशी खाली येईल. ती निकिता आहे. मी समजून गेलेय, काय समजायचं ते. म्हणून मी बेभान होऊन नाचतेय. इतकी बेभान होऊन कि प्रेक्षक माझा डान्स बघून वेडे व्हायला पाहिजेत. जजेसनी तोंडात बोटं घातली पाहिजेत. त्यांनी मला दहा पैकी दहा नाही, तर बारा, चौदा, सोळाही नाही वीस मार्क्स द्यायला हवीत, असं त्यांना वाटायला पाहिजे. आणि समीरला..? त्याला तर माझ्या संपूर्ण आयुष्यातला सर्वोत्तम परफॉर्मन्स मी दिला, असं वाटायला पाहिजे. म्हणून मी बेभान झालेय... बेभान.

शांतता. पिन ड्रॉप सायलेन्स. जजेसकडे कान आणि डोळे.

जज अनौन्समेंट साठी उभे राहिले.

माझा श्वास रोखला गेलाय. त्यांनी माईक उचलला. आणि स्कोर सांगण्यास सुरुवात केली.

जज..

'कॉम्पिटिशन इज व्हेरी व्हेरी टफ.

यु बोथ परफॉर्म व्हेरी वेल. अँड रिझल्ट इज व्हेरी सुरप्रायझिंग. स्कोर ऑफ बोथ कॉन्टेस्टंट्स इज..

द स्कोर इज...

स्कोर इकवल. यस्स्स.. स्कोर इज इकवल. बोथ हॅव एटी सिक्स पॉईंट्स'.

माय गॉड.. मला काहीच कळेना. इकवल...?

काय झालं... कसं झालं... कुणाला किती पॉईंट्स.

व्हॉट अ ट्रॅजेडी..??

तर झालंय असं, कि.... मी माझा रेकॉर्ड ब्रेक परफॉर्मन्स दिला आणि मला टेन पॉईंट्स मिळाले. पण काय झालं काय माहित, निकिताला फर्स्ट टाईम कमी म्हणजे एठ पॉईंट्स मिळाले. आणि आता आम्ही दोघी इकवल पॉईंट्सवर आहोत. दोघींनाही एटी सिक्स पॉईंट्स. आता..? आता काय होणार...? काय डिसीजन असेल? जजेसमध्ये डिस्कशन चालू आहे. आम्ही दोघीही बावरलोय. मला पटेनाच. काय चाललंय ते. आम्ही दोघीनीही खरंच बेस्ट परफॉर्मन्स दिला, पण दोघीत सरस कोण, हे नाही ठरलं. दोघीही बेस्ट होतो. मग दोघीही विनर होणार का? कि आणखी काय डिसीजन? आम्ही गोंधळलो आहोत, वाट बघतोय.

जजेसनी रुलबुक्स चेक केली आणि डिसीजन दिला. जर एखादेवेळी असा प्रसंग उभा राहिला, समान पॉईंट्स झाले, तर एक एक्सट्रा राउंड घेण्यात येईल. आणि या राउंडमध्ये कॉन्टेस्टंट्सना परफॉर्म करायचं नसेल. तर त्यांनी फक्त आपल्या फॉलोवेर्सना आवाहन करायचं असेल वोटिंगसाठी. फॉलोवर्सना त्यांचा संपूर्ण परफॉर्मन्स शॉर्ट मध्ये पुन्हा एकदा दाखवला जाईल. आणि त्यानंतर फॉलोवर्स दिलेल्या वेळेत वोटिंग करतील. जिला वोट जास्त ती विनर. आणि यासाठी परवा आणखी एक एपिसोड होईल आणि त्यात 8 ते 10 या वेळेत, लोक वोटिंग करतील. रिझल्ट समोर असेल.

नशिबानं मला अजूनही तरंगतच ठेवलंय. माझ्या डोक्यावर अजून तो टीव्ही गर्लचा क्राउन चढू दिलेला नाही. मी खुश आहे पण आणि नाही पण. मी तात्विक दृष्ट्या टीव्ही गर्ल बनलेयच, पण म्हणतात ना जो जिता वही सिकंदर. विजेता एकच असणार, दोन नाही. परवा पर्यंत वाट पहावी लागणार. आता माझ्या हातात काहीच नाहीये. जे काही आहे ते लोकांच्या हातात. मला माहित आहे, मी कितीही

फाईट दिली असली, मुकाबला बरोबरीत सोडवला असला, तरी इथं लोकांच्या दरबारात निकिता माझ्यापासुन खूप पुढे आहे. कारण तिचे फॉलोवर्स लाखात आहेत. मी तिच्यापासून मागे कोसो दूर आहे. काय होणार आहे, माहित नाही. पण आतातरी मला नशिबानं लटकत ठेवलंय, त्या राजकुमारासारखं, ज्याला रिहानानं लटकत ठेवलं होतं. मला त्या दोघांचा तो मध्येच लटकलेला खेळ आठवला.

25

राजकुमार

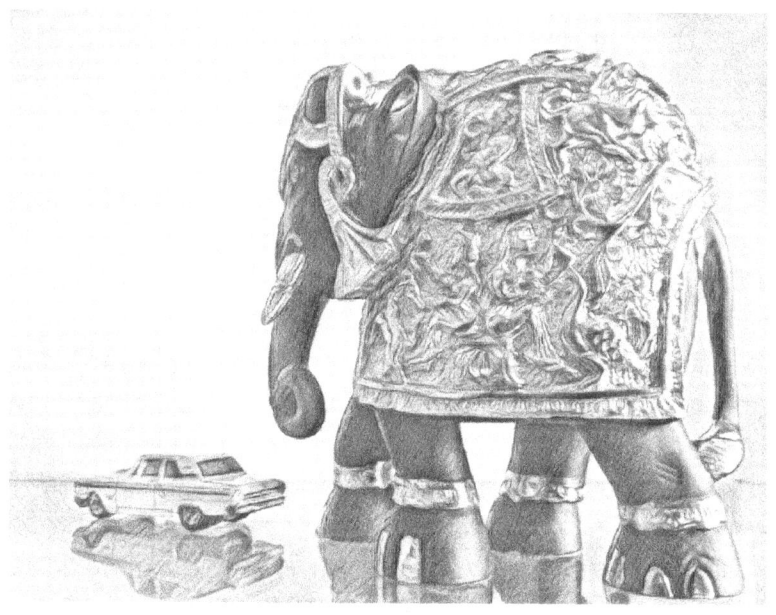

आयुष्यात खूपवेळा असं लटकल्यासारखं होतं. एखादं काम होताहोता लटकतं.
वाटत असतं, आता आपलं काम झालंच. आपलं टार्गेट पूर्ण झालंच, आपला शोध
संपला, आपण जे शोधत होतो ते मिळालं एकदाचं. पण अचानक परिस्थिती असा
काही टर्ण घेते कि आपण पुन्हा लटकतो. जसं मी आता लटकलीय आणि त्यावेळी

तो राजकुमार लटकला होता. होय, तोच तो राजकुमार... 'वरून'.. रिहानाचा वरून.

तो प्रेमात तर पडला होता तिच्या, नो डाउट. बघताक्षणीच ती आवडली होती ती. पण म्हणून कोण लगेच कुणाच्या पाठीमागे जात नाही, आणि लग्न कर म्हणत नाही. गोष्ट समजून घ्या. त्याचा शोध संपला होता. त्याला जी हवी होती ती मिळाली होती. कदाचित त्यानं आधीपासूनच शोधायला सुरवात केली असेल, किंवा तो शोधत होता कुणालातरी, याची मला काही कल्पना नाही. पण एका तरुण मुलाच्या डोक्यात थोडंफार तरी असणारच ना, आपली प्रेयसी, आपली पार्टनर अशी असणार म्हणून. आणि आपल्या नकळतच मग असा शोध सुरु राहतो मनाच्या अगदी खालच्या कप्प्यात. त्याचाही सुरु असेल. आणि तो शोध आता थांबला. ती त्याला दिसली, त्याच्या मनानं त्याला कौल दिला, कि हीच ती, जी तुला हवीय. आणि आता पुढे शोध घ्यायची गरज नाही. असं फीलिंग ज्यावेळी येईल ना त्याच वेळी कुणी कुणाला तरी लग्नासाठी मागणी घालतं, तोपर्यंत तर नाही. कारण ही एकदाच होणारी गोष्ट आहे. कुणी असा विचार करत नाही, आता मी करतो कुणाशी तरी लग्न, नंतर पुढच्या लग्नाच्या वेळी बघू अजून चांगला किंवा चांगली कुणीतरी. असं नसतं. आणि म्हणून त्यानं तिला लग्नाची मागणी घातली आणि हा लटकला.

एकेदिवशी रिहाना झोपेतून उठून घराच्या अंगणात आली. आणि तिनं समोर नजर टाकली. तिला धक्काच बसला. तिचा तिच्या डोळ्यावर विश्वासच बसेना. तिचा तो राजकुमार.. वरून.. समोर उभा होता. कुठून आला वरून कि खालून काहीच माहित नाही, हा दत्त म्हणून उभा. हिला काय करावं कळेना. असं कुणी येतं का कुणाच्या घरी? सकाळी सकाळी? आणि काय कारण आहे असं इथं यायचं? हजार प्रश्न तिच्या मनात तयार झाले. पण मनातून छानही वाटलं तिला. कारण तिलाही तो आवडला होता. पण बिचारी स्वतःच्याच स्वप्नात अडकलेली होती. तिची सुटका होत नव्हती. आवडतो ठीक आहे, पण असं एकदम कुणाच्या तरी घरी? याला कुठं नवीन आहे म्हणा हे सगळं. हा असाच करत असणार प्रत्येकवेळी. गेल्यावेळी नाही का मागोमाग लगेच आला. घरी पोहचतोय न पोहचतोय तर राजे घरात..! 'मी तुझ्याकडे आलेलो नाहीये' त्यानं क्लिअर केलं. 'ते समोर दिसतंय ना ते घर, ते मी घेतलंय भाड्यानं. आणि आता मी तिथंच राहणार आहे'. तो बोलला. 'काययय?' ती मोठ्याने ओरडली. तिचे आईबाबाही तिचा आवाज ऐकून बाहेर आले. त्यांनी त्याला ओळखलं. जेमतेम आठवडाभरा पूर्वीच तर तो त्यांना भेटून गेला होता आणि झालेली सगळी हकीकत सांगितली होती त्याने. त्यांच्या मुलीला मागणी घातली होती, आणि करेन तर हिच्याशीच लग्न, तुम्ही काळजी

करू नका, असं सांगून गेला होता. त्यांनाही तो आवडला. पण मुलीपुढे यांचं काही चाललं नाही.

त्यानं तिला सांगितलं, मला तुझं स्वप्न पूर्ण करण्यासाठी तुझ्या कामात मदत करायची आहे. मला परवानगी दे. मी तुला वचन देतो मी माझ्या स्वतःच्या पैशाने हे काम करणार नाही. जसं तू डोनेशन गोळा करते, मीही तसंच करेन. तू जे प्रयत्न करतेस, मीही तसंच करेन, आणि हे सगळं प्रामाणिकपणे करेन. तू हवं तर क्रॉस चेकिंग करू शकते. कदाचित मी तुझ्यापेक्षा लवकर फंड उभा करेन किंवा जादाही. माझं नेटवर्क मोठं आहे, त्याचा कदाचित फायदा होईल तुम्हाला. पण मी प्रामाणिकपणेच काम करेन. हे सगळं मी का करतोय, तर मला तुझ्याशी लग्न करायचं आहे. आणि मला तुला चिटिंग करून मिळवायचं नाहीये आणि ना हि तुला विकत घ्यायचं आहे माझ्याकडचे पैसे देऊन. मला तुझं प्रेम मिळवायचं आहे, तुझ्या स्वप्नांना हातभार लावून. ती काय बोलणार. तिच्याकडे शब्द नव्हते. कारण तिला कळून चुकलं होतं, कि हा किती श्रीमंत, मोठ्या घरातला आहे. आणि तिच्यासाठी तो सगळं सोडून इथे या दूरच्या छोट्याशा गावात येऊन राहायला तयार झाला. तेही एका छोट्याश्या घरात, जिथे कसल्याच सोयी सुविधा नाहीत. आणि हा काहीही बरोबर घेऊन आलेला नाही, एका बॅग शिवाय. कारही नाही. आणि इथं येऊन त्यानं काही गाद्या, गालिचे, खुर्च्या किंवा बेडही खरेदी केलेली नाहीये. त्याच्याकडे आधी असलेले कपडे आणि डायरी पेन इ. साहित्य, एवढाच काय तो जिन्नस होता. एवढं सगळं करण्याची काय गरज होती. नाही म्हटली होती ना ती, तर मग द्यायचा ना सोडून विषय. एवढं काय त्यात. कुणीही मिळाली असती त्याला, तिच्यापेक्षा सुंदरही कदाचित. तेवढा श्रीमंत होताच कि तो. पण नाही, हा हिच्या मागे इथं आला होता. याचं प्रेम होत ना. आणि तसं बघितलं तर तो एखाद्या चांगल्या ठिकाणी राहूनही तीला मदत करू शकत असता. पण नाही ना, प्रेम सिद्ध करायची खुमखुमीही होती. खुमखुमी म्हणा नाहीतर आणखी काय, जो खरं प्रेम करतो ना, तो प्रत्येकजण असं काहीतरी करत असतो. या जगात ज्यांनी ज्यांनी कुणावर तरी खरं प्रेम केलंय, त्या प्रत्येकानं त्याच्या आयुष्यात, त्याच्या प्रेमासाठी, थोडं का होईना पण असं काहीतरी केलंय. नक्कीच. आणि यानं तर आता तिची स्वप्नं दत्तकच घेतली होती, उसनी नव्हे.

रोज सकाळी उठायचं, तीच्या बरोबर जायचं. मीटिंगमध्ये जे ठरेल ते सगळं करायचं. कधी कधी एखाद्या गावात जाऊन लोकांना समजावून सांगून वर्गणीही गोळा करायची. दुपार नंतर हे सर्व लोक स्वयं मेहनतीने ती कॉलेजची जागा साफ करायचे. तिथं हि हा मदत करायचा. संपूर्ण परिसरात झाडे लावणे, खड्डे काढणे,

दगड उचलणे, जागा साफ करणे अशी बरीच कामं ते सर्व लोक श्रमदानातून करत. त्यालाही ते करावं लागायचं. एसीत बसून काम करायची सवय होती त्याला, त्याला ते जमायचं नाही. थकून जायचा. पण बरोबर रिहाना असायची. तिच्याकडे बघितलं कि याला हुरूप यायचा. रात्री काम करून घरी यायचा तेव्हा त्याला काही कळायचं नाही. घरी येऊन पुन्हा जेवण करण्यापासून सगळी कामं करावी लागायची. सोप्प नव्हतं हे सगळं. टीव्हीतच होतं म्हणून बरं. खऱ्या जीवनात कदाचित शक्यही नसेल किंवा असेलही काय माहित. हि प्रेम करणारी मंडळी ना, काय करतील काही सांगता येत नाही. ती ज्याच्यावर प्रेम करतात ना त्याच्यासाठी काहीही करु शकतात.

त्याला हे सगळं करताना खूप कंटाळा यायचा, थकवा यायचा. कधी केलं नव्हतं ना असं काम. एक लॅविश लाईफस्टाईल जगलेला एक तरुण इथं एक सर्वसामान्य लाईफ जगत होता. पण हे सगळं प्रेमासाठी सुरु होतं. कधीकधी न जेवता, उपाशी, तर कधी अर्धपोटी तो कामावर यायचा. कारण जेवण करता येत नव्हतं. जी काही साधिसोपी रेसिपी करता येत होती, ती खाऊन कंटाळा आला होता. पण इलाज नव्हता. रिहानाच्या आई वडिलांना वाईट वाटे. त्यांनी त्याला जेवण नेऊन देण्याचाही प्रयत्न केला, पण त्यानं नकार दिला. रिहानालाही वाईट वाटलं. पण आता इलाज नव्हता. दोनच महिन्यात याच्या लक्षात आलं, हे लोक ज्या पद्धतीने काम करत आहेत, त्या पद्धतीने अजून दहावर्ष तरी हे कॉलेज काही उभं राहणार नाही. त्याने सर्वांना एकत्र बोलावलं, मीटिंग घेतली, आणि समजावून सांगितलं. अजून दहा काय पंधरा वर्षेही या पद्धतीने कॉलेज उभं राहणार नाही. आपणाला मार्ग बदलावे लागतील. रिहानाने तुझ्याकडच्या पैशाबद्दल बोलत असशील तर आत्ताच नकार दिला. त्यांनं त्याच म्हणणं ऐकून घेण्याची सर्वांना विनंती केली. त्याचे कॉंटॅक्ट्स मोठे होते. तो एक बिझनेसमन होता. गोष्टी कशा करायच्या याचं त्याला क्नॉलेज होतं. त्यांनी रिहाना... एक गावाकडची मुलगी कॉलेज बांधण्यासाठी धडपडतेय, याचं कॅम्पेनिंग करण्याचा प्रस्ताव मांडला. वेगवेगळ्या पेपर्समधून हि माहिती छापून आणायची. लोकांपर्यंत आणि समाजसेवी संस्थापर्यंत पोहोचवायची. त्यामुळे बाहेरील लोकांकडूनही मदत मिळेल. आपण एकटे किती लोकांपर्यंत पोहचणार? सर्वांना मुद्दा पटला. रिहानानंही होकार दिला. सगळे कामाला लागले. त्याने त्याच्या कॉंटॅक्ट्स मधल्या मोठ्या एडिटर मित्रांना आणि पत्रकारांना तिच्याबद्दल न्युज रन करायला सांगितली. थोड्याच दिवसात सगळीकडून रिस्पॉन्स येऊ लागला. लोकं येऊन प्रत्यक्ष भेट देऊ लागली. पत्रकार आणि इतर स्थानिक वृत्तवाहिन्यांनीही हा मुद्दा

उचलून धरला. टीव्हीवरही न्युज झळकू लागली. मधल्या काळात रिहानाची एका राष्ट्रीय न्युज चॅनेलने दखल घेतली. तिचा इंटरव्ह्यू घेतला. मदतीचा ओघही वाढला. पूर्वीपेक्षा आता खूप चांगली परिस्थिती होती. पण अजून ध्येय दूर होतं.

बघता बघता चार महिने संपत आले. नवीन शैक्षणिक वर्ष चालू व्हायला दोनच महिने होते. नवीन वर्षाची परमिशन आली होती. वरूनने त्याच्या त्याच्या लेवलला प्रयत्न करून पुढच्या दोन्ही वर्गांचीही परमिशन आणली. आता फक्त कॉलेज उभं राहणं गरजेचं होतं. कमीत कमी एक मजला तरी. कॉलेजच्या बिल्डिंगच्या कामाला सुरुवात झाली होती. पहिल्या मजल्यापर्यंतची पैशाची सोय झाली होती. आता फक्त विदयार्थी आणि पालकांना विश्वास देणं गरजेचं होतं. कॉलेज वेळेत चालू होईल. तुम्ही ॲडमिशन आपल्या कॉलेजमध्ये घ्या. दुसऱ्या बाजूला शिक्षक भरतीही चालू होती. इंटरव्यूह चालू होते. दोघे राबत होते, आणि त्यांच्याबरोबर त्यांची टीम. एकूणच उत्साह होता. रिहानालाही त्याच्याबद्दल विश्वास वाटू लागला होता. आता ती त्याच्याशी अंतर ठेवून वागत नव्हती. बोलत होती. त्याला जेवण बनवण्यात मदत करत होती. त्याच्या माघारी त्याची कपडे धुऊन, इस्त्री करून ठेवायची. हळू हळू लोकं त्यांच्याबद्दल बोलायला लागली. बाजारात एखादी आजी नाहीतर ओळखीची व्यक्ती मुद्दाम थांबवून रिहानाला विचारायची, कि कधी लग्न करणार आहात मग? त्या छोट्याश्या गावात या दोघांचं आणि त्यांच्या नात्याचं अप्रूप वाटायचं लोकांना. रिहाना लाजायची, गडबडायची, गोंधळायची. सगळं काही मस्त चालू होतं. कॉलेजचा पहिला मजला युद्धपातळीवर बांधून झाला. कॉलेज सुरुही झालं. खूप मुलामुलींनी आपली ॲडमिशन्स जवळच्याच या नव्या कॉलेजात घेतली. रिहानानंही ॲडमिशन घेतली. लोकांना फार कौतुक वाटलं, या सगळ्या गोष्टीचं.

पुढे त्याने स्वतःचे कॉंटॅक्ट्स वापरून काही फॉरेन फंडही आणले. काही एनजीओंनी मदत केली. बघता बघता कॉलेज उभं राहिलं. खूप सुंदर देखणं कॉलेज. जे रिहानाचं स्वप्न होतं. ते तिच्या प्रियकराच्या मदतीनं पूरं झालं होतं. त्यानं तिचं अपूर्ण स्वप्न पूर्ण केलं होतं. त्यानं त्याचा शब्द पाळला होता. आपल्या प्रेमासाठी आपल्या प्रेयसीचं स्वप्नं दत्तक घेतलं होतं, आणि पूर्ण केलं होतं. आणि तिलाही दाखवून दिलं होतं, कि स्वप्न अशीही पुरी करता येतात. त्याला तिच्या स्वप्नांसाठी झटताना सर्वांनी बघितलं होतं. त्यांनी त्याचे हाल आणि कष्टही बघितले होते. तिनेही ते बघितले होते. तिचा त्याच्यावर विश्वास बसणारच ना मग. तिचंही कॉलेज संपलं. रिझल्ट लागला, ती पास झाली. स्वतःच्या कॉलेजमधून तीनं ग्रॅज्युएशन पूर्ण केलं. आता तिला याच्याशी लग्न करण्यात

काहीच हरकत नव्हती. आता आढेवेढे घेण्याचा प्रश्नच नव्हता. दोघांनीही लग्न केलं. आणि तो तिला घेऊन त्याच्या आई वडिलांकडे लंडनला निघूनही गेला. एक राजकुमार आला, आणि तिला घेऊन गेला. सर्वांना आश्चर्य वाटलं, तिथल्या लोकांनाही, तिलाही, आणि टीव्ही बघणारांनाही. साठा उत्तराची कहाणी सुफळ संपूर्ण झाली.

म्हटलं होतं ना, टीव्हीत आणि सिनेमात गोष्टी खूप पटपट होतात. आणि तशाच झाल्या. रिहानाचं आयुष्य स्वप्नासारखं बदललं. आपलंही आयुष्य असच बदलावं असं वाटत असतं आपल्याला. पण इथले क्षण संपत नाहीत लवकर. खूप दीर्घ असतात ते, प्रदीर्घ असतात. आपण पाहिलेली स्वप्नं नक्की पुरी होतात. कधी कधी खूप वेळ घेतात. पण जेव्हा पूर्ण होतात, तेव्हा अधिकच काहीतरी देऊन जातात. खरंतर कॉलेज उभं करणं हे तिचं स्वप्न होतं. ना कि एखादया राजकुमाराशी लग्न करणं. राजकुमार हा तिच्या सुप्त मनाशी चाललेला खेळ होता. पण घडलं उलटंच. सुप्त मनातला राजकुमार आला आणि तिला मिळवण्यासाठी त्यानं तिचं स्वप्नं पूर्ण केलं. केवढं अजब आहे ना हे सगळं. कही पे निगाहे, कही पे निशाणा. ब्रम्हांड आपल्याशी असाच खेळ करतं. तुमची स्वप्नाप्रती कटीबद्धता असेल, तर ते कुठल्याही रुपात येऊन तुमचं स्वप्न पूर्ण करणार. आणि खूपदा आपल्याही आयुष्यात असच घडत असतं. कुणीतरी येऊन कदाचित तुम्हाला मिळवण्यासाठी तुमचीही स्वप्न पुरी करत असेल. कुणीतरी तुमची स्वप्नही पूर्ण करण्यासाठी झटत असेल, झटणार असेल. कारण ती व्यक्ती तुमच्यावर अतोनात प्रेम करत असेल. त्यांना तुम्ही हवे असाल. तुमची स्वप्न तुमच्यासाठी किती महत्वाची आहेत, याची जाणीव त्यांना असेल. लव्ह एट फर्स्ट साईट मध्ये पागल झालेला तो तरुण जर तिची स्वप्न पूर्ण करण्यासाठी झटत असेल, तर तुम्हाला ओळखणारा, तुमच्यावर प्रेम करणारा व्यक्ती तुमच्या स्वप्नांसाठी काय काय करेल. नसेल कदाचित तो तेवढा सुंदर, नसेल कदाचित तो तेवढा श्रीमंत आणि राजकुमार, पण आपण हि अप्सरा, किंवा राजकुमारी आहोत का? आपण तरी कुठे एक राजकुमार येणार आणि मला घेऊन जाणार असं लहानपणापासून म्हणत आलोय.? नाही ना?

मला नेहमी वाटतं, त्या राजकुमारासारखी एकतरी व्यक्ती आपल्या प्रत्येकाच्या आयुष्यात असते. ती आपल्यावर प्रेम करते. आपल्या स्वप्नांवर प्रेम करते. पण कदाचित तिला ओळखायला आपण कमी पडत असू. किंवा ओळखलं तरी आपण त्यांना स्वीकारत नसू. कारणं अनेक असू शकतील. पण एक गोष्ट नक्की आहे, राजकुमार हे फक्त प्रतीक होतं. तुमच्या आयुष्यातील ती व्यक्ती

राजकुमारच असेल, किंवा असावं असं काही बंधन नाही. शेवटी हा स्वप्नांचा प्रवास आहे, कुणी कधी कशी, स्वप्न बघितली, आणि सुप्तमनाशी कोणते खेळ खेळले गेले, याचाच परिपाक, परिणाम म्हणजे जीवन आहे. एक मात्र नक्की आहे, कमीतकमी ती व्यक्ती तीच आहे, निसर्गानं, ब्रह्मडानं पाठवलेली, एवढं तरी आपण ओळखायला हवं, आपणाला ओळखता यायला हवं.

लग्न होऊन लंडनला जाण्याच्या आधी वरून रिहानाला घेऊन त्यांच्या मूळगावी जातो. तिथे त्यांची पुरखोंकी हवेली असते. हवेलीत गेल्यानंतर रिहाना शॉक होते. ती एका राजघराण्याची हवेली असते. आज जरी वरून आणि त्याच्या फॅमिलीची इमेज इंडस्ट्रीएलिस्ट अशी असली तरी स्वातंत्र्यापूर्वी ते एक राजघराणं होतं. स्वातंत्र्य मिळालं, राजेशाही संपली, राजघराणी संपली. लोकांची लाईफस्टाईल मॉडर्न झाली. पण निसर्गानं आपला नियम पाळाला होता. तिच्या आयुष्यात एक राजकुमारच आणला होता.

आपणही आपल्या सुप्त मनाच्या तळाशी जाऊन लहानपणापासून कुणाला मागितलं आहे, काय आणि कसं मागितलं आहे याचा शोध घ्यायला हवा. का आपण काही मागितलेलंच नाही किंवा काय मागितलं आहे तेच माहित नाही, किंवा त्याची डेफिनेशनच माहित नाही.? मीही माझ्या मनाच्या तळाशी जाऊन विचार करतेय, कोण असेल माझ्याही आयुष्यातील तो प्रतिकात्मक राजकुमार.. ? जो माझी स्वप्नं पूर्ण व्हावी म्हणून धडपडत असेल. मला टॉपवर घेऊन जाण्यासाठी प्रयत्न करत असेल. त्याला मला यशस्वी झालेलं बघायचं असेल. माझी स्वप्नं पूर्ण झाल्यानंतर माझ्या चेहऱ्यावर आलेला आनंद त्याला बघायचा असेल. माझ्या डोळ्यातले आनंदाश्रू त्याला अलगद टिपायचे असतील. माझी ख़ुशी, माझी स्वप्नं हीच त्याच्या आयुष्याचीही स्वप्नं झाली असतील. माझी स्वप्नं त्यानं अड़ॉपट केली असतील, आणि ती पुरी करण्यासाठी तो दिवसरात्र एक करत असेल. असेल का कोणी माझ्यासाठी असं प्रयत्न करत? असेल का असा कोणी प्रतिकात्मक राजकुमार? असेल तर मग कोण असेल?

तोच असेल का जो मला वाटतोय तोच.

26

मास्टर माइंड

पल्लवी, बस आता. काय बोलतेस तू तुला काही कळतंय का? कसं शक्य आहे? काहीपण. अगं मी आता फायनल देऊनसुद्धा आले. फायनल इकवल झाली नाहीतर मी एकतर विनर असते, नाहीतर रनर अप. पण इथपर्यंत पोहचण्याचं

सगळं श्रेय कालिंदीला जातं. तिने प्रयत्न केले, साथ दिली म्हणून माझी एन्ट्री झाली. नाहीतर अवघड होतं सगळं. आणि फायनल होईपर्यंतसुद्धा आपणाला कुठलाही प्रॉब्लेम आला नाहीये, कि कुणी दिला नाहीये. मग काय म्हणतेयस तू कि काहीतरी गेम आहे, गेम होणार आहे, आपण खेळवले गेलोय. काहीतरीच.' मी.

'होयय, तसंच झालं आहे, अगदी तसंच. आणि हे सगळं कालिंदीनेच केलंय, तिच्याच मर्जीनं झालय, ना कि आपल्या. आणि लवकरच आपल्यावर काहीतरी मोठा गेम होणार आहे.' पल्लवी.

'काय गेम होणार आहे? कोण करणार आहे? जरा स्पष्टच सांगशील का?' मी.

'मी जर स्पष्ट सांगितलं ना, तुझ्या पायाखालची जमीन सरकेल. एका क्षणात दिवसा तारे दिसतील, लक्षात ठेव.' पल्लवी.

'हो का? मग सांगच.. कोण तारे दाखवणार आहे?' मी.

'ऐकायचं आहे?' पल्लवी.

'हो' मी.

'मग ऐक..' पल्लवी.

'सांग, सांग, मी ऐकतेय..' मी.

'देविका..' पल्लवी.

मला हसू आवरेना.

' देविका.. माय फूट' मी हसतेच आहे.

'हसू नको, हसण्यासारखी गोष्ट नाहीये' पल्लवी.

'अगं, हसू नको तर मग काय करू. काय करणार आहे देविका. तू पाहिलंस ना त्या दिवशी टीव्हीवर तिला स्टेटमेंट देताना. काय म्हणत होती, माझं नाव उगीच कुणीतरी या प्रकरणात घेतंय. माझे आणि किआराचे संबंध चांगले आहेत. मीही तिची फॅन आहे, एट्सेट्रा. आणि मग? तू कश्यावरून आणि काय तर्क काढत आहेस.?' मी.

'माझे तर्क कसे असतात, हे तुला चांगलंच माहित आहे' पल्लवी.

'हो, मला माहिती आहे, पण, मला एक सांग, कालिंदीनं काय सांगितलं होतं त्या दिवशी, देविका आता काही करणार नाही.' मी.

'बास, किआरा, कालिंदीचं कौतुक. मी जे पाहिलंय ना, ते समजलं ना मग कळेल कालिंदी काय आहे ते तुला?' पल्लवी.

'काय पाहिलं आहेस असं तू कालिंदीबद्दल, काय माहिती मिळालीय तुला तिच्याबद्दल?' मी.

'मी तिला देविका बरोबर बघितलंय.' पल्लवी.

मी शॉक.

'काय?' मी.

'यस, फक्त पाहिलेलं नाही, चांगल्या दोघी एकमेकांच्या खांद्यावर हात टाकून खिदळताना पाहिलंय, या माझ्या डोळ्यांनी. आणि प्लिज आता असं म्हणू नको, कि ती दुसरी कुणीतरी असेल.' पल्लवी.

'काय? काय सांगतेस काय?' मी सिरीयस.

होय असं म्हणत तिनं, सगळा किस्सा मला ऐकवला.

मला तर विश्वासच बसेना. असं कसं काय शक्य आहे? म्हणजे पल्लवी सांगतेय ते खोटं असू शकेल असं नाही म्हणायचं मला. पण मग जे एवढं सगळं केलं कालिंदीनं त्याचं काय? त्याचा अर्थ काय? जर देवीकाच्या म्हणण्यानुसार तिने हे केलं असेल तर मग एवढं सगळं करण्यामागं देवीकाचा काय फायदा? मला शोमध्ये एंटर करण्यामागं देवीकाचं काय राजकारण असू शकेल? मला एंटर करवून देऊन तिला काय मिळणार आहे.? आणि मग देवीकानं जर मला कालिंदीच्या मदतीनं शोमध्ये एन्ट्री मिळवून दिली, तर मग मला शोमधून काढलं कुणी? काहीच समजेना.

'पल्लवी, मला सांग, तूच म्हणाली होती, देवीकानं मला शोमधून बाहेर काढलं. तसं प्रेशर तिने चॅनेलवर आणलं, तर मग मला पुन्हा एंटर का केलं तिनंच?' मी.

तिलाही काही कळेना.

'हो, मला पक्की खबर मिळाली होती, तिनेच तुला बाहेर काढलंय. आणि मला खात्री आहे, ती न्युज बरोबर आहे. मला कसलाच डाउट नाहीये, त्याबद्दल.' पल्लवी.

'हो, ना... मग तिनंच एंटर का केलं??' मी.

'तेच तर कळत नाहीये, ना. कदाचित तिला तुला टॉपवर नेऊन मग खाली खेचायचं असेल.' पल्लवी.

'मग त्यासाठी आधी बाहेर काढायची काय गरज? काहीही बोलते.' मी.

'मला समजेना नक्की. पण मे बी तिला तुला आधी बाहेर काढून लोकांचं लक्ष तुझ्याकडे वेधून घ्यायचं असेल. आणि नंतर तिचीच जवळची व्यक्ती तुझ्याकडे पाठवून तू कसा गेम खेळला, याची प्रूफस मिळवायची असतील, आणि आता ऐन टॉपवर नेऊन, ज्यावेळी तुझ्याकडे सगळ्या जगाचं लक्ष असेल तेव्हा, तू कशी फेक आहेस, कॅम्पेनिंग चालवते, चॅनेलला प्रेशराईज करते हे दाखवून द्यायचं असेल. आणि मग चॅनेलंही तुला पुन्हा उभं करून घेणार नाही. येतंय का लक्षात?'

पल्लवी.

'नाही, काही लक्षात येत नाही. एवढा कॉम्प्लिकेटेड गेम खेळायची काय गरज आहे. ती इतर कुठल्याही सोप्या पद्धतीने मला टार्गेट करू शकते. नाही, काहीतरी घोळ आहे. एकतर तू पाहिलेली मुलगी कालिंदी नाही, आणि असेल तर मग..?' मी.

'तर मग काय..?' पल्लवी.

'काही नाही. अगं या सगळ्यात माझाच फायदा झाला आहे, आणि देविका असं का करेल? आणि ती तर मला म्हटली होती फोनवर, पुढं पुढं बघ काय होतंय ते.' मी.

'एक्झॅक्टली, मी तेच बोलतेय, तिनं गेम संपवलेला नाही. ती पुढं जाऊन काहीतरी करणार आहे, तिच्या डोक्यात मोठा गेम आहे. आणि आपण त्यात अडकलोय, नक्कीच.' पल्लवी.

'गप्प बस जरा, शांत हो. खूप कॉम्प्लिकेटेड होतंय हे. असं काही नसणार. हे काहीतरी वेगळं आहे. असं तर नसेल ना, देवीकाला मला जिकवायचं असेल, म्हणून तिने हे केलं असेल?' मी.

'ए बाई, भलतीकडे डोकं चालवू नको. तिला तुला जिंकवायचं, होतं तर मग बाहेर कशाला काढलं? सांग ना, का काढलं? आणि मग आत का घेतलं? आणि देविका असं का करेल? तिला तुझ्याबद्दल सहानुभूती का वाटेल? तू तिच्या हातातून समीरला हिसकावून घेतला आहे, हे ती विसरली असेल का? आणि त्या दिवशीचा ड्रामा? त्याचं काय? त्यानंतर तू तिचा केलेला पाणउतारा ती विसरेल का? आणि आता मध्ये हे सगळं चालू असताना तिनं फोन करून पुढे पुढे काय होतंय ते बघच असं म्हटली, त्याचं काय?' पल्लवी.

तिचं बरोबर होतं. पण हा गुंता सुटतच नव्हता.

'काहीच कळेना गं, हा गुंता सुटतच नाहीये' मी.

मी असं म्हणायला, आणि तिनं माझ्याकडे चमकून पाहिलं. आणि ती नेहमीच्याच त्या विशिष्ठ नजरेनं माझ्याकडे बघू लागली. तिला काय म्हणायचं आहे ते मला कळलं.

'ये बाई, आता बस हं.. नाही ते तर्क लावू नको' मी.

'मी नाहीये तर्क लावत. पण तूच बोललीस ना, हा गुंता सुटत नाहीये. कुणाचा गुंता सुटत नाही, सोडवता येत नाही. न सुटणारा गुंता कोण करतं? तू सांग ना.' पल्लवी.

'अगं, पण..' मला काहीच बोलता येईना.

तिचा रोख समीरकडे होता. आता तो कशाला करेल हे सगळं. त्याचा काय फायदा? आणि तो काय कुठल्या गोष्टीचा सूड घेईल का माझ्यावर? आणि तेही

असा? आणि हा काय सूड आहे का? इथं तर माझा फायदाच झाला आहे. काहीही लॉजिक लावते हि बाई.

हे बघ, सर्वात आधी, त्या रात्रीही मला शंका कुणाची आली होती, ज्या रात्री आपण बिअर पित बसलो होतो, त्याचीच. का आली होती, तर एवढं सगळं होऊनही त्याचा फोन आला नव्हता. म्हणून' पल्लवी.

'गप गं, त्यानंतर आम्ही बोललोय. त्याच्या सेटवर काहीतरी एक्सिडेंट झाला होता, तो हॉस्पिटल मध्ये होता' मी.

'काहीच कळेना, पण आपल्या माघारी काहीतरी गेम चालू आहे, त्यात देविका आहे, कालिंदी आहे, एवढं तरी मान्य करूया का आपण?' पल्लवी.

हो, ते तर मान्य आहेच. आणि गेमही चालू आहे.

पण काय गेम चालू आहे?

'मला वाटतय पल्लवी, आपणाला हे शोधावं लागेल.' मी.

'होय, शोधावंच लागेल.' पल्लवी.

'एक काम करूया, तू कालिंदीला फोन लाव' मी.

'तूच लावून बघ. मी लावून झालाय. दोन्ही नंबर डझंट एक्झिस्ट.' पल्लवी.

'काय?' मी.

'म्हणून तर म्हणतेय, मोठा गेम सेट आहे' पल्लवी.

'माय गॉड, काय हे आता नवीन, यार डोकेदुखीच आहे. मी समीरशी बोलू का?' मी.

'थांब नको. आता कुणावरही विश्वास ठेवायचा नाही. मी ऑलरेडी तुला टेन्शन नको, म्हणून समीरशी बोलले काल. तर तो अचानक गडबडलेला वाटला मला. म्हणजे तसा गडबडला नव्हता, पण असंधिग्द वाटली मला त्याची उत्तर. जसं कि असं काही नसेल, तू उगीच शंका घेतेय, आणि तू नको करू कालिंदीला फोन. असं बरंच काही. आणि त्यानंतर त्याचा आजपर्यंत या विषयावर मला फोन नाही. अलीकडे त्याचं वागणं तुला खटकत नाहीये का?' पल्लवी.

मला तर खटकतय. तो एवढं सगळं रामायण होऊनही त्यात अजिबात इन्व्हॉल्व्ह कसा झाला नाही. कि काही सपोर्ट नाही. माझ्या बरोबर स्टॅन्ड घेताना दिसला नाही. लांबूनच फक्त बेस्ट लक आणि टेक केअर एवढंच.

'आणखी एक गोष्ट आहे किआरा, ती दुर्लक्ष करून चालणार नाही. तू प्रेसनोट देणार होतीस. पण तुला प्रेस कॉन्फरन्स समीरनं घ्यायला सांगितलं. आणि तिथूनच ड्रामा स्टार्ट झाला. तिथंच कालिंदीची एन्ट्री झाली. आणि आता कळतंय कि कालिंदी आणि देविका एकत्र आहेत, कदाचित या सगळ्यात समीरही असेल.'

पल्लवी.

'एक क्षण मानून चालूया, तोही आहे, त्यांनं आणि देवीकानं हे सगळं केलंय. तर मग..? या सगळ्याचा अर्थ काय? काय आहे हे? आणि तूच तर म्हणत होतीस या आधीपासून, समीर देविका भेटत नाहीत. ते त्यानंतर कधीच भेटलेले नाहीत.' मी विचारलं.

'या सगळ्याचा अर्थ काय हे मला कळेना. पण समीर आणि देविका कॉन्टॅक्टमध्ये नाहीत. हि माझी इन्फॉर्मेशन राईट आहे. पण मला हाही कॉन्फिडन्स आहे की हा एवढा कॉम्प्लिकेटेड गेम समीरचाच आहे. नो डाऊट' पल्लवी.

पल्लवीनं माझं डोकं बधिर करून टाकलं.

मला यात पुन्हा एकच गोष्ट सतावू लागलीय, ते म्हणजे देविका आणि समीर कॉन्टॅक्ट मध्ये असतील तर..?

माझं मन बैचेन झालंय.. पूर्वी सारखं.

'देविका, मला एक सांग. असं तर काही नसेल ना.. आता देविका आणि समीर एकत्र असतील. आणि देवीकाला माझा रिव्हेन्ज घ्यायचा असेल, म्हणून त्यांनी काहीतरी प्लॅन आखला असेल?' मी भीतभीत विचारलं.

ती काहीच बोलली नाही. मला माझ्याच प्रश्नात काही दम वाटला नाही. हे सगळं काय चालू आहे, हेच कळेना. मला शोधावच लागेल. कसं आणि काय शोधू..? मी माझ्या कामावर लक्ष देऊ कि यांनी घातलेले गुंते सोडवू? उद्या माझा फायनल राउंड आहे. मला लोकांना वोटिंग करायला आवाहन करायचं आहे, ते राहिलं बाजूला, आणि नको तिथं डोकं लावून बसलेय. कधी वाटतय देविका हे करतेय, कधी वाटतय समीर करतोय. कोण करतंय आणि कशासाठी चाललं आहे हेच कळेना. एवढा मोठा गुंता म्हटलं की हे समीरचच डोकं असणार असं वाटतं कधीकधी. मी म्हटलं होतं ना, त्याचे गुंते सुटता सुटत नाहीत. पण माझ्या विरुद्ध तो नाही करणार असं काही, हि पण खात्री आहे. मला कळतच नाहीये, काय सावळा गोंधळ चालू आहे हा..? कोण कुठली कालिंदी, आणि आता तर गायब आहे ही बया. बर, माझी बुद्धी बघा किती आहे, तू कुठे राहतेस, तुझं ऑफिस कुठे आहे, काही काही म्हणून विचारलं नाही तिला. डायरेक्ट डोक्यावर बसवून घेतली. आणि आता ती गायब. समीर म्हणतो, डोळे आणि कान सतत उघडे ठेव. नाहीतर कडेलोट करेल कुणीतरी कधीतरी. आणि आता तेच होणार आहे की काय कळेना. जे काय व्हायचं ते होऊ दे. पण फक्त एकच गोष्ट हवीय मला, ते म्हणजे कृपा करून समीर तू यात कुठे असू नको म्हणजे झालं. नाहीतर हि पल्लवी म्हणते तसं व्हायचं, तूच

या सगळ्याचा मास्टरमाईंड असायचास. आणि त्यापेक्षा महत्वाची गोष्ट तू त्या बाईच्या कॉंटॅक्टमध्ये नको आहेस मला. बस्स, एवढंच. उद्याचा राउंड होऊ दे, मी स्वतः तुझ्याकडे येईन. मी हरले, जिंकले उद्या मला काही फरक पडत नाही. मला काही नको आहे. मला माझी चूक कळलीय. मला फक्त तू हवा आहेस. बाकी काही नको. फक्त एक दिवस वेटिंग कर. मी येतेयच.

हा विषय थोडा बाजूला ठेवून मी आता फेसबुक लाईव्ह करतेय. आणि माझ्या सर्व चाहत्यांना मला उद्या वोटिंग करण्याचं आवाहन करते.

'नमस्कार, मित्र आणि मैत्रिणींनो..

माझ्यावर प्रेम करणाऱ्या आपणा सर्वांचं मी आभार मानते. तुम्ही सर्वांनी मला खूप सपोर्ट केलात. माझ्या सर्व परफॉर्मन्सना दाद दिलीत. आणि मी तुमच्या शुभेच्छा, आशीर्वाद आणि प्रेमामुळेच फायनल राऊंडला पोहचू शकले आणि तिथंही मी बेस्ट परफॉर्म केलं. आता मला आपल्या शुभेच्छा आणि आशीर्वादा बरोबरच आपल्या वोट्सचीही गरज आहे. मला तुम्हीच जिंकून देऊ शकता. माझं जिंकणं तुमच्याच हातात आहे. तेव्हा प्लिज मला उद्या संध्याकाळी आठ ते दहा या वेळेत नक्की वोटिंग करा. मी आपल्या सर्वांच्या प्रेमाची आणि वोट्सची वाट पाहीन. धन्यवाद.'

मी माझा लॅपटॉप शट डाउन केला आणि दोन मिनिटं डोळे मिटून बसणार, एवढ्यात रश्मी पळत आली. 'दीदी, दीदी... लवकर या, लवकर या. टीव्ही वर काय चालू आहे बघा.' माझ्या मनात धस्स झालंय. आता आणखी काय नवीन. मी आणि पल्लवी धावतच बेडरूम मधून हॉलकडे निघालोय. न्युज चालू आहे, व्हॉल्युम खूप जास्त आहे. बघते तर काय...

देविका...

तिचं स्टेटमेंट ऐकलं आणि डोकंच दुखायला लागलंय माझं. आणि तेच वाक्य रिपीट रिपीट दाखवत आहेत. 'रश्मी, बंद कर तो टीव्ही आधी' रश्मीनं टीव्ही बंद केला.

काय भयानक बाई आहे ही. आता एके ठिकाणी पत्रकारांनी तिला विचारलं, मॅडम, तुमचं नाव ज्या अभिनेत्रींमुळे म्हणजेच किआरामुळे गेल्या आठवड्यात चर्चेत आलं होतं, ती आता त्याच रिऍलिटी शोच्या फायनलला पोहचलीय, काय म्हणणं आहे तुमचं याबद्दल? काय तुम्ही तिला शुभेच्छा देणार का? आणि यावर तिचं उत्तर होतं, 'हो देणार ना, नक्की देणार. मला तिला फायनलमध्ये हरताना पाहायला नक्की आवडेल'

माझ्या तळपायाची आग मस्तकात गेलीय. एवढी कशी काय नीच असू शकते हि बाई. पल्लवी म्हणते तेच बरोबर आहे. ती काय आहे हे, किती नीच आहे हे मला विसरून चालणारच नाही. डर्टी विच.

मी डोकं धरून गॅलरीत बसलेय. एवढ्यात पुन्हा त्या न्युजचा आवाज. माझी जाम सटकली. आणि मी तिथूनच ओरडले.

'रश्मी, टीव्ही बंद कर'

'दीदी, टीव्ही बंदच आहे. पल्लवी दीदी बघत आहेत न्युज मोबाईलवर.'

मला पुन्हा ती न्युज ऐकू येतेय, अजून चालूच आहे.

'पल्लवी, हौस फिटली नाही का अजून टीव्ही वर ऐकून, म्हणून आता मोबाईलवर बघत आहेस?' मी.

'हो, नाही फिटली, म्हणूनच बघतेय' असं म्हणत ती माझ्याजवळ आली. आणि मोबाईल माझ्या हातात देत म्हणाली,

'तूही बघ'.

मला असा राग आला ना पल्लवीचा...

'काय चाललंय पल्लवी, बालिशपणा. का बघू मी पुन्हा त्या बाईला' मी.

'बघ, जरा बघ, सगळ्या प्रश्नांची उत्तरं मिळतील.' पल्लवी.

'मला नाही बघायचं काही', असं म्हणून मी उठणार तोच तिनं मला खाली बसवलं.आणि माझ्या हातात बळजबरीने मोबाईल देत म्हणाली, 'जरा डोळे उघडून बघ काय दिसतंय ते, ती कुठल्या गाडीत जाऊन बसतेय बघ'.

मी त्रासिक नजरेनं बघू लागले. आणि मी उडालेच.

एका रेस्टोरंटच्या बाजूला एक गाडी उभी होती. आणि त्या गाडीकडे जात असताना पत्रकारांनी तिला स्पॉट केलं होतं. ती घाईत होती गाडीकडे जाण्याच्या, आणि पत्रकारांनी तिला प्रश्न विचारला. तिथंच थांबल्या सारखं करत तिनं उत्तर दिलं होत, 'हो, नक्कीच, मला तिला फायनलमध्ये हरताना बघायला आवडेल'. आणि ती थेट त्या गाडीत जाऊन बसली. ती गाडी अगदी काही सेकंदच दिसत होती, मे बी एक किंवा दोन सेकंद. पण तेवढ्यातही ती गाडी पल्लवीनं हेरली. ती गाडी समीरची होती.

मास्टरमाईंड मिळाला आहे. आणि तोही डर्टी व्हॅम्प बरोबर. मला ज्याची भीती वाटत होती, तेच घडलं आहे.

माझ्या डोळ्यातून पाण्याच्या धारा वाहत आहेत.

माझ्या आशा, अपेक्षांचा चक्काचूर झाला आहे.

27
प्रिन्स इन प्रिझन

'हॅलो, रसिका... बेस्ट लक. आज जिंकूनच ये' समीर.
'मला तुझ्या... ' आणि थांबले.
'काय माझ्या..? बोल ना..?' समीर.
मी स्वतःला सावरलं.

'काही नाही, थँक यू. थँक यू सोओ ओ ओ मच'

आणि मी फोन ठेवला.

'असा राग येतोय ना. देवीकाचा गुण लागला म्हनायचा. आपणच कांड करायची आणि वरून शुभेच्छा हि द्यायच्या. मला तुझ्या शुभेच्छांची गरज नाहीये, माझ्या तोंडात आले होते शब्द, पण आवरते घेतले. मला नको आहेत तुझ्या शुभेच्छा. मला गरज नाहीये त्यांची. मल्स मिळाल्यात त्या कालच, तुझ्या त्या देविकाकडून. आरे जी बाई मला अपशब्द बोलते, मला शुभेच्छ्या देण्याऐवजी मी हरावं म्हणून अपेक्षा करते, त्या बाई बरोबर तू फिरतोस. ती बाई मी हरावं, अशी जाहीर बाईट देते आणि तुझ्या गाडीत येऊन बसते. आणि तू मला बेस्ट लक देतोस. विश करतोस, काय म्हनू काय या तुझ्या दुतोंडी वृत्तीला. एवढा कसला राग आला आहे माझा तुला? एवढा कशाचा बदला घेणार आहेस माझा?

असं काय केलंय मी? कि तुझं ऐकलं नाही, मी तुझ्या बरोबर नाही, तुझ्याशी वाईट वागते म्हणून मला अद्दल घडवायची आहे का तुला? का माझ्यातला अहंकार धुळीला मिळवण्यासाठी मला ऐन शिखरावरून खाली खेचायचं आहे तुला? आणि त्यासाठी हि सगळी प्लँनिंग चालली आहेत का? एवढी कॉम्प्लिकेटेड कि जी माझ्याच काय पण कुणाच्याही डोक्यावरून जातील.

मला खरं तर अजूनही विश्वास बसत नाहीये, कि तू या सगळ्याच्या पाठीमागे आहेस म्हनून? पण मी का अविश्वास ठेवू माझ्या स्वतःच्या डोळ्यावर? काय कारण होतं, तुला तिला किंवा तिला तुला भेटण्याचं? ते हि अशावेळी कि साऱ्या जगाला माहित आहे, कि देविका माझ्या विरुद्ध षडयंत्र रचतेय. आणि तुम्ही दोघ एकत्र दिसता, याचा अर्थच असा होतो की तूच आहेस या सगळ्याचा मास्टरमाइंड. मला आता काहीही ऐकायचं नाहीये तुझं, बस झालं आता. मला आता माझा प्रवास एकटीनं करायचा आहे. एकटिनं.

आज माझा फायनल शो आहे. मला तिकडे जायचं आहे. पण मला त्यात आता अजिबात रस नाहीये. मी हरले काय आणि जिंकले काय? तसं पाहिलं तर मी जिंकण्याचे चान्सेस अजिबात नाहीत, कारण आज काही परफॉर्मन्स दाखवायचा नाहीये. आज ऑडिअन्स वोटिंग होणार आहे. निकिताचे फॉलोवेर्स लाखात आहेत. ती एक सुपर मॉडेल आहे. आणि माझे काही हजारात. पूर्ण एकतर्फी मुकाबला आहे हा. आणि त्यात सकाळपासून कालिंदीच्या सर्व पेजेस वर देवीकाची बाईट दाखवली जातेय. ' किआराला हरताना पाहायला मला आवडेल' लाखो विव्हूज आहेत त्या व्हिडीओजना. कालपर्यंत माझी वाह वाह करणारी आणि माझं कॅम्पेनिंग करणारी कालिंदी आज फोन बंद करून देवीकाचं कॅम्पेनिंग करतेय.

तिला भरभरून दाखवतेय. 'देविका झाली पुन्हा ॲक्टिव्ह, किआराची हार पक्की'

खरंच किती स्वार्थी आणि निर्दयी असतात ना लोकं हि. बरोबर प्लॅन करून त्यांनी मला इथपर्यंत आणलं, आणि आता मला वरून खाली ढकणार. निर्दयीपणाचा कळस आहे हा. पण समीर तू पण यात सामील आहेस? तुला नाही आली का माझी दया जराही.? माझ्यावर प्रेम करत होतास ना, मग माझ्याशी एवढा विखारी का वागतोयस? कदाचित नसेलही तसं काही, हा पण विचार येतोय माझ्या मनात. पण कालं देवीकाला तुझ्या गाडीत बसताना पहिल्या पासून माझी विचार करण्याची शक्तीच खुंटलीय. मला विचार नाही करता येत आहे. सगळं वातावरण तुझ्या विरुद्ध दिसतंय, प्रत्येक घटना तुझ्याकडे बोट दाखवतेय, आणि तूही मला प्रत्यक्ष त्या बाई बरोबर दिसतोस. अजून काय हवंय मला, सांग ना अजून काय हवंय.?

देवीकाला समीरच्या गाडीत बसलेलं बघितल्यापासून मला माझं डोकं ठिकाणावर नाहीये. डोकं ठिकाणावर नाहीच आहे, पण मनाची अवस्था अजून खूप नाजूक आहे. हजार विंचवांचा दंश एकाचवेळी हृदयाला व्हावा, तशी माझी स्थिती झालीय. का असं केलंस समीर? सांग ना का..? अरे मी तुझ्याकडे परत येणार होते. एवढा आजचा शो पार पडला की स्वत: तुझ्याकडे जायचं, तुझी माफी मागायची, आणि तुला घेऊन इथं यायचं. सगळं ठरवलं होतं मी. मान्य आहे मला हा डिसीजन

घ्यायला खूप वेळ लागला. मी खूप वेळ तुला ताटकळत ठेवलं, तुला खूप शिक्षा दिली, पण मी शेवटी तुझ्याकडे यायला तयार झालेच ना? माझा राग निवळलाच ना शेवटी? मान्य आहे तुला खूप त्रास दिला मी, पण मी तरी काय करू? मला ही त्रास होत होताच ना.. तुझ्या शिवाय. मी हि जळत होते. फसवलं गेल्याची भावना माझ्यात हि होती. आणि मला माहित आहे, मी तुला कुणापासून हिरावलं नव्हतं कधीच. आपण दोघ एकत्र आलो होतो, आणि तू मला फसवलं होतंस. माझ्या पासून तुला कुणीतरी हिरावलं होतं. मग त्रास मला होत नसेल का? सांग ना? आणि आता हे सगळं विसरून मी तुझ्याकडे येण्यासाठी निघाले तर तू पुन्हा त्या बाईच्या काँटॅक्टस मध्ये आहेस? एकदा फक्त एकदा माझ्या जागी येऊन विचार करून बघ, कळेल मग तुला. मला हे कळलं असेल तेव्हा काय वाटलं असेल? मला अजूनही विश्वास आहे की तू माझ्या विरुद्ध काही केलेलं नसणार, कदाचीत नाइलाजाने नाहीतर अजून काही कारणाने तू हे केलं असशील? मला नाही फरक पडत तू काही केलं असलं तरी. तू माझा जीव जरी घेतलास ना तरी चालेल मला. मला तुझ्याशिवाय जगायचंच नाही आता. पण पुन्हा ती बाई तुझ्या जवळ कशी.? आणि ती माझ्या विरुद्ध कारस्थानं करतेय हे तुला दिसत नाही का? हे तुला

माहित नाही का? आणि तरी ती तुला तुझ्या गाडीत कशी चालते? का तिनं तुला जखडून टाकलंय का?, तुझ्यावर प्रेशर आणलंय का? तुला ब्लॅकमेल केलंय का? तू तिच्या जाळ्यात अडकला आहेस का? तीनं तुला कैद केलंय का?सांग ना. मला तिला हरवायचं असेल, माझा बदला घ्यायचा असेल, तर शो मधून आता ही माघार घ्यायला मी तयार आहे. पण ती तुझ्याजवळ का आहे आता? का आहे? समीर सांग ना..

समीर, वाटतं तितकं माझं तुझ्यावरचं प्रेम तकलादू आहे का? कि मी मुडी आहे म्हणून तसं वागतेय? तुला काय वाटतं, त्या दिवशी माथेरान मध्ये तशी परिस्थिती होती, क्लायमेट रोमँटिक होतं, म्हणून अपघातानं आपण जवळ आलो का? आणि तिथून आपलं प्रेम सुरु झालं का? असं वाटत असेल तुला तर समीर तू मला ओळखलंच नाहीयेस अजून. अरे अशी अपघातानं जवळ आलेली नाती जास्त काळ टिकत नाहीत. त्यांच्यात कधी बंध तयारच होत नाहीत. अरे खुओ आधीपासून मी तुझ्या प्रेमात होते. ज्यावेळी तू मला तुझ्या घरी घेऊन आलास, मला मदत केलीस, अडचणीच्यावेळी तू मला हक्काचं घर राहायला दिलंस, अगदी त्यावेळ पासून. अरे अशी कुठली मुलगी एखादया पुरुषा बरोबर, त्याच्याशी असलेल्या जुजबी ओळखीवर त्याच्याकडे राहायला येते का? सांग ना, येते का...? नाही येत. पण मला तुझं नेचर माहित होतं. मला तुझ्या बरोबर सेफ वाटायचं. सो मी आले. पण तरी ही मनात रुखरुख होतीच, कधीतरी योग्य संधी साधून तू माझ्याशी जवळीक करण्याचा प्रयत्न करशील. माझा फायदा घेण्याचा प्रयत्न करशील. पण पूर्ण वर्षभरात एकदाही कधी असं झालं नाही. तुझ्या डोळ्यात, तुझ्या वागण्यात, तुझ्या कृतीत मला कधीही ती मनीषा दिसली नाही. उलट तू मी इथं आल्यापासून रश्मीला इथं आणलंस. तुझं हेलपिंग आणि केअरिंग नेचर बघून मी रोज तुझ्या प्रेमात पडत होते. तुझी ती अव्यवस्था आणि पसारा करण्याची पद्धत मला खूप आवडतं होती. मला तुझ्या मध्ये एक वेगळाच बालिशपणा दिसायचा. तुझ्यात दडलेलं ते लहान मूल मला साद घालायचं. मी कधी तुझ्या प्रेमात पडले मला कळलंच नव्हतं. रोज तुझी वाट पहात असायचे, तू कधी घरी येतोयस म्हणून वाटेकडे डोळे लागलेले असायचे. घरी आले की तुझ्यावर ओरडायचे. मला तुझ्यावर हक्क गाजवायला आवडत होतं आणि तू मी गाजवलेला हक्क गपचूप् सहन करतोस हे बघून, मी आणखी तुझ्या प्रेमात पडायचे. पण तुला कळत नव्हतं. समीर, माथेरानला जे आपण जवळ आलो, ते म्हणजे आपल्या प्रेमाची तिथून फक्त एकमेकांना पुष्टी झाली. त्याच्या कितीतरी आधी आपण जवळ आलो होतो. मी तर तुझ्याजवळ आले होतेच, पण तू हि माझ्याकडे आकृष्ट झाला होता हे हि

मला माहित होतं. समीर आपलं मिलन तर आधीच झालं होतं, मनातून.

आणखी एक, तुला एक गोष्ट समजायला हवी समीर. जी मुलगी तुझ्याबरोबर फिरते, अगदी बिनधास्त फिरते, लोकांच्या समोर तुझ्याशी असलेलं नातं कबूल करते हि सोपी गोष्ट वाटली काय तुला? अरे लग्न झालेली माणसं एकमेकांपासून तुटतात, मग आपण तर रिलेशनशिप मध्ये होतो. उद्या चुकून काही कारणानं आपल्यात वर्क आऊट झालंच नाहीतर..? तू विचार करून बघ. मी याचा हि विचार केला होता. आयुष्यभर तुझ्या आठवणीत तुझीच होऊन जगण्याची माझी तयारी होती, आणि आज ही आहे. आणि म्हणूनच मी तुझं नाव माझ्या नावाच्या समोर लावलं. किआरा समीर. छोटी गोष्ट नाहीये समीर ही? मी लग्ना आधी तुझं नाव माझ्या समोर लावतेय. याचा अर्थ भविष्यात मी चुकून जरी वेगळा काही विचार करायचा म्हटलं तरी कदाचित मी माझ्या सगळ्या वाटा बंद तरी करतेय किंवा कॉम्प्लिकेटेड तरी. याच कारणावरून मी माझ्या घरच्यांशी, माझ्या आईशी संबंध तोडले. तिला हे इतक्यात तुझं नाव लावणं आवडलं नव्हतं. समजतय का तुला मी काय म्हणतेय ते?

आणि तू... तू काय केलंस, काय दिलंस मला या बदल्यात... ? तू त्या बाई बरोबर रंग उधळलेस? अरे जरा हि विचार आला नाही का तुझ्या मनात माझा.? कुठल्या अवस्थेत सापडली होती ती बाई मला तुझ्या बेडरूम मध्ये? आणि यात तुझा एक परसेन्ट हि दोष नाही असं मी म्हणू का? ती ज्या अवस्थेत होती, त्याच अवस्थेत मी सापडले असते तुला कुणाच्या तरी बेडरूम मध्ये तर तू मला माफ केलं असतं का? सांग ना.

समीर, तरी ही, मी घर सोडून गेले नाही, कारण मला विश्वास होता आणि अजून आहे की तुला यात अडकवलं गेलं तुझ्या नकळत, हे प्रिप्लॅनडं होतं. आणि तरी तू पुन्हा त्या बाईबरोबर दिसतोस? समीर आता मी तुला माफ करणार नाही. अजिबात नाही?

माझा रागाचा पारा खूप जास्त चढला आहे. खूप म्हणजे खूप. आज मला अकटिंग करायची आहे शो मध्ये, खुश असल्याची, खुश नसताना. मला तर जाऊच वाटेना. पण गेलंच पाहिजे. सकाळ पासून कलिंदीच्या कॅम्पेनिंगनं जोर धरलाय. सहज एफबी, इंस्टा उघडलं तरी त्याच पोस्ट दिसत आहेत. आणि फोन वर फोन येत आहेत, लोक विचारत आहेत, 'हे काय.. देविका पुन्हा परत आली की. आम्ही ऐकतोय ते खरं आहे का? देवीकानं चंग बांधला आहे तुला हरवायचा, काय नव्हे ते.' मी सांगून थकलेय लोकांना, मला फरक पडत नाहीये म्हणून. मी शो कडे निघाली आहे. पल्लवी आणि रश्मी हि माझ्या बरोबर आहे.

कालचाच भव्य सेटअप. सगळं काही तसंच आहे. फक्त कालचा उत्साह माझ्यात आज नाही. आणि आज जर मी जिंकले तरी त्याचं मला काहीच वाटणार नाही. कारण आजचं माझं यश पाहायला समीर हवा होता. म्हणजे तो आहेच, तो बघेल नक्कीच.. पण आता तो माझ्या मनात नाही. त्यामुळे नेहमी सारखा तो आज माझ्या बरोबर नाही. मी टीव्ही गर्ल चा किताब जिंकल्यानंतर मला ज्यावेळी तो क्रावून घातला जाईल आणि ती चमचमती ट्रॉफी माझ्या हातात दिली जाईल, त्यावेळी मला ती ट्रॉफी समीरला डेडिकेट करायची होती. कारण या सगळ्या प्रवासात तो जरी माझ्यापासून लांब होता, तरी रोज त्याच्याशी हृदयात संवाद चालू असायचा. तो मला दिशा द्यायचा. तो माझ्याशी बोलायचा, मला मार्ग सुचवायचा, वाट दाखवायचा. आणि म्हणूनच मी इथपर्यंत पोहचले होते. तो रोज माझ्या बरोबरच होता. त्याच्या शिवाय हे शक्यच नव्हतं. कदाचित तो आधीचा समीर असेल, आताचा तो फक्त बेस्ट लक करणारा नसेल आणि कालचा तो देविका बरोबरचा तर नसेलच नसेल.

शोला सुरुवात झाली. आमच्या दोघींचीही प्रेझेंटेशसन्स ऑडियन्सला दाखवली गेली. आम्ही दोघीनीही कष्टातून केलेला प्रवास सर्व लोकांनी पहिला. आणि आता आम्ही दोघीनीही लोकांना आम्हाला वोटिंग करण्यासाठी आवाहन केलं. वोटिंग सुरु झालं. ते पुढचा एक तास चालणार होतं. ते दोन टप्प्यात होतं. एक म्हणजे अप्लिकेशन वर लोकांनी वोटिंग करायचं होतं वेबसाईटवर जाऊन. तिथे मोस्टली आपले फॉलोवर्सच लाईक्स करतात. आणि तिथं माझी हार पक्की होती.

आणि दुसरा ऑप्शन लोक डायरेक्ट स्क्रीन वरच्या नंबर वर लोकांनी मेसेज करायचे होते. वेबसाईट वरचा ग्राफ कॉन्टिन्युअस आम्हाला दिसत राहणार होता. तर एसएमएस चा काउन्ट शेवटी कळणार होता. मधला सर्व वेळ आमच्याशी गप्पा चालणार होत्या. आणि वोटिंग लाईन सुरु झाली. माझी पुन्हा धकधक वाढली.

वेळ जातोय. अंकर मध्ये मध्ये खूप प्रश्न विचारून एंटरटेनमेन्ट करतेय. पण सर्वांचं लक्ष ग्राफवर आहे. पंधरा ते वीस मिनिटातच निकीताच्या ग्राफनं आभाळ गाठलय. आणि माझा ग्राफ अजून जमिनीशी रेंगाळत आहे. मला कळून चुकलं, आपलं काय होणार आहे. तरी ही मी वॉलकडे बघतेय. निकिताच्या चेहऱ्यावरची ख़ुशी स्पष्ट दिसतेय. बहुतेक कालिंदीच्या आणि देवीकाच्या कॅम्पेनिंग न जादू केली आहे. माझा ग्राफ इतका खाली आहे की ती जर हन्डरेडला असेल तर मी टेन किंवा जास्तीत जास्त जास्त ट्वेनटीला आहे. तिचे फॉलोवेर्सचं तेवढे आहेत. आणि त्यांनी पहिल्या दहा पंधरा मिनिटातच वोटिंग केलं आहे. वरती जाऊन तिचा ग्राफ

थांबला आहे, आणि माझा मुंगीच्या गतीनं कूच करतोय. तो असाच चालत राहिला तर वोटिंग ज्यावेळी बंद होईल त्यावेळी तो जास्तीत जास्त फोर्टिपर्यंत गेलेला असेल. बहुतेक माझ्याही फॉलोवर्सनी वोटिंग करून झालंय. कारण मला माहित असलेल्या आणि अपेक्षित असलेल्या फिगरपर्यंत वोटिंग झालं आहे. चमत्काराची वगैरे कल्पनाही माझ्या डोक्यात येऊ शकत नाही. कारण मी वास्तवात जगणारी मुलगी आहे. मला जिंकायचा चान्स कालच होता. तिथं मी जीव तोडून प्रयत्न केला. पण मी जिंकू शकले नाही. मी सामना बरोबरीत सोडवला. आता माझे फॉलोवेर्स आणि माझा रिच कमी असण्याचा तोटा मला स्पष्ट दिसतोय. आणि हार कबूल करण्याशिवाय माझ्याकडे पर्याय नाहीये. 'टीव्ही गर्ल' बनणं, माझ्यासाठी स्वप्नच रहाणार बहुतेक. आज माझ्याकडे काहीच नसणार, समीरही आणि टीव्हीगर्लचा क्राउनही.

मी शांतपणे होस्ट आणि अँकर स्पृहाच्या प्रश्नांना उत्तरं देतेय. पल्लवी आणि रश्मी ज्या ऑडिअन्स पॅचमध्ये बसल्यात, त्या ठिकाणी मी बघतच नाहीये. तिकडे बघणं मी टाळलय. चुकून त्यांची आणि माझी नजरानजर झाली तर मी कशी रिऍक्ट होईन माहित नाही. एक एक क्षण युगासारखा वाटतोय. निकीताचा ग्राफ एका जागी जाऊन थांबलाय. उंच ध्रुवताऱ्या सारखा वाटतोय तो मला. माझ्या ग्राफची संथ हालचाल चालू आहे. अजून हि तीस टक्क्यांपेक्षा तो वर गेलेला नाहीये. ऑलरेडी पस्तीस मिनिटं उलटून गेलीत. पस्तीस मिनीटात पस्तीस टक्क्या पर्यंतही माझा ग्राफ पोहचू शकला नाही. तो तीस वरच आहे. आता पुढच्या पंचवीस मिनिटात तो काय दिवे लावणार ते मला माहित आहे. मी माझी हार स्वीकारलीय. टीव्ही गर्ल बनण्याचं माझं स्वप्न अपूर्ण राहिलंय. मला रिहानाची आठवण येतेय. तिचं ते अपूर्ण राहिलेलं स्वप्न पूर्ण करण्यासाठी तो राजकुमार आला होता. माझ्या बाबतीत असं काहीही होणार नाहीये. माझ्यासाठी माझा राजकुमार येणार नाहीये. माझा राजकुमार ऑलरेडी एका चेटकीनीच्या पिंजऱ्यात कैद आहे.

28

डार्क क्राउन

आणि अचानक ग्राफमध्ये हालचाल दिसू लागली. मघापासून थांबलेल्या ग्राफनं अचानक मूव्हमेंट चालू केलीय. तो वरच्या दिशेने सरकतोय. यावेळचं त्याचं स्पीड बरंच लक्षणीय आहे. याचा अर्थ लोकं मला वेबसाईटवर, ऍपवरही वोटिंग करू लागली आहेत. मघापासून जे लोक शांत होते ते आता अचानक वोटिंग करत आहेत. लोकांच्यात चुळबुळ सुरु झालीय. माझ्या मनातही हलचल झाली. हा असाच वर चढत रहावा. पण अजूनही त्याचं स्पीड तेवढं जास्त नाहीये. त्यानं

वेग पकडणं गरजेचं आहे. कारण जसा ग्राफ वर वर चढतोय, तसा वेळही संपत चाललाय. अपेक्षित वेळेत त्यानं वरती जाणं गरजेचं आहे. कारण एका ठराविक वेळेनंतर वोटिंग लाईन बंद होणार. आता मात्र माझ्या पोटात गोळा आलाय. मी पल्लवी आणि रश्मीकडे पाहिलं. त्यांच्याही चेहऱ्यावर प्रेशर आहे.

शेवटची अगदी काही मिनटं बाकी आहेत आणि तो पुन्हा संथ झालाय. मघापासून त्यानं लक्षणीय अंतर कापलय. अर्ध्या तासापूर्वी तीस टक्क्यांच्या आसपास असणारा ग्राफ आता नव्वद टक्क्यावर आहे. कमी वेळेत खूप मोठी झेप घेतली गेली. मी मनापासून त्या सर्व लोकांना धन्यवाद देतेय, ज्यांनी आता मला वोटिंग केलं. माझ्या अपेक्षा उंचावल्या आहेत. पण अचानक ग्राफ पुन्हा संथ झालाय. जणू थांबल्या सारखा वाटतोय. माझी धडधड वाढलीय. निकिताही थोडी प्रेशरमध्ये वाटतेय. पण आता काही मिनटांचाच प्रश्न आहे तिच्यासाठी. तेवढ्या वेळेत जर काही झालं माझ्या बाबतीत तरच, नाहीतर ती अजूनही दावेदार आहे. पुढची दोन मिनिटं शांत. माझा ग्राफ हालेचना. मी फुल टेन्शनमध्ये. पुढचा आणखी एक मिनिट अजून ग्राफ शांतच. मी आणखी टेन्शनमध्ये. सगळे शांत. जीव जाईल कि काय एवढं प्रेशर. अजूनही ग्राफ शांतच. दीड मिनिट वेळ बाकी आहे. आणि.. अचानक... ग्राफने वेग पकडला आहे. यावेळी मात्र त्याचं स्पीड खूप जास्त लक्षणीय आहे. तिसच सेकंदात जवळजवळ इकवलला पोहचलाय. अगदी थोडंसं कमी. जीव अगदी नाकापर्यंत आलाय. पुन्हा ग्राफ शांत. एक एक सेकंद कमी कमी होतोय. अजून हालचाल नाही. शेवटचे तीस सेकंद. आणि ग्राफने उसळी घेतली. आणि भर्रकन तो वर आला आणि इकवलचा बझर वाजू लागला. निकिताही टेन्शनमध्ये. शेवटचे पंधरा सेकंद. पुन्हा शांत. चौदा, तेरा, बारा, अकरा, दहा. हालचाल नाही. इकवलचा बझर नुसता घुमतोय. आता पुन्हा इकवल होतेय कि काय? मी तर वेडी होईन असं काही झालं तर. फुल्ल टेन्शन. नऊ, आठ, सात, सहा हालचाल नाही. खेळ समाप्त होतोय आता. प्रेक्षक उठून उभे राहिलेत. पाच चार तीन आणि अचानक हालचाल.... निकीताचा ग्राफ तिथेच शांत. आणि शेवटच्या दोन सेकंदात काहीतरी घडलं.. दोन, एक आणि झिरो. माझ्या ग्राफ निकीताच्या ग्राफला क्रॉस करून पुढे गेला. जास्त नाही, अगदी थोडा. पण मी तिच्यापुढे... या राउंड मध्ये मी तिच्या पुढे गेले. प्रेक्षक दंगा करत आहेत. माझ्या बाजूच्या वॉल वर कॉंग्रच्युलेशन्सचा सिम्बॉल. मी रडतेय. माझ्या डोळ्यातून पाणी... पल्लवी आणि रश्मी.. जल्लोष करत आहेत. निकिता शांत आहे. तिला काहीच कळेना आणि मलाही.

या राऊंडमध्ये मी निकीतापेक्षा फक्त, फक्त पाच वोट्सनी पुढे आहे. मलाच काही कळेना. निकिता निश्चित नाराज आहे. पण तरीही तिच्या चेहऱ्यावर आत्मविश्वास आहे. कारण अजून पुढचा राउंड आहे. एसएमएस राउंड. तिथंही तिला खात्री आहे. आणि ती जास्त आहे. कारण तिथं ओपनली वोटिंग होत असतं. असे लोकही वोटिंग करणार ज्यांनी परफॉर्मन्स पाहिलाही नसेल, पण जे तिचे फॅन आहेत. ज्यांना ती आवडते. मघाच्या राऊंडमध्येही तसंच होतं. पण तो थोडा सिरीयस ऑडियन्स असतो. तो लक्षात ठेवून एप डाउनलोड करून किंवा वेबसाईट ओपन करून वोटिंग करतो. त्यांची संख्या मर्यादित असते. आता तसं नाही. मोबाईलवरून सामान्य पब्लिकही वोटिंग करत असतं. शिवाय मघाचे ते वोटर्सही असतातच. आणि वेगवेगळ्या नंबर्स वरूनही एकच व्यक्ती वोटिंग करु शकते. त्यामुळे ही संख्या जास्त असते. आणि दोन्ही राउंड्स मधील वोट्सची बेरीज होणार. आणि त्यातून विनर ठरणार. आमच्या दोघीत केवळ पाचच वोट्सचं अंतर आहे. आणि ती ते सहज पार करू शकते.

आम्ही स्तब्ध आहोत. वोटिंग अलरेडी झालेलं आहे. दिलेला वेळ संपला आहे. वोटिंग लाईन बंद आहेत. आता फक्त ते वॉलवर डिस्प्ले होणार आहे कोणत्याही क्षणी. मी जीव मुठीत धरून बसलेय. आता मात्र मला मनापासून वाटतय, काहीतरी चमत्कार व्हावा. आता सुद्धा मला या क्षणी समीरची आठवण आलीय. मला सवयच होऊन गेलीय त्याची. प्रत्येक अवघड वळणावर त्याची आठवण येतेच. पण मी यावेळी डोळे बंद केले नाही. मला तसं करायचं नाहीये. मी त्याचा विचार सोडून दिलाय. आणि वॉलवर लक्ष दिलं. काऊंटडाउन स्टार्ट... फाईव्ह, फोर, थ्री, टू, वन, झिरो.. आणि निकिताची वोट्स डिस्प्ले झाली. माय गॉड... वोट्स आहेत की काय..? तीन लाख सत्तावन्न हजार समथिंग. माझ्या पोटात गोळा. मी एवढी अपेक्षा केलीच नव्हती. कारण जरी फॉलोवेर्स जास्त आहेत तिचे मान्य आहे, पण इतके लोक वोटिंग करत नाहीत कधी. काय हे? आता माझं काय हिच्यापुढे..? माय गॉड. निकिता अक्षरशः उड्या मारतेय. हे तीन सत्तावन्न आणि मघाचे अप्रोक्झ बावन्न हजार. हिने ऑलरेडी चार लाखांचा टप्पा पार केलाय. मी बघतच बसलेय तिच्याकडे. मी एकदम स्तब्ध. शांत. आणि पुन्हा काउन्टडाउन स्टार्ट.. फाईव्ह, फोर, थ्री, टू, वन... माझ्या हृदयाचे ठोके बंद पडू लागले. झिरो... अँड डिस्प्ले.

मी बघतच आहे. मला काहीच कळेना. काय आहे हे...

स्वप्नात तर नाही ना मी..

माझे वोट्स आहेत... सात लाख बेचाळीस हजार अँड समथिंग. सातच आहेत का एक आहे? तो आकडा सेव्हन आहे की वन? मी वॉलच्या जवळ गेले पळत. आणि बघते तर काय.. सातच आहे ते, सेव्हन लॅक, फोर्टि टू थाउजन्ड. बाप रे..

कसं शक्य आहे हे...

आणि एवढ्यात चारी बाजूने ब्लास्ट झाले. वॉलवर अक्षरं झळकली. कॉग्रेच्युलेशन्स किआरा...!!

किआरा.. द टीव्ही गर्ल ऑफ द इयर. अनौन्समेन्ट झाली माझ्या नावाची. मला स्वप्नात असल्याचा भास होतोय. मला जवळजवळ गॅरंटी नव्हतीच मी विनर होईन म्हणून. आणि एवढ्या मोठ्या वोट्ससह तर नव्हतीच नव्हती. चमत्कार घडलाय. काय झालंय काही कळेना. पण मी जिंकली. मी टीव्ही गर्ल बनलेय. मला त्या मिस युनिव्हर्स स्पर्धेची आठवण झाली. माझ्या डोळ्यातून पाण्याच्या धारा लागल्यात. मला विश्वास बसेना. मी टीव्ही गर्ल झालेय. मी विनर ठरलेय.

टीव्ही गर्लचा क्राउन माझ्या डोक्यावर आहे, आणि ट्रॉफी हातात. मी कुणाला डेडिकेट करू हि ट्रॉफी मलाच समजेना. मला पल्लवी आणि रश्मी समोर जल्लोष करताना दिसत आहेत. माझं आयुष्यभराचं एक स्वप्न सिद्ध झालंय. मी ते पूर्ण केलय. या सर्व प्रवासात असंख्य माणसं माझ्या बरोबर आहेत. पण मला जो हवा आहे, जो माझा आहे असं वाटत होतं, तो मात्र माझ्या बरोबर नाही. मी हा अवॉर्ड त्या सर्व अदृश्य, हिडन आणि अनक्नोन प्रेक्षकांना समर्पित करते, ज्यांनी मला भरभरून वोटिंग केलं. आणि माझा क्राऊन माझी लाडकी टीव्ही गर्ल रिहानाला.

शोच्या शेवटी मला एका प्रश्नाचं उत्तर द्यायचं आहे. समाजासाठी किंवा समाजातील काही खास घटकांसाठी काही संदेश मला या शोच्या निमित्तानं सांगायचा आहे. सो मी पुढं आलेय. होस्ट स्पृहानं मला विचारलं.. 'सो, किआरा समीर.. तुझा काही संदेश असेल तर तू सांग.. आणि तो कोणत्या घटकासाठी आहे?

मी माईक हातात घेतला...

'स्पृहा, माझा संदेश आहे, माझ्या सारख्याच त्या सर्व मुलींसाठी, कि ज्या छोट्या किंवा मोठ्या शहरातून, लहानशा गावातून आल्यात आणि आपली स्वप्नं पूर्ण करण्यासाठी स्ट्रगल करत आहेत. मग त्या कोणत्याही क्षेत्रातील असू देत. मला त्या सर्वांना एकच सांगणं आहे, प्रत्येक क्षेत्रात स्ट्रगल आहे, कॉम्पिटिशन आहे, आणि त्या बरोबरच पॉलिटिक्सही आहे. तुम्हाला या सर्व तिन्ही गोष्टींना पुरून उरावं लागेल. नाहीतर तुम्ही संपून जाल. तुमची स्वप्न अपुरी रहातील. आणि हे सर्व तुम्हाला एकट्याला करावं लागेल. ना कि इथं तुमचं कुणी जवळचं

तुम्हाला मदत करेल. आणि असेल असं कुणी मदत करणारं तर ते कधी, मध्येच, केव्हा साथ सोडेल सांगू शकत नाही. मग अशावेळी तुम्ही तुमचा स्वप्नांचा प्रवास थांबवणार का? तुम्ही तुमची स्वप्नं अपूर्ण सोडणार का? नाही ना? म्हणून सुरवाती पासूनच कुणावरही डिपेंड न राहता स्वतःचा प्रवास स्वतः करा. स्वतःची ओळख स्वतः निर्माण करा. आणि याचंच एक कृतीजन्य पाऊल म्हणजे... मी माझं, माझ्या इंडस्ट्रीतील माझं टायटल, माझं नाव... चेंज करतेय. आजपासून मी किआरा समीर नाही... फक्त किआरा असेन. होप, यातून तुम्हाला थोडीफार प्रेरणा मिळेल. थँक यू.'

सर्वजण टाळ्या वाजवत आहेत. पल्लवी थोडी बावरलीय. रश्मीचा चेहरा पडलेलाय आणि ती टाळ्या वाजवत नाहीये. आणि मी अभिनय करतेय. माझ्यातली अभिनेत्री खोटं खोटं हसतेय, सर्वांना स्माईल देतेय. पण आतून मी, माझ्यातली टीव्ही गर्ल आम्ही दोघीही दुःखी आहोत. जो कुणाला द्यायचा तो माझा संदेश देऊन झालाय. कशातच आनंद वाटत नाहीये. माझ्या डोक्यावरचा क्राउनही चमकत नाहीये. तो मला डार्क आणि डल वाटतोय.

आजची सकाळ म्हणावी तशी फ्रेश नाहीये. टीव्हीवर माझ्या कालच्या न्युज चालू आहेत. एक अनपेक्षित यश मला मिळालंय. काय चमत्कार झाला आणि कसा झाला खरच कळत नाहीये. वोट्सची संख्या बघून मी अजूनही चक्रावलेय. छान वाटतय पण, आणि नाही पण वाटत. का ते माहित आहेच. आज पुन्हा आभाळ सकाळी सकाळीच भरून आलंय. माझ्या हातातला कॉफीचा मग तसाच आहे. आज तिला रोजच्या सारखी चव नाहीये. कदाचित रश्मीनं ती मनापासून केलेली नाहीये. तिचा मुड ऑफ आहे. तीचा चेहरा बरंच काही सांगून जातोय. बहुतेक काल मी जे केलं ते तिला अजिबात आवडलेलं नाहीये. मी ते योग्य केलं की अयोग्य हा प्रश्न आता माझ्याही मनात डोकावतोय. पण माझी अवस्थाच त्यावेळी तशी होती. मला तो क्राऊन समीरला डेडिकेट करायचा होता, पण माझ्या डोक्यात ती बया थयथय नाचत होती. आणि आता ही नाचतेय.

रिहानानं ज्यावेळी वरूनला नकार दिला त्यावेळी मला तिचं आश्चर्यच वाटलं होतं. म्हटलं काय मुलगी आहे ही, हिला काय समजतंय का? जे तिचं लहानपणापासूनचं स्वप्नं होतं, भले ते अगदी सहज, अंजानपने तिच्याकडून पाहिलं गेलं होतं, ते सत्य व्हायची वेळ आलीय, आणि हि मुलगी चक्क नकार देतेय. मूर्खच आहे. पण जसजसं मी मोठी होत गेले, मला कळालं, माझ्या लक्षात आलं, कि त्या स्वप्नांपेक्षा तिनं उराशी बाळगलेलं कॉलेजचं स्वप्न महत्वाचं होतं. आणि म्हणून तिनं नकार दिला. पण तो राजकुमार तिचा राग पकडून, किंवा

तिनं दिलेल्या नकाराला अपमान मानून तिथून निघून नाही गेला. त्यालाही तिचं ते स्वप्न महत्वाचं वाटलं, त्या दोघांच्या लग्नापेक्षा. आणि मग तो तिथं आला, तीच्या गावात. आणि तिचं स्वप्न पूर्ण करण्यासाठी धडपडू लागला. त्यासाठी त्यानं हालअपेक्षाहि सोसल्या. तो धडपडत राहिला तिचं स्वप्न पूर्ण करण्यासाठी. मनात आणलं असतं तर तो तिला सोडूनही जाऊ शकत होता त्यावेळीच. पण नाही, त्यानं तीचं स्वप्नं हे आपलं स्वप्न मानलं, आणि ते पूर्ण केलं. किती नशीबवान आहे ना रिहाना. तिच्या स्वप्नातला राजकुमार तिचं अडकलेलं, अपूर्ण राहिलेलं स्वप्न पूर्ण करतो. खरच नशीबवान आहे. आणि आमच्या इथं काय चालू आहे. माझ्या मनातला तो राजकुमार माझं स्वप्न पूर्ण करण्यासाठी आलाच नाही. त्यांनं साधा प्रयत्नही नाही केला. ना मला शोमध्ये परत आणण्यासाठी, ना कशासाठीही. उलट ज्यांनी माझ्या स्वप्नात अडथळा आणला त्यांनाच घेऊन फिरतोय. त्यांच्याच बरोबर आहे तो. असा असतो का राजकुमार? सांगा ना, असतो का? नसतो ना? नसतोच कधी असा. आणि म्हणून मी जे काल मी केलं ना ते मला योग्य वाटतय. अगदी योग्य.

माझ्या भावना, माझ्या फिलिंग्ज इतरांना काय कळणार?

पण याचा अर्थ काय? मी माझ्या नावापासून समीरचं नाव बाजूला केलं, काय होतो याचा अर्थ? याचा अर्थ मी त्याच्यापासून माझं नातं कायमचं संपवलं असा होतो? अर्थ तर तसाच होतोय माझ्या कृतीचा. भले मी ते करताना कारण काहीही दिलं असेल. पण मला मला माहित आहे, ते कारण जगासाठी होतं. मी ते का केलय हे मला चांगलंच माहित आहे. पण म्हणून समीरशी माझं नातं संपून जाईल? एवढं सोप्प आहे हे? माहित नाही. कदाचित मी भावनेच्या भरात घेतलेला निर्णय असेलही हा, अन तो उद्या बदलेल कि काय असंही वाटतय. जे काही असेल ते असेल. पण मी एक पाऊल त्या दिशेने टाकलंय. नक्कीच टाकलंय. वेगळं होण्याच्या दिशेनं. आणि मी जे केलंय ते बरोबर केलय असं मला आता तरी वाटतय. मला नको आहे आता हे सगळं. मला नाही आता इच्छा.

मी दुखावलेय. म्हणून मी हे सगळं केलं, हे ठीक आहे.पण मी जे केलं, ते करण्याची ती योग्य पद्धत होती का? ती योग्य जागा होती का? ती वेळ होती का? जे काय होतं, ते मी पर्सनल लेवलला करायला हवं होतं का? असं जाहीररीत्या सर्वांच्यासमोर असं करणं, कितपत योग्य होतं. मला वाटतय नव्हतं कदाचित. मी चुकीच्या ठिकाणी आणि चुकीच्या वेळी, चुकीच्या पद्धतीनं हे केलंय. लोकंही हुशार असतात. जो लावायचा तो अर्थ बरोबर लावतील. आता याचीही चर्चा होईल. समीरला काय वाटलं असेल.? त्याला कळायचं ते कळलं असेलच. तेवढा हुशार

आहे तो. खूप वाईट वाटलं असेल त्याला. मी असं जाहीररीत्या नको करायला हवं होतं. हा आमचा खाजगी प्रश्न होता. त्यानं या आधी जे माझ्यासाठी केलंय, ते बघता मी असं नको करायला हवं होतं. पण आता काय उपयोग? जे व्हायचं ते होऊन गेलं. आता इलाज नाही. समीर.. आपण इथपर्यंत पोहचायला नको होतं. पण समीरला दुःख झालं असेल याचं मला का वाईट वाटतय? का अजूनही मी त्याचा विचार करतेय? कारण.. कारण माझं त्याच्यावर प्रेम आहे. पण आता मला वेगळं व्हायचं आहे. तो माझ्या स्वप्नातला राजकुमार नाहीये.

नाहीये तो... तो राजकुमार.

माझा फोन वाजतोय. डॅम् इट... देविका.

देवीकाचा फोन. हि बाई माझा पिच्छा का सोडत नाहीये? का माझ्या मागे लागलेय. मी फोनच रिसिव्ह करणार नाही हिचा. पुन्हा फोन वाजतोय. बघतेच आता काय म्हणणं आहे हिचं. मी फोन रिसिव्ह केला.

'बोल. आता काय आणखी बददुआ द्यायच्या आहेत का?' मी.

'ओह, माय डिअर, मी तुला बददुआ देण्यासाठी नाही फोन केलेला, मला तर तुला विश करायचं आहे. काँग्रॅच्युलेशन्स माय डिअर. काँग्रॅच्युलेशन्स. फॉर युअर व्हिक्टोरि. हार्टली काँग्रॅच्युलेशन्स' देविका.

'बस झालं आता देविका, तुझी नाटकं. बस झाली. मला माहित आहे तुला किती आनंद झाला असेल ते. तुझा तर तिळपापड झाला असेल ना?' मी.

'क्लेव्हर गर्ल. अगं तिळपापड तर होणारच डिअर. मी एवढे प्रयत्न करूनही तू जिंकलीस. तेही एवढ्या जास्त वोट्सनी. इनफॅक्ट मलाच आश्चर्य वाटतय, कि मी एवढे प्रयत्न करूनही तू एवढ्या पुढं गेलीसच कशी? म्हणून तर मी विश करायला तुला फोन केला ना' देविका.

'होय का, एक गोष्ट लक्षात ठेव देविका, आपण चांगलं वागलं ना कि सगळं चांगलंच घडतं. मग तुझ्या सारख्यांनी कितीही अडथळे आणले आणि कितीही कारस्थानं रचली तरी काही होत नाही. इनफॅक्ट तुलाही आता हे चांगलं कळालं असेलच. एक गोष्ट आता तरी लक्षात ठेव, तू माझं काहीही करू शकत नाहीस.' मी.

ती फार वाईट हसली.

'ओह, माय डिअर, एवढी उतावीळ होऊ नकोस. मी तुझं बरच काय करू शकते. रात्री तू स्वतः तुझ्यापासून समीरला वेगळं केलंसच कि. आणखी काय हवंय तुला. तुझ्या लक्षात नाही आलं का?' देविका.

'आय डोन्ट केअर, देविका. मला आता फरक पडत नाही. यु डर्टी विच' मी.

माझं डोकं भनभनायला लागलं.

'फरक तर पडणार माय स्वीट किआरा. शिव्या देऊन काही उपयोग नाही. अजून मी शेवटचा धक्का कुठे दिलाय तुला, तो दिला कि तुला नक्की फरक पडणार.' ती.

'आता काय करणार आहेस अजून? तू माझं काहीही करू शकत नाहीस? मी.

'होय, ना. मग मी काय करू शकते, हे पाहायचं असेल ना, तर उद्या चार वाजता मी सांगतेय तिथं ये. मग सगळं कळेल. आणि घाबरू नकोस, मी तुला काहीही करणार नाहीये. तू फक्त मी काय करू शकते, काय करणार आहे, आणि काय केलंय हे बघायला ये. तुझ्यासाठी तो धक्काच असेल. तू इमॅजीन करू शकत नाहीस, मी काय करू शकते. आणि हो येताना तुझ्या त्या लाडक्या डिटेक्टिव्हला घेऊन ये. विसरू नको. उद्या फायनल आहे. आणि मग गेम ओव्हर. आणि तुझ्यात दम असेल तर तू नक्की येशील. चल बाय, टेक केअर अँड उद्यासाठी बेस्ट लक.' देवीका.

तिनं फोन ठेवला. कारस्थानी बाई. आता काय वाढून ठेवलंय कुणास ठाऊक. आणि मला चॅलेंज करून गेलीय. मलाही आता हा विषय संपवायचा आहे. मी जाणारच, काय व्हायचं ते होऊ दे. देविका, मी येतेय.

कालिंदी

कालिंदी

29
रिटर्न इन दि रिंग

चारी बाजूंनी ढग दाटून आलंय. उंच उंच डोंगर रांगा, आणि खोल खोल दऱ्या.
चारीबाजूला हिरवळ. आणि आकाशात ढगांचे गुच्छ. मधूनच पडणारी सूर्याची
किरणं. आणि गार वारा, अंगावर शहारा आणणारा. आणि इथला हा गोलाकार

पॉईंट. एखाद्या रिंगणात उभं असल्या सारखं वाटतय. अश्या मस्त रोमँटिक वातावरणात कुणालाही प्रेम होईल. आणि इथं तर नक्कीच झालं असेल कुणाला तरी. किती नशीबवान असतील ना ती दोघं, ज्यांनी आयुष्याच्या आणाभाका इथं घेतल्या असतील. ज्यांचं मनांचं मिलन इथं झालं असेल. ज्यांच्या प्रेमकहाणीची सुरवात इथून झाली असेल. कोण असतील बरं ते भाग्यवान प्रेमी? मी डोळे मिटून घेऊन त्या मिलनाची फीलिंग घेण्याचा प्रयत्न करतेय.

'ए कालिंदी, डोळे मिटून घेऊन काय करतेयस? कुठंल्या स्वप्नांच्या दुनियेत गेली आहेस. बाहेर ये.'

देविका मॅम च्या आवाजाने मी भानावर आले.

'काही नाही हो, असंच.' मी.

'काही नाही काय?' देविका मॅम.

'मॅम, काय मस्त क्लायमेट आहे हो इथलं, मला खरंच माहित नव्हतं, माथेरान एवढं छान असेल म्हणून' मी.

'होय कालिंदी, खुप छान आहे माथेरान. मला ही खूप आवडतं. समीरचं हे फेवरेट डेस्टिनेशन आहे.' देविका.

'हो, तुम्ही बोलला होता मला. समीर सर आणि किआरा इथंच एकत्र आले ना..?' मी काहीतरी चुकीचा प्रश्न केला, हे माझ्या लक्षात आलं.

'सॉरी, मला तसं नव्हतं विचारायचं...' मी.

'इट्स ओके. जे आहे ते आहे.' देविका मॅम.

एवढ्यात त्यांचा फोन वाजला. आम्ही जिथं उतरलोय, त्या रिसॉर्टवरून फोन होता.

'हॅलो, मॅम.. तुम्हाला भेटायला कोणी गेस्ट आलेत.' तिकडून सांगितलं.

'हा, एक काम करा, त्यांना आतल्या वेटिंग रुममध्ये बसवा, मी येतेच. फ्री झाली की भेटेन त्यांना, निरोप द्या त्यांना.' देविका मॅम.

'निघायचं आहे का आपण आता रिसोर्टवर जायला' मी.

'हो निघूया, माझ्याकडे काही गेस्ट आलेत. आपण जाऊया, तोपर्यंत समीरही येईल.' देविका.

'समीर सर पण येणार आहेत? का, काही स्पेशल?'

मी दबक्या आवाजात विचारलं.

त्यांनी विशिष्ठ नजरेनं माझ्याकडे पाहिलं. काहीच बोलल्या नाहीत. मी विषय बदलायचा म्हणून विचारलं..

'पण मॅम, तुम्ही मला कधी सांगणार आहात, सगळं. आधी म्हटलात, सगळं झाल्यावर सांगेन, आणि अजून सांगत नाही आहात. मला कधी कळणार आहे, नेमकं काय चालू आहे ते? आज सांगतो म्हणालात, आणि अजून सांगितलं नाही.' मी.

'अगं, हो हो, सांगते सगळं... जरा धीर धर. चल आपण रिसॉर्टवर जाऊ, कॉफी घेऊ, तिथे गेल्यावर सांगते.' देविका मॅम.

'नक्की सांगणार ना..?' मी.

'हो, ग बाई, चल आता.' देविका मॅम.

आणि आम्ही रिसोर्टकडे निघालोय. या मला काही सांगतच नाहीयेत. गेले पंधरा दिवस झाले, काय काय चालू आहे, केवढी मोठी षडयंत्र चालू आहेत. पण मी फक्त ऑर्डर्स फॉल्लो करतेय यांच्या. मी सांगतेय तेवढं कर प्रश्न विचारू नको. सगळं झालं, कि सांगेन मी, बस एवढंच सुरु आहे. मला काहीच कळेना. किआरा आणि त्यांच्यातलं शीतयुद्ध एव्हाना माझ्या लक्षात आलंय. त्यांच्या सांगण्यानुसार मी किआराकडे गेले, तिला प्रेसमध्ये प्रश्न विचारले, तिच्याशी जवळीक केली, पुढे जे जे काही देविका मॅम सांगतील ते सगळं केलं, पण नेमकं चालू काय आहे, आणि कश्यासाठी हे मला सांगायलाच तयार नाहीत. किआरा तशी चांगली मुलगी वाटली मला. या प्रकरणात तिला खूप त्रास झालाय. मला तिच्याशी असं खोटं वागताना, आणि तिला फसवताना बरोबर वाटत नव्हतं. पण माझा नाईलाज होता. मी देविका मॅमकडे इंटर्नशिप करतेय. त्या जे काही सांगतील ते सर्व करणं मला भाग आहे. मी माझं काम केलंय. मी कुणाला फसवलेलं नाही. पण किआराला या प्रकरणात त्रास झालाय, आणि त्यात मीही सामील आहे, याचं मला वाईट वाटतय. म्हणून मला समजून घ्यायचं आहे, नेमकं हे सगळं काय आहे? कश्यासाठी चालू आहे? आणि समीर सरही आज इथं येणार आहेत, म्हणजे यांच्यात अजूनही काही चालू आहे म्हणा. बिचारी किआरा.

'चल चल पटकन, लवकर, समीर येईल एवढ्यात.' देविका मॅम.

एवढी काय घाई लागलीय यांना. आता काय आणखी. मला हे कसंतरीच वाटतय. त्या दिवशी थोडंसं समजलंय मला पल्लवीच्या बोलण्यातून यांच्यात काय झालंय ते. आणि आता पुन्हा आज इथं, एवढ्या लांब बोलावलं आहे त्यांना. बहुतेक...

'ते नक्की येणार आहेत? मी.

'म्हणजे काय? मी बोलावलंय आणि तो येणार नाही? आणि तेही इथं? कसं शक्य आहे.' देविका मॅम.

म्हणजे आजही काहीतरी स्पेशल आहे म्हणा. माझ्या लक्षात आलंय. एकतर मुंबई सोडून इकडे का आलोय, हेही सांगायला तयार नाहीयेत. आणि आता इथं येऊन कळतंय कि समीर सर पण येत आहेत. भारी आहे. बिचारी किआरा.

आम्ही रिसोर्टला पोहचलो. पाऊसाची सुरवात होईल असं वाटतंय. इथं गर्दी अजिबात नाहीये. हे एक बरं आहे. मुंबई सारखं नाहीये. अख्या रिसॉर्टमध्ये कुठेही लोळा, फिरा काही नाही, सगळं तुमच्याच ताब्यात. मला खरच आवडलं हे. आम्ही हॉलमध्ये बसलोय. खिडकीतून येणार गार वारा झोंबतोय. आमची कॉफी आली.

वेटर देविका मॅम ना.

'त्यांना आतल्या स्वीटमध्ये बसवलंय.'

'ओके. त्यांनाही कॉफी द्या. माझी एक मीटिंग आहे, तेवढी आटोपली कि मी बोलावते त्यांना, त्यांना बसायला सांगा.' देविका मॅम.

तो ओके म्हणून गेला.

'कोण गेस्ट आहेत मॅम' मी.

'ज्यासाठी आपण आलो आहोत, ती लोकं आहेत, भेटतीलच तुला ती' देविका मॅम.

'ओके'. मी.

आम्ही कॉफी घेतोय. देविका मॅमनी किआराला काहितरी मेसेज केला.

या काही किआराची पाठ सोडायला तयार नाहीत. एखाद्याला एवढा त्रास देणं बरं नव्हे. पण आपण काय बोलणार.

समीर सर येणार आहेत इथं कळल्यापासून माझ्या मनात तो अर्धवट राहिलेला प्रश्न सारखा येतोय. म्हणजे मला काही क्लिअर नाहीये तो विषय. खूप दिवसापासून विचारायचं विचारायचं म्हणतेय. आज योग्य वेळ आहे. इथं कुणी नाहीये. आणि मॅडमचा मूडही चांगला आहे. विचारतेच.

'मॅम, एक गोष्ट विचारू का? रागावणार नसाल तर?' मी.

'कालिंदी, अगं विचार विचार, आज काहीही विचार. तुझ्या सर्व प्रश्नांची उत्तरं आज मी देणार आहे. मी रागावणार नाही. बिनधास्त विचार.' देविका मॅम.

मी भीतभीत विचारलं..

'मॅम, मी ज्यावेळी किआराकडे जात होते, त्यावेळी मला पल्लवीच्या बोलण्यातून एक गोष्ट कळाली. ती म्हणजे त्या रात्री, तुमची कार बंद पडली होती, त्या रात्रीबद्दल कळलं. तेव्हा तिचं म्हणणं होतं की हे नॅचरल घडलेलं नाहीये. हे तुम्ही ठरवून घडवून आणलं होतं. हे खरं आहे का?' मी.

त्यांनी हातातली सिगारेट पेटवली.

'हि पल्लवी पण ना, नको तितकं डोकं चालतं हिचं. डिटेक्टिव्ह समजते स्वतःला. मला एक सांग, तुला काय वाटतं, त्या घटनेबद्दल..?' देविका.

'जिथपर्यंत मला त्या दिवसाची कहाणी माहित आहे, मला तरी कुठे हे प्रिप्लॅनडं वाटत नाहीये. कारण समीर सर, लोणावळ्याला होते, तुम्ही इकडे होता, तुमचा त्यादिवशी काही कॉन्टॅक्ट पण नव्हता, आणि पाऊस आणि सर्व गोष्टी पाहता मला तरी हे नॅचरलच वाटतय.' मी.

'होय ना, मग या पल्लवीला का बरं हे प्लॅनडं वाटतय. पल्लवी.. रिअली टॅलेंटेड.' देविका.

'म्हणजे?' मी.

'म्हणजे, ते सगळं प्रिप्लॅनडंच होतं. त्या दिवशी मला काय झालेलं माहित नाही. पण हा असा पाऊस आणि क्लायमेट, मला समीरची आठवण यायला लागली होती. मला माहित होतं तो लोणावळ्याला आहे. त्यामुळे त्याला भेटणं शक्य नाही.

ज्यावेळी मला किआराचं आणि दोघांचं रिलेशन समजलं होतं, त्यावेळी मला वाईट वाटलेलं. पण माझ्या मनात किआराबद्दल आकस नव्हता. म्हटलं प्रत्येकाच्या नशिबाचा भाग असतो. पण किआरा माझ्याबद्दल चुकीचा विचार करत होती. माझ्या ते लक्षात येत होतं. नंतर हळूहळू दोघांच्यातल्या कुरबुरी वाढल्याचं लक्षात आलं. समीर काही बोलायचा नाही तिला. पण त्याला तिच्या वागण्याचा आतून त्रास होत होता. मला वाटून गेलं, किआरा समीरसाठी योग्य मुलगी नाही. याचा अर्थ मी योग्य आहे असं नाही. पण का कुणास ठाऊक मी मुद्दाम समीरच्या प्रोजेक्टचं पीआरचं काम मिळवलं. बहुतेक मला आशा होती एक दिवस समीर हिच्यापासून दूर जाणार. मी आधीच तिथं उभी राहिले. त्यातून त्यांची आणखी भांडण झाली आणि समीर लोणावळ्याला गेला. मला जास्त आशा निर्माण झाली. खरंतर माझं हे असं वागणं चूक होतं. पण मी काहीच केलं नव्हतं. किआराच या सगळ्याला कारण नसताना जबाबदार होती. तिचा समीरवरचा अविश्वास त्यांच्यात दरी निर्माण करत होता. मी काहीही करत नव्हते आणि समीरही चुकत नव्हता. माझ्या हातात आयतं जांभूळ पडत होतं. मी फक्त संधीचा फायदा घेण्याच्या तयारीत होते.

त्या रात्री मला समीरची आठवण येत होती. आणि एवढ्यात मला एफबीवर नीअर बायचं नोटिफिकेशन आलं. समीर मुंबईत एन्ट्री करत होता. माझ्या पासून तासाभराच्या अंतरावर होता. माझ्या मनात चलबिचल झाली. एकूण वातावरणच असं होतं की.. स्वतःला रोखनं मला अवघड जाऊ लागलं. त्याचं लोकेशन जवळ

जवळ येत होतं. आणि माझी बैचेनी वाढत होती. मला आज तो हवा होता आणि मला ही त्याची होऊन जायचं होतं. माझं मन ऐकेना. मी खूप प्रयत्न केला. मला किआराही दिसत होती. माझ्यामुळे यांच्यात काहीतरी प्रॉब्लेम येईल असं वाटत होतं. त्याही परिस्थितीत माझी किआराबद्दलची जाणीव थोडी का होईना जागृत होती. पण माझ्या भावनेनं त्यावर मात केली, आणि माझ्या डोक्यात विचार आला, फक्त एकदा. फक्त आणि फक्त एकदा. पुन्हा मी कधी समीरकडे पाहणारही नाही. मी त्याच्या आयुष्यातून निघून जाईन. मला एकदा तो मिळायला काय हरकत आहे. तिनं माझ्या हातातून त्याला आयुष्यभरासाठी नेलाय. मीही दिलाय. माझंही ऑब्जेक्शन नाही त्यावर. मला एकदिवस, आजची रात्र तो मिळाला तर काय हरकत आहे. आणि मी माझ्या गाडीचा स्टार्टर मारला. त्याच्या घराच्या थोडे पुढे जाऊन गाडी थांबवली. स्टिअरिंग रॉडच्या खाली हात घालून ज्या हाताला लागतील त्या वायर्स जोरानं ओढल्या. कार बंद झाली. मी समीरला फोन केला. मला माहित होतं, एवढ्या रात्री कोणी कार केअरवाला मिळणार नाही. तो मला सोडायला येणार. तोपर्यंत मला एफएम वरून माहिती मिळालीच होती. समोरचा रस्ता बंद असल्याची. मी समीरला काही बोललेच नाही त्या बद्दल. त्याला सगळं नॅचरल वाटनं गरजेचं होतं, आणि तसं झालं सुद्धा. आम्ही पुढे गेलो रस्ता बंद. आता काहीच ऑप्शन नव्हता. समीर मला त्याच्या घरी जाऊया असं म्हणणार याची मला खात्री होती. आणि तो तसं म्हणालाच. आम्ही घरी आलो, आणि पुढं आमच्यात ते सगळं घडलं. इनफॅक्ट ते सगळं त्या रात्री मी घडवून आणलं होतं' देविका.

माझ्या फ्युजा उडाल्या. देविका मॅम वाटतात त्यापेक्षा खूप चतुर आहेत. 'मग पुढं काय झालं?' मी.

'पुढं काय होणार? सकाळ झाली तेव्हा मला समीर पासून बाजूलाच व्हावंसं वाटत नव्हतं. काय होईल ते होईल पण आता त्याच्यापासून दूर नको जायला वाटत होतं. तोही आता माझ्यात अडकू शकत होता. पण माझी किआराप्रती सद्सद विवेकबुद्धी अजून काम देत होती. मी समीरला म्हटलं. समीर हे चुकून झालं. हे व्हायला नको होतं. मी किआरा आणि तुझ्यामध्ये येणं बरोबर नाही. प्रणयाचा जोर ओसरला होता. त्यालाही गिल्ट फील होत होतं. त्याही परिस्थितीत मला त्याच्या नजरेत किआराबद्दलचं फीलिंग दिसत होतं. माझा निर्णय झाला. झालं हे झालं. आपण रात्री विचार केला होता, फक्त एकदाच. तर आता तो विषय संपला आहे. आपण या दोघांच्यामध्ये येण्यात काहीच पॉईंट नाही. मी आता निघायच्या तयारीत होते. तशीच पडून होते. मला त्याच्यापासून दूर जाण्यात दुःख

होत होतं. पण नाईलाज होता. आणि एवढ्यात किआरा आत आली. आणि जे व्हायचं ते झालं.' देविका.

'आय एम सॉरी, मॅम. मी तुम्हाला हा प्रश्न नाही विचारायला हवा होता.' मी बोलले.

'असं काही नाही. आज तुला मी सगळंच सांगणार आहे.' त्या बोलल्या.

त्यावेळी कधी नव्हे ती देविका मॅम मला खूप हळव्या वाटल्या. त्या बोलतच होत्या.

'नको ते झालं होतं. माझ्यामुळे आता दोघांच्यात आयुष्यभराचा दुरावा आला होता. मला खरच वाटलं नव्हतं कि हा विषय कधी किआराला कळेल म्हणून. काही प्रश्नच नव्हता. मी तिच्या आयुष्यातून निघूनच चालले होते कायमची. पण पल्लवीच्या डिटेक्टिव्हगिरीनं घात केला. किआरा माझ्यासमोर होती. नको ते घडलं होतं. आणि माझ्यावर पाश्चातापाची वेळ आली होती. त्या दिवसानंतर मी समीरच्या आयुष्यातून निघून गेले, कायमची.' देविका.

'मग आता तुम्ही एकत्र कसे आहात?' मी.

एवढ्यात समीर सरांची एन्ट्री झाली. मी त्यांना प्रथमच भेटत होते. जसं मी त्यांना टीव्हीवर पाहिलं होतं, तसेच वाटले, मॅच्युअर.. आणि.. समंजस.

'देविका, हे काय? इथं एवढ्या लांब कशासाठी बोलावलं मला? काही महत्वाचं होतं तर आपण मुंबईत भेटू शकत होतो की जवळच कुठेतरी? समीर सर.

'कुठेतरी नाही. काही काम कुठेतरी करायची नसतात. त्यासाठी त्याची योग्य जागा असते. आणि तिथंच त्याचं महत्व असतं. आणि ती तिथंच करायची असतात. त्याची मजाच वेगळी असते.' देविका.

'काय म्हणायचं आहे देविका तुला?' समीर सर बुचकळ्यात.

'रिलॅक्स, बस आधी शांत. आणि कॉफी घे. भिजला आहेस.' देविका मॅम.

त्यांनी कॉफीचा कप हातात घेतला.

'हि कालिंदी.. कालिंदी हा समीर' देविका.

त्यांनी माझी ओळख करून दिली.

'अच्छा, तीच का तू कालिंदी, जीने किआराची सर्व कॅम्पेनिंग केली. ग्रेट. छान काम केलंस. माझ्या अपेक्षेपेक्षा जास्त चांगलं काम केलंस तू. नाईस जॉब.' समीर सर.

'थँक यु सर' मी बावरले. मी देविका मॅमकडे बघत..

'म्हणजे? यांना पण हे सगळं माहित आहे. हे पण आहेत यात?' मला शॉक बसला. मला याबद्दल काहीच माहिती नाही.

‘होय, हे सगळं याचंच तर डोकं आहे. मास्टरमाईंड हाच आहे.’ देविका.

‘काय सांगता काय, मॅम? पण तुम्ही दोघ तर एकत्र नव्हता ना’ मग?‘ मी.

’हो, खरं आहे. गेल्या पंधरा दिवसापूर्वी समीरचा मला फोन आला. त्याचा फोन बघून मलाही थोडं आश्चर्य वाटलं. पण मला आता कुठल्याही स्वरूपात त्याच्या जवळ जायचं नव्हतं. म्हणून त्याचे दिवसभरात खूप फोन येऊन गेले तरी मी एकही फोन रिसिव्ह केला नाही. रात्री त्याचा एक मेसेज आला. मेसेज असा होता, किआरा अडचणीत आहे. आणि तिला आपल्या दोघांच्या मदतीची गरज आहे. मला काहीच समजेना. मी त्याला फोन केला आणि पुढचं सगळं घडलं.‘ देविका.

’एक एक एक मिनिट, काय मेसेज होता. किआरा अडचणीत आहे. तिला आपल्या मदतीची गरज आहे. म्हणजे..? याचा अर्थ काय...? मला एक सांगा... म्हणजे गेले पंधरा दिवस जे चालू होतं, ते सगळं किआराला मदत करण्यासाठी होतं की काय?‘ मला काहीच कळेना. मी पूर्ण चक्रावून गेले.

देवीका मॅमच्या चेहऱ्यावर एक स्माईल.

’बेबी, मग तुला काय वाटत होतं, आपण तिला बरबाद करायला हे सगळं करत होतो?‘ देविका मॅम.

’हा मला आधी तसंच वाटत होतं. मध्ये मध्ये वाटायचं अरे यात तर तिचा फायदाच होतोय. पण म्हटलं आपणाला काय डिटेल्स माहित नाहीत. पुढे काहीतर मोठा प्लॅन असणार. मला जरा प्लिज कळेल का? हे सगळं काय होतं? नेमकं काय चालू आहे हे?‘ मी.

देविका मॅमनी आणखी एक नवीन सिगारेट पेटवली.

’ते सगळं समीर सांगेल तुला. समीर, सांग बाबा हिला, नाहीतर जीव खाईल माझा हि.' देविका.

हे दोघे पक्के पोहचलेले आहेत. यार मीच वेड्यात निघालेय. हे दोघं एकत्र आहेत. यांनीच प्लॅनिंग केलंय. आणि मी फक्त वेड्यासारखी देविका मॅम सांगतील ते करत राहिलेय. नेमकं हे करण्यामागचा हेतूही मला कळलेला नाहीये.

30

मास्टर स्ट्रोक

हातातला कॉफीचा कप खाली ठेवत समीर सर बोलू लागले.

'कालिंदी, मला माझ्या मित्राकडून एक खबर मिळाली की, हा शो मॅनेज केला गेलाय. आणि निकिता या शोची विनर असणार आहे. ज्युरी पॅनलच मॅनेज केलं गेलं होतं. शो ऐन टॉपमध्ये होता. किआरा डार्कहॉर्स ठरत होती. खूप मेहनतीने पुढे जात होती. तिच्यासाठी आव्हान टफ होतं. पण ती प्रामाणिकपणे आणि जीव तोडून प्रयत्न करत होती. पण काय उपयोग, ती विनर ठरणारच नव्हती. माझी

बातमी पक्की होती. डाउट घेण्याचा प्रश्नच नव्हता. मी ही गोष्ट राजच्या कानावर घालण्यासाठी चॅनेलच्या ऑफिसमध्ये गेलो तर मला तिथून निकिताचे वडील बाहेर पडताना दिसले. ते एक फेमस बिझनेसमन आहेत. मला जे समजायचं ते समजलं. मी राजशी बोलून काहीच फायदा नव्हता. मला माझ्या सोर्सकडून आणखी इंटरनल न्युज मिळाल्या, आणि हे खरं असल्याची माझी खात्री झाली. राजही यात इन्व्हॉल्व्ह होता. त्याच्यात आणि निकीताच्या वडीलांच्यात डिल झाली होती. किआराच्या मेहनतीचा आता काहीच उपयोग होणार नव्हता. मला माहित नव्हतं, कि जर हे सगळं सेट नसतं तर किआरा जिंकेल कि नाही म्हणून. पण त्यावेळी मुकाबला रिअल तरी झाला असता. आता असं होणार होतं, कि तिनं परफार्मन्स दिला तरी जाणूनबुणून तिला पॉईंट्स कमी दिले जाणार होते. मला वाईट वाटलं. किआराला हे सांगण्यात काहीच पॉईंट नव्हता. ती मेहनत करत होती. तिच्यापुढे संधी होती. जर का हा शो ती जिंकली तर तिच्यापुढे खुप् दरवाजे उघडणार होते. पुढच्या पाच वर्षांसाठी तिचं चॅनेलवरचं करिअर फिक्स होतं. नवीन पाच सिरियल्स, अनेक ब्रँड्सची ब्रँड अँबेसिडर, कितीतरी कमर्शिअल ॲडस् आणि सोशल अवेरनेसच्या प्रोग्राममध्ये संधी. खूप काही. पण माझ्यासाठी महत्वाचं होतं, तिला चांगल्या मोठ्या बॅनरचे पाच सिनेमे मिळणार होते. त्यात ती लीड असणार होती. आणि तिची खरी गरज मोठ्या पडद्यावर होती. ती तिथं झळाळून निघणार होती. पण माझ्या हातात आता काहीच नव्हतं. गेम सेट होता. निकिताच्या वडिलांनी हे सगळे फायदे बघूनच आपल्या मुलींसाठी हा घात घातला होता, तिच्या माघारी, तिच्या नकळत. निकीटाळा यातलं काहीच माहिती नव्हतं. ती एक गुणी आणि टॅलेंटेड एक्ट्रेस आहे. तिचे वडील असं काहीतरी करतील याची तिला खरंच कल्पना नव्हती. आणि अजूनही नाहीये. चॅनेलही यात सामील झालं होतं, कारण किआरा विनर बनण्यात राजचेही बरेच आर्थिक फायदे होणार होते.आणि राज तर पक्का बिझनेसमन आहे. इथं असंच चालतं.

’मग काय केलंत तुम्ही?‘ मी.

’त्यानंतर मी शोचे या आधी झालेले सगळे एपिसोडस पुन्हा बघितले. आणि माझ्या लक्षात आलं, निकिताला प्रत्येक राऊंडसाठी जे पॉईंट्स मिळत आहेत, त्यामध्ये मला गडबड वाटली. मोस्ट ऑफ राऊंडला तिला नाईन आऊट ऑफ टेन पॉईंट्स होते. कितीतरी वेळा तिचा परफॉर्मन्स तेवढा बेस्ट नव्हता. पण पहिल्यापासूनच तिची इमेज विनरची ठेवण्याचा अट्टहास चालू होता. आणि आता इथून पुढेही हे असंच चालू राहणार होतं. शिवाय तिच्या फॉलोवर्सची लिस्टही प्रचंड मोठी होती. आणि तीच्याशी कम्पेअर करता किआराचे फॉलोवर्स खूपच कमी

होते. पुढे जाऊन कदाचित तिला याही गोष्टीमुळे फरक पडणार होता. त्यानंतर मी खूप विचार करून प्लॅन आखला. किआराला सर्वात आधी लोकांच्या समोर आणणं आणि तिचा फॉलोवेर्स वाढवणं गरजेचं होतं. मुळात कुणाचं तिच्याकडे लक्षच नव्हतं. तिला समोर आणलं तर बरंच काही शक्य होतं. आणि मी मोठा गेम खेळायचं ठरवलं. माझा प्लॅन सेट होता. काहीही करून किआरा शोमधून बाहेर काढायचं, मीडियाचा फोकस तिच्यावर वाढवायचा. नंतर तिच्यावर अन्याय झाला अशी एक इमेज करायची, आणि या सगळ्यातून तिचा फॉलोवर्सही जनरेट करायचा. आणि यासाठी मला एक स्ट्रॉंग रिझन हवं होतं. आणि मला देवीकाची आठवण झाली. आम्ही कॉन्टॅक्ट मध्ये नव्हतो. पण देविका माझा शब्द टाळणार नाही, याची मला खात्री होती. म्हणून मी फोन केले, तर देविका फोन उचलायला तयार नाही.‘ समीर सर.

’अच्छा, असा गेम होता तर? पण मला एक सांगा देविका मॅम, तुम्ही कसं काय तयार झाला किआरासाठी मदत करायला.?‘ मी.

’मी तेच तर मघाशी सांगत होते. माझ्यामुळे या दोघांच्यात अंतर पडलं, हि गोष्ट मला खटकत होती. एखाद्याला आपलं प्रेम न मिळणं, याचं दुःख काय असतं, हे माझ्यापेक्षा जास्त कुणाला कळणार. माझ्यापुढे एक संधी होती, या दोघांना एकत्र करण्याची. कदाचित या प्रोसेसमुळे ते शक्य होईलही असं मला वाटून गेलं. आणि नसतं तसं झालं, तरी माझ्याकडून जे घडलं होतं, त्याची थोडीतरी भरपाई झाली असती किआराला मदत करून तर तेही खूप होतं. कारण त्यामुळे माझ्या मनाला थोडी तरी शांती मिळाली असती. मी सुखाने झोपू शकले असते. हा विचार करून मी लगेच तयार झाले. मी बरोबर डिल केलं, राजशी. आणि तो हि तयार झाला. त्याला काहीच फरक पडणार नव्हता. उलट निकिताच्या पायातला अडथळा आपोआप बाहेर येणार होता. उद्या कधी जर चुकून त्याच्या त्या फिक्सिन्ग बद्दल जरी समीरला कळलं तरी, त्याच्यावर ब्लेम येणार नव्हता. कारण किआरा माझ्यामुळे बाहेर गेली होती. नंतर मग तुझी एन्ट्री करून आम्ही व्यवस्थित किआराला शोमध्ये परत आणलं. आणि राजलाही त्यामुळे धडा मिळाला. कारण यामध्ये चॅनेलची बरीच बदनामी झाली होती.‘ देविका मॅम.

’ओके, मग असा गेम होता तर. पण मग फायनलला निकिताला ज्युरी मेम्बर्सनी जिंकवल कसं नाही.?‘ तिथं इकवल कशी झाली?’ मी.

‘तोच तर प्रश्न होता. किआराचा ऑडिअन्स रेषीओ नक्कीच वाढलाय हे आमच्या लक्षात आलं. पण त्याचा तिला या शोमध्ये काहीच फायदा होणार नव्हता. कारण कितीही झालं तरी निकिताला तिच्यापेक्षा एक तरी पॉईंट्स एक्स्ट्रा

देऊन जिंकवलं जाणार होतं. ज्युरी ऑलरेडी सेट होते. त्यांनी पैसे घेतलेले होते. आणि ते तिला आता हरवूही शकत नव्हते. त्यावेळी आम्ही आमचा दुसरा प्लॅन स्टार्ट केला. मी देवीकाला ज्यूरींची भेट घ्यायला सांगितली.' समीर सर.

'ती कशासाठी? त्यानं काय होणार होतं?' मी.

'त्यानं बरच काही होणार होतं. मी सर्व ज्यूरींना एकत्र केलं. आणि मीटिंगसाठी गेले. मी त्यांच्यावर प्रेशर आणलं. तुम्ही केलेली लबाडी मी मिडियासमोर आणणार सांगितलं. मी रेडी केलेली स्टोरी त्यांना दाखवली. त्यामध्ये त्यांची पूर्ण वाट लागणार होती. त्यांना जेलही होऊ शकत होती. त्यांनी माझ्यासमोर गुडघे टेकले. माझे पाय धरले. तेव्हा मी त्यांना माझा प्लॅन सांगितला. त्यांनी राजकडे जायचं, आणि मीडियात हि फिक्सींगची बातमी लीक आहे, आणि उद्या कधीही ती बाहेर येऊ शकते, असं सांगायचं. उद्या हे जगासमोर आलं, तर आम्हीच लटकणार, आणि आम्ही आता रिस्क घ्यायला तयार नाही, हे स्पष्ट सांगायचं. त्यावेळी त्यांनीच राजला प्लॅन द्यायचा कि आम्हीही लढत बरोबरीत सोडवतो. आणि आणखी एक एपिसोड लावून पब्लिक वोटिंग वर निकिता जिंकू शकते हा कॉन्फिडन्स राजला द्यायचा. त्यासाठीचे सगळे फॉलोवर्सचे रिपोर्ट आणि सर्व्हे मी ऑलरेडीच पहिल्या भेटीत राजला दिले होते. त्यामुळे त्याला यात रिस्क वाटण्यासारखं काहीच नव्हतं. निकिताही जिंकणार होती, आणि ती ऑडिअन्स वोटिंगवर जिंकणार होती. शोही रंगतदार होणार होता. आणि सर्वात महत्वाचं म्हणजे तो आता चॅनेलच्या रेप्युटेशनच्या बाबतीत रिस्क घ्यायच्या मनःस्थितीत नव्हता. न जाणो उद्या हे सगळं समोर आलं तर,? त्यापेक्षा हा प्लॅन त्याला सेफ वाटणार होता. आणि झालंही तसंच.' देविका मॅम.

'हा पण यामध्ये एक गोष्ट क्लिअर होती, रसिकाचा आय मिन किआराचा परफॉर्मन्स जर कमी झाला आणि तिला कमी पॉईंट्स मिळाले तर? आता निकिताला कमी पॉईंट्स देणं, ज्युरींना अवघड जाणार होतं. कारण त्यांनी पहिल्यापासून तिला टॉपचे पॉईंट्स दिले होते. पण मला विश्वास होता, किआरा चांगला परफार्मन्स देणार. तिला तिचे पॉईंट्स मिळणार होते. त्यांनी जे काय करायचं होतं, ते निकीताच्या पॉईंट्समध्ये मॅनेज करायचं होतं. पण पहिल्या राऊंडपासूनच किआरानं निकीटापेक्षा दमदार परफॉर्मन्स दिला. पहिल्या राउंडमध्ये किआराच्या लेवलला निकितालाही पॉईट्स देण्यात आले. त्यानंतर त्यांनी तिला दोन राउंड्स मध्ये कारण नसताना पॉईंट्स वाढवून दिले आणि मग शेवटी एका पॉइंटला त्यांनी तिला तिचे खरे पॉईंट्स देऊन इकवल केली. खरं तर त्या सर्व राउंड्समध्ये किआराचाच परफॉर्मन्स बेस्ट होता. सर्वच्या सर्व

राउंड्समध्ये. पण तरीही तिला तिथं विनर केलं गेलं नाही.’ समीर सर.

‘अच्छा.. आणि आता किआराची वोटबँक तर खूप लहान होती. त्यामुळे त्यांचा प्लॅन सक्सेस होणार असं राज सरांना वाटलं. राईट? पण मग किआराला एवढे वोट्स कसे मिळाले?’ मी.

‘ती सगळी तुझी करामत आहे. तू एवढं जबरदस्त कॅम्पेनिंग केलं होतं, कि किआराबद्दल लोकांच्यात प्रचंड सॉफ्टकॉर्नर तयार झाला होता. त्यामुळेच तर चॅनेलवर प्रेशर येऊन ते तिला परत घ्यायला तयार झाले. पण या सॉफ्टकॉर्नरचं रूपांतर वोट्समध्ये करणं गरजेचं होतं. आणि ते वाटतं तितकं सोप्प काम नव्हतं. म्हणून मग मी देवीकाला भेटायचं ठरवलं. आणि भेटूनच वेल स्ट्रटेजी ठरवणं गरजेचं होतं. म्हणून मी देवीकाला पर्ल हॉटेलच्या इथं बोलावलं. आम्ही गाडीत बसूनच प्लॅन ठरवणार होतो, डिस्कस करणार होतो. पण तोपर्यंत तिथं मिडियांन देवीकाला गाठलं. आणि प्रश्नांच्या ओघात तिने ते स्टेटमेंट दिलं. आणि ती गाडीत येऊन बसली. आम्ही निघालो. वाटेत तिनं तीच्याकडून दिल्या गेलेल्या बाईट बद्दल सांगितलं. तिने ऑलरेडी माझं काम सोप्प केलं होतं. मी तिला हाच पॉइंट व्हायरल करायला सांगितलं. आणि त्याची फ्रेक्वेन्सी मॅक्झिमाईज करायला सांगितली. आणि याच पॉइंटवर आपण लोकांच्या मनात देविकाबद्दल राग निर्माण करायचा. लोक जेवढे जास्त चिडतील, तेवढा फायदा किआराला होणार होता. मग तू देवीकांनं सांगितल्या प्रमाणे तिच्या त्या बाईट्सला प्रमोट केलंस. आणि काम सोप्प झालं.’ समीर सर

‘अच्छा, त्यामुळेच ज्यावेळी किआराचा ग्राफ फर्स्ट राऊंडला खूप कमी होता, तेव्हा मला देविका मॅमनी अजून जास्त बाईट व्हायरल करायला सांगितली. पण तुम्हाला कॉन्फिडन्स होता, हे असंच घडेल म्हणून?’ मी.

‘मला माझ्या प्लॅनवर कॉन्फिडन्स होता. पण जेव्हा किआराचा ग्राफ तीस टक्क्यापर्यंत जाऊन थांबला, तो वरच जाईना, तेव्हा काहीतरी चपळ हालचाली सुरू करणं गरजेचं होतं. मी माझ्या गॅलरीत गेलो. सिगारेट पेटवली. आणि पूर्ण शांत बुद्धीने विचार केला. त्यावेळी माझ्या लक्षात आलं, आता पर्यंत केलेल्या कॅम्पेनिंगमूळे किआराबद्दल सहानुभूती तर आहेच. लोकांना तीच जिंकावी असं वाटतंय. पण आता ती हारतेय. आणि बराच वेळ झाला तरी तीचा ग्राफ हालत नाही. हे बघितल्यावर, लोकांचा हिरमोड होईल. ते टीव्हीवरून आपलं लक्ष कमी करतील. आणि नक्कीच अशावेळी माणूस आपल्या मोबाईलला हात लावतो. आणि एफबी इंस्टावर लुडबुड करतो. हे नॅचरल असतं. मी लगेच देवीकाला फोन केला, आणि शेवटचं शस्त्र बाहेर काढायला सांगितलं. ते म्हणजे पेड प्रमोशन.

आता जे होईल ते होईल, शेवटचा प्रयत्न म्हणून ती बाईट पुन्हा व्हायरल करायची, विथ पेड प्रमोशन. मी तिला सांगितलं' समीर सर.

'आणि देविका मॅम नी मला लगेच सांगितलं. आणि मीही होता होईल तेवढं शक्य पेड न्युज चालवली. खरं तर त्याची ही गरज नव्हती. कारण मी आधी चालवलेल्या ऑरगॅनिक न्युज चे रिझल्ट यायला लागले होतेच. आणि त्यात पुन्हाही पेड न्युज. म्हणजे लोकांनी सहज जरी मोबाईल उघडला, तरी पहिली न्युज देविका मॅमचीच दिसली असणार लोकांना.' मी.

'येस, आणि त्यात देवीकाची पेड न्युज बघितल्यावर तर जे जाणते लोक आहेत, त्यांना थोडंफार प्रमोशन ऍक्टिव्हिटीबद्दल कळतं, तेही पेटून उठले असणार. ज्यांनी ज्यांनी तो व्हिडिओ बघितला असेल आणि ज्यांना ज्यांना किआरा जिंकावी वाटत असेल त्या सर्व लोकांनी एकतर मेसेज तरी केले, नाहीतर वेबसाईटवर जाऊन वोटिंग केलं. कारण तुझ्या प्रत्येक न्युजच्या खाली वोटिंगची लिंक होतीच. आणि पुढे जे काय झालं, ते आपण बघितलंच.' समीर सर.

'माय गॉड, फार मोठा गेम होता, सर. मानलं. पण सर हे सगळं करत असताना हे किआराच्या पाठीमागून चालू होतं. तिला काय माहित तुम्ही हे सगळं केलं आहे ते.' मी.

'काही गोष्टी न कळलेल्याच बऱ्या असतात, कालिंदी. प्रत्येक गोष्ट काहीतरी मिळवण्यासाठी म्हणून करायची नसते. आपण ज्यांच्यावर प्रेम करतो त्यांच्यासाठी हे सगळं करतोच आपण. त्यात अपेक्षा कसली' समीर सर.

मी निःशब्द.

'पण समीर, या गोष्टीत नुकसान तुझंच झालं होतं, हे तू, तुझ्या लक्षात नाही आलं. अक्च्युली आपला अंदाज होता, हे सगळं मी केलं किंवा मी करतेय असं वाटून किआराचा राग माझ्यावर तयार होईल, आणि तो तसा झालाही. कारण ती जितकी जास्त माझ्यावर राग करेल, तितका जास्त ती भारी परफॉर्मन्स देईल, हा ही तुझा अंदाज बरोबर निघाला. पण शोच्या शेवटी तिनं जे केलं ते खूप चुकीचं होतं. तिनं तुझं नाव तिच्या नावापासून वेगळं केलं. भलेही तिनं काहीही कारण देऊ दे. पण तीनं ते जाणीवपूर्वक केलं तुझ्या पासून वेगळं होण्यासाठी. आणि तो संदेश डायरेक्टली तुला होता. यावर तुझं काय म्हणणं आहे.' देविका मॅम.

'यावर माझं काहीच म्हणणं नाही. माझं तीच्यावर प्रेम होतं, आहे आणि राहील. एवढंच. तिनं तसं केलं म्हणून माझा तिच्यावर रागही नाही. तिनं घेतलेला निर्णय कदाचित बरोबर असेल. ते तिनं तसं का केलं मला माहित नाही.' समीर सर.

'तुला माहित नाही समीर, पण मला माहित आहे. तू एवढा हुशार, पण एक गोष्ट तुझ्या नजरेतून सुटली. पण माझ्या लक्षात आली. संपूर्ण एपिसोडमध्ये किआरा फस्ट्रेट होती. तिनं शो जिंकला, ती विनर झाली, तरी ती खुश नव्हती. मला आश्चर्य वाटत होतं. आणि शेवटी तीनं तिचं नाव ज्यावेळी तुझ्या नावापासून वेगळं केलं, त्यावेळी मी शॉक झाले. मला मोठा प्रश्न पडला, कि हे असं का केलं तिने. आणि मी विचार करताना माझ्या लक्षात आलं. समीर, आपण ती माझ्या बाईट्सची क्लिप व्हायरल करत होतो, लोकांच्यावर हॅमर करत होतो, पण त्यामध्ये मी ज्या गाडीत येऊन बसते, ती तुझी गाडी होती, आणि ती सर्वांना दिसत होती. हि गोष्ट कुणाच्याच लक्षात आली नसेल, ना माझ्या, ना तुझ्याही, अन कदाचित किआराच्याही. पण ही गोष्ट पल्लवीने पकडली असणार, आणि किआराला सांगितली असणार, आणि त्यावरून किआराने जो करून घ्यायचा तो समज करून घेतला असणार. हे माझ्या लक्षात आलं. आणि त्याचाच परिणाम म्हणजे तिनं तुझ्याशी असलेलं नातं जाहीरपणे संपवलं.' देविका मॅम.

मी आणि समीर सर हि शॉक. पण ते काहीच बोललेनात. ते शांतच आहेत.

'समीर, आपण किआराचा गैरसमज दूर करायला हवा. आपण तिला हे सांगायला हवं, कि तिनं पाहिलं ते काय होतं? आणि तू तिच्यासाठी काय केलंय ते' देविका मॅम.

'नाही, देविका. तिचा गैरसमज दूर करण्याच्या नादात हे सगळं तिला नको सांगायला. मग त्याला काहीच अर्थ राहणार नाही. आणि प्रेम, नाती अशी चिटकवून चिटकत नाहीत. आणि आपण एकमेकांसाठी काहीतरी केलंय म्हणून एकत्र असणं, म्हणजे जाणूनबुजून आपण स्वतःला चिटकवून घेणं झालं ते. तसं करण्यात काहीच अर्थ नसतो. उद्या पुन्हा तो चिकटपणा सुकून गेला की पुन्हा वेगळं होणं होणार. त्याला मूळचा, अंगाचाच ओलावा लागतो.' समीर सर.

'नाही समीर, आपल्याकडून चूक झाली होती. त्यात तीचा काय दोष ? त्या बिचारीला किती त्रास झाला असेल? मला वाटतय कुठं तरी हे थांबायला हवं. आणि तू तिच्यासाठी काय काय केलं आहेस, तू तिच्यावर किती प्रेम करतोयस हे तिला सांगायला हवं.' देविका मॅम.

'नाही देविका. मी असं काहीही करणार नाही. आणि तूही करू नको, प्लिज.' समीर सर.

'समीर, ऑलरेडी मी हे केलंय' देविका मॅम.

समीर सरांनी देविका मॅम कडे चमकून पाहिलं. आणि मीही.

'किआरा, बाहेर ये.' देविका मॅमनी हाक मारली.

आणि किआरा आणि पल्लवी बाहेर आल्या. मीही शॉक झाले. तिच्या डोळ्यातून पाण्याच्या धारा वहात होत्या. समीर सरही उठून उभे राहिले.

'रसिका, तू इथे...?' समीर सर.

'होय मीच बोलावलं आहे तिला इथं. आणि मघाशीच तिला मेसेज करून आतच थांबायला सांगितलं होतं. समीर, मी माझं काम केलंय. मी माझी चूक सुधारलीय. प्लिज आता तरी एकत्र या.' देविका मॅम.

खरंच अत्यंत खुबसुरत आहे हा क्षण. किआराचा चेहरा बघण्यासारखा झालाय. तिच्या डोळ्यातून पाणी वाहतय. युगांयुगांच्या प्रतीक्षेत असल्यासारखी दिसतेय ती. विरहाने तीचे हाल केले आहेत. तिची चूक तिच्या लक्षात आलीय. तिनं समीर सरांच्याबद्दल केलेला चुकीचा विचार आणि त्यांच्याशी जाहीररीत्या संपलेवलेलं नातं याचं तिला खूप दुःख झालंय. कधी एकदा समीर सरांच्या मिठीत शिरतेय, असं झालंय तिला. इकडे समीर सरही भावूक झालेत. तब्बल दोन वर्षांनंतर ते किआराला समोर बघत आहेत. त्यांच्याही डोळ्यातून अश्रू आपोआप ओघळताहेत. ते बघून किआरा पळत समीर सरांच्या जवळ आली.

'आय एम सॉरी समीर, मला माफ कर, मी चुकले, आय एम सॉरी.' ती रडतच समीर सरांच्या मिठीत शिरली.

'अगं, हो रसिका, रडतेस काय लहान मुलासारखी. लहान आहेस का आता' समीर सर.

त्यांचाही स्वर गहिवरला. दोघ एकमेकांच्या मिठीत आहेत. युगांयुगांची प्रतीक्षा संपली आहे. सगळे गिले शिकवे गळून पडले आहेत. फक्त प्रेम शिल्लक आहे. आणि त्याचीच बरसात चालू आहे. हरवलेली एखादी गोष्ट खूप वर्षानंतर भेटावी, तसं झालं आहे.

त्यांना थोडा एकांत द्यावा म्हणून आम्ही तिघी बाहेर आलो. आमचेही डोळे पाणावले आहेत. एका षडयंत्राची समाप्ती झाली आहे. आणि एक नवी सुरवात झाली आहे. मला जास्त काही रिहाना आणि तिच्या त्या राजकुमाराबद्दल माहित नाहीये. पण गेल्या काही दिवसात किआराकडून थोडंफार जे काही कानावर आलं, त्यावरून वाटतय, कि हिलाही हीचा राजकुमार खरं आता समजला आहे. तिचाही राजकुमार तिची स्वप्नं पूर्ण करण्यासाठी झटला आहे, हे तिला कळालंय. आणि हेही कळालय कि तो तिच्यावर किती प्रेम करतो. त्यांना एका व्हॅम्पनं, त्यांच्या कहाणीच्या खलनायिकेनं एकत्र आणलंय हे मात्र विशेष आहे. देविका मॅमनी काल किआराला फोनवर सांगितल्याप्रमाणे खरंच तिला धक्का दिलाय. तिनं स्वप्नातही पाहिलं नसेल, देविका मॅम तिच्याबरोबर असं काही तरी करतील

म्हणून. ती काय अपेक्षेने आली असेल, आणि इथं काय घडलं. केवढा सुखद धक्का. मलाही असं काही घडेल याची कल्पना नव्हती. मीही खूप वेगळा विचार केला होता. खरंच माझ्यासाठीही हा मास्टर स्ट्रोकच आहे.

ज्या ठिकाणी हि कहाणी सुरु झाली होती, मधल्या खूप मोठ्या दीर्घ ताटातुटीनंतर पुन्हा त्याच ठिकाणी तिची एक नवी सुरवात होत आहे. ताटातूट झालेल्या जीवांचं मिलन होत आहे. माथेरानची धरती पुन्हा दोघांच्या मिलनाचा सोहळा आज साजरा करणार.

यावर कधीतरी मी एक स्टोरी बनवेन, माझं बुक लिहिन, आणि यातल्या आणखी काही गोष्टी आणि व्यक्तीवर प्रकाश टाकेन.

31

फाइन्ड युअर लव्हस्टोरी

पडदा उघडला. लाईट्स ऑन झाल्या. समोर ऑडिटोरियम खचाखच भरलं आहे. फिल्म इंडस्ट्री, मीडिया आणि तसेच इतर सर्वच क्षेत्रातली लोकं उपस्थितीत आहेत. माझ्या करिअरचा आज एक विशेष टप्पा आहे. मी जे नॉव्हेल लिहलं आहे, त्याचं आज प्रकाशन होतंय. आणि या प्रकाशनाच्या सोहळ्यासाठी सर्व लोक उपस्थित आहेत. पडदा उघडला आणि मी स्टेजवर प्रवेश केला.

नमस्कार, मी कालिंदी..

आज माझ्यासाठी खूप महत्त्वाचा दिवस आहे. आज माझं नॉव्हेल 'द टीव्ही गर्ल' प्रकाशित होतंय. माझ्यासाठी हा अतिशय आनंदाचा क्षण आहे. मी जे पाहिलं, मला जे उमगलं, त्याला अनुसरुन मी हे लिहिण्याचा प्रयत्न केला आहे.

समीर आणि किआराची लव्हस्टोरी मी यामध्ये मांडलीय. लवकरच याच्यावर एक फिल्महीही बनतेय. एका प्रसिद्ध डिरेक्टर्सनी प्रकाशना आधीच याचे राईट्स घेतलेत. सर्वात महत्वाची गोष्ट म्हणजे या नॉव्हेलचं प्रकाशन खूप खास अशा व्यक्तीकडून होतंय. मी हे नॉव्हेल लिहलं. आणि आणि ज्यावेळी ते लिहून पूर्ण झालं, तेव्हा माझ्या लक्षात आलं की यातल्या अजून एका पात्रावर आपण म्हणावं असं लक्ष दिलं नाही. कदाचित कहाणीच्या अंगानं त्याची आपणाला जरुरी वाटली नसेल. पण हे पात्र, हे कॅरॅक्टर महत्वाचं आहे. त्याचीपण एक बाजू असणार आहे. आणि ती आपण ऐकायला हवी. म्हणून आजचा हा प्रकाशन सोहळा, या नॉव्हेलचं प्रकाशन आपण त्यांच्या हस्ते करतोय. ओळखा पाहू कोण असेल हि व्यक्ती.? कि जी या कहाणीत आहेही आणि नाहीही. पण त्यांच्याशिवायही कहाणी तशी अपूर्ण आहे. तुम्ही गेस करा. तोपर्यंत मी आणखी काही गोष्टी तुमच्याशी शेअर करते.

मी समीर आणि किआराची लव्हस्टोरी जवळून पाहिली. पुढे मी किआराशी खूप गप्पा मारल्या. समीर सरांनाही प्रश्न विचारले. देविका मॅमचीही बाजू समजून घेतली आणि पल्लवीचीही. आणि मग लिखाणाला सुरुवात केली. लिहताना त्यातला प्रत्येक क्षण आणि प्रत्येक कॅरॅक्टर जिवंत होत होतं. माझ्याशी बोलत होतं. हि स्टोरी वेगळी होती. नेमकी हि एका मुलीच्या संघर्षाची कहाणी आहे की या दोघांची प्रेमकहाणी? मोठा प्रश्न आहे. पण जे आहे ते खूप खूप जास्त क्युट आहे. आयुष्यात एक मोठा विरह, एक मोठा गॅप हवाच, असं मला वाटतं. या काळात आपण नव्यानं एकमेकांना ओळखतो. आणि ती ओळख आयुष्यभर टिकते, यावर माझा विश्वास आहे. पण खरं तर ही या बुकची, या नॉव्हेलची कहाणी नाही. आणि ना ही हा लव्ह ट्रँगल आहे. आणि ही कार्पोरेट गेमचीही स्टोरी नाही. कहाणी काहीतरी वेगळी आहे. आपण ज्याच्यावर प्रेम करतो, आपणाला जो आवडतो, त्याची स्वप्नं साकार करण्यासाठी केलेल्या प्रयत्नांची ती स्टोरी आहे. आपण ज्याच्यावर प्रेम करतो, त्याची स्वप्नं आपल्यासाठीही महत्वाची असायाला हवी. प्रेम करणं म्हणजे फक्त लग्न करणं किंवा सोबत असणं नाही. तर आपल्या जोडीदाराच्या स्वप्नांना सत्यात उतरवणं हेही प्रेम आहे. कारण प्रत्येकासाठी त्याची स्वप्नं, ध्येयं हा अत्यंत जिव्हाळ्याचा, आपुलकीचा आणि आत्मसन्मानाचा विषय असतो. आपण आजूबाजूला नेहमी पाहतो, लग्नाच्या नावाखाली, किंवा अतिप्रेम, अति असुरक्षित भावना यासारख्या अनेक गोष्टीमुळं

कित्येकजणांची, कित्येकजणींची स्वप्नं धुळीस मिळालीत. त्या स्वप्नांना त्यांनी स्वतः किंवा आणखी आपल्याच जवळच्या कुणीतरी, प्रसंगी आपल्याच पार्टनरनं दाबून टाकलंय. त्यांना पूर्ण करणं सोडाच, पण त्यांचा उल्लेखही होणार नाही याची काळजी घेतलेली असते. आणि अशावेळी मला या कहाणीचा हिरो खूप मोठा वाटून जातो. आपल्या प्रेयसीच्या स्वप्नांसाठी झटणारा, तिला नेहमी मदत करणारा, आणि नेहमी तिला उंच ठिकाणी पाहणारा. आणि असा पार्टनर मिळालेली माझी नायिका, या नोव्हेलची हिरॉइन मला खूप लकी, भाग्यशाली वाटते. असं कुणीतरी आयुष्यात लाभणं, यासाठी कदाचित पूर्वजन्मात काहीतरी चांगलं किंवा महान कार्य करावं लागतं असेल का? असा मला प्रश्न पडतो. अशा भाग्यशाली गोष्टींसाठी काहीतरी संचित असावं लागतं असं म्हणतात. आपल्याही आयुष्यात असं कुणीतरी असावं असं वाटून जातं.

मी आपला अधिक वेळ घेणार नाही. मला माहित आहे, आपणाला त्या खास व्यक्तीला भेटायचं आहे, ज्यांच्या हस्ते या नॉव्हेलचं प्रकाशन होतंय. तुम्हाला त्यांना पहायची, भेटायची उत्सुकता लागलीय आणि मला तुम्हाला त्यांना भेटवायची आणि त्या कोण आहेत ते सांगण्याची. आणि मी मंचावर आमंत्रित करतेय प्रसिद्ध अभिनेत्री शमा श्लोक यांना. ज्यांनी या कहाणीतील महत्वाचं कॅरॅक्टर रिहानाचा रोल केला होता.

वेलकम मॅम.... तुमचं स्वागत आहे.

शमा मॅमचं स्टेजवर आगमन झालं. आजही त्या तशाच दिसत आहेत, जशा त्या या आधीही दिसत होत्या. चाळीशीतही त्यांच्यातला चार्म अजून तसाच टिकून आहे. असणारच म्हणा, त्या ॲक्टरेस आहेत. आजही त्यांचा इंडस्ट्रीतला करिश्मा टिकून आहे. माझ्या या नॉव्हेलचं प्रकाशन एवढ्या मोठ्या व्यक्तीकडून होतंय, याचं मलाही खूप अप्रूप आहे. खरंतर त्या येतील कि नाही, निमंत्रण स्वीकारतील कि नाही असं वाटत होतं. पण देविका मॅमनी त्यांची प्रॉपर अपॉइंटमेंट सेट करून दिली त्यांच्याच घरी. आणि काम सोप्प झालं.

मी प्रथमच भेटले त्यांना. त्यांचा स्वभाव आवडला. खूप डाउन टू अर्थ वाटल्या. मी ज्यावेळी हि संपूर्ण कहाणी त्यांना थोडक्यात ऐकवली, त्यांनाही खूप आश्चर्य वाटलं. आपल्या सिरीयलमूळे किंवा आपल्या रोलमुळे एक मुलगी इतकी इन्स्पायर आहे, तिच्या जीवनावर, जीवनातल्या प्रत्येक घटनेवर त्या कॅरॅक्टरचा प्रभाव आहे, हे ऐकुन त्या खूप खुश झाल्या. आणि त्याच्यापेक्षा जास्त इंप्रेस त्या त्यावेळी झाल्या की जेव्हा त्यांना कळालं कि याही कहाणीतला हिरो, त्यांच्या सिरीयल मधल्या राजकुमारा प्रमाणेच आपल्या प्रेयसीचं स्वप्न पूर्ण करण्यासाठी

धडपडतो. त्यांनी माझ्याकडून बुकची एक कॉपी विकत घेतली. हो चक्क विकत. प्रकाशनापूर्वी. आणि अजून प्रकाशनाला आठ दहा दिवस वेळ आहे, तर मी तोपर्यंत वाचून काढते म्हणाल्या. कारण यात माझ्याबद्दलही लिहलं असणार, माझ्या रोलबद्दलही लिहलं असणार, असं म्हणाल्या. आणि त्या प्रकाशनाला येण्यासाठी तयारही झाल्या. त्यांनी निमंत्रण स्वीकारलं. त्यावेळीही त्यांच्यातली रिहाना मला त्यांच्या हावभावात, स्वभावात डोकावताना दिसली. त्या दिसायला खरच खूप सुंदर आहेत. त्यांचंही सौंदर्य काश्मिरी आहे. म्हणून तर त्यांना रिहानाचा रोल मिळाला होता ना.

पण आज एका व्यक्तीची प्रचंड गम्मत चालू आहे. आम्ही स्टेजवर आहोत. खाली प्रेक्षकांमध्ये पहिल्याच लाईनमध्ये देविका मॅम, पल्लवी, रश्मी, समीर सर आणि किआरा बसलीय. किआराचा चेहरा बघण्यासारखा आहे. तिच्या चेहऱ्यावरून ख़ुशी ओसंडून वाहतेय. तिला काय करू नी काय नको असं झालंय. त्याचं कारणही तसंच आहे. तिची आवडती अभिनेत्री, ज्यांनी तिच्या आवडत्या रिहानाचा रोल केला होता, त्या आता तिच्या समोर उभ्या आहेत. आणि त्या पेक्षाही जास्त महत्वाचं म्हणजे आता त्या आता त्याच साडीमध्ये आहेत जी साडी त्यांनी त्या दिवशी चंदाच्या एंगेजमेंटच्या एपिसोड मध्ये घातली होती. तीच ती डार्क मरून चेरी कलरची साडी, ज्या साडीमध्ये रिहानाला बघून तिचा राजकुमार वेडा झाला होता. असं वाटत होतं, जणू तिची ती टीव्ही गर्ल रिहानाच स्टेजवर उभी आहे, आणि तिच्याच हस्ते प्रकाशन चालू आहे. किआराचे डोळे भरून आले होते. येणारच ना, एकदा तिच्या जागी जाऊन बघा.

नमस्कार चमत्कार झाले. त्यांचं स्वागत झालं. आणि प्रकाशनापूर्वी त्यांचं मनोगत त्यांनी व्यक्त करायचं होतं. त्यानंतर प्रकाशन होणार होतं. त्यांनी माईक हातात घेतला. आणि त्या बोलू लागल्या.

'नमस्कार. माझी आता नव्याने ओळख करून देण्याची गरज नाहीये. तुम्ही मला ओळखताच. मी अत्यंत भाग्यशाली समजतेय स्वतःला कि मला या नॉव्हेलचं प्रकाशन करायची संधी मिळतेय. मी हे जे बोलतेय ते फक्त प्रासंगिक भाषणातले शब्द बोलायचे, म्हणून मी बोलत नाहीये. मी मनापासून बोलतेय. मी इथं येण्यापूर्वी गेले आठ दहा दिवस हे नॉव्हेल पूर्णपणे वाचून काढलं. आणि माझे होश उडाले. असं पण होऊ शकतं? याचा मला पुन्हा प्रत्यय आला. आणि माझ्या मनात असं येऊन गेलं की हे प्रत्येक युगात, प्रत्येक जनरेशन मध्ये, आणि जगातल्या प्रत्येक ठिकाणी, जगाच्या प्रत्येक कोपऱ्यात घडत असणार. कुठे ना कुठे हि अशी लव्ह स्टोरी सुरु असणार. नेहमी. कारण मघाशी मी म्हटलं की

मला पुन्हा प्रत्यय आला. त्याचा कारण म्हणजे या आधी रिहानाचा रोल करताना तर आलाच होता. तिचीच स्टोरी आहे म्हणा हि. म्हणून तर मी तिची हि साडी घालून आलीय, कि जी मी अजून जपून ठेवलीय. पण नेमका असाच प्रत्यय माझ्या स्वतःच्या आयुष्यात, माझ्या रिअल लाईफमध्ये मी घेतला आहे. आणि आज या नॉव्हेलच्या प्रकाशनाच्या निमित्तानं मी तो तुमच्याशी शेअर केलाच पाहिजे, असं मला वाटतय. आज ही सिरीयल पूर्ण होऊन वीस वर्षे झालीत. पण सिरीयल सुरु होण्याच्या आधीचं सर्व काही मला जसच्या तसं आठवतंय. वीस बावीस वर्षांपूर्वीचा तो काळ. आजच्या इतकी त्यावेळी म्हणावी इतकी वैचारिक सुधारणा झाली नव्हती. त्यात मी एका छोट्याशा शहरातून होते. मला टीव्हीचं प्रचंड वेड. लहानपणापासूनच मी टीव्हीसाठी वेडी होते.आणि त्याचवेळी माझ्या मनात कुठंतरी घर करून गेलं होतं की आपण अभिनय करायचा. अभिनेत्री व्हायचं. पण घरून पाठिंबा नव्हता. घरातून प्रचंड विरोध होता. एक आई सोडली तर कुणीही माझ्या बरोबर नव्हतं. पण आईचं काहीच चालत नव्हतं. मी ज्या शहरात रहात होते, तिथं इंडस्ट्रीचा काहीही संबंध नव्हता. मला मुंबईला जाणं गरजेचं होतं. पण माझ्या बरोबर कुणीच नव्हतं. एकेदिवशी मी एका ऑडिशनची जाहिरात पेपरमध्ये वाचली. मी मनाची तयारी केली. आईनं हातावर पैसे ठेवले. पण जाणार कुणाबरोबर...? मुंबई खूप मोठं शहर होतं. कुठे जाणार? कुणाकडे जाणार.? काहीच माहित नव्हतं. त्यावेळी माझ्याही आयुष्यात कुणीतरी होतं. त्याचं माझ्यावर प्रेम होतं. पण आमचं सगळं आँखों आँखोमे होतं. त्यावेळी आतासारखं एवढ्या ओपनली गोष्टी होत नव्हत्या. एकेदिवशी मी उदास बसलेली असताना त्यानं मला विचारलं काय झालं म्हणून. मी ऑडिशनबद्दल सांगितलं. तो माझ्या बरोबर यायला तयार झाला. थोडक्यात काय तर आम्ही पळून मुंबईला आलो. त्या ऑडिशनमध्ये माझं सिलेक्शन झालं नाही. पळून गेलो म्हणून आमच्या दोघांच्याही घरच्यांनी आमच्याशी संबंध तोडले. आम्हाला घरचे दरवाजे बंद झाले. काहीदिवसांनी मला आणखी एक गोष्ट कळाली, कि श्लोक म्हणजे माझा तो मित्र, माझा प्रियकर, ज्याचं माझ्यावर प्रचंड प्रेम होतं, त्याला नुकतीच इस्रोमध्ये नोकरी चालून आली होती. तो हुशार होता. त्याचं सिलेक्शन झालं होतं. त्याचं ते खूप दिवसापासूनचं स्वप्न होतं. पण त्याला त्याच्या स्वप्नापेक्षा माझं स्वप्न महत्वाचं वाटलं आणि तो माझ्याबरोबर मुंबईला आला. माझं स्वप्नं पूर्ण करण्यासाठी, स्वतःचं स्वप्न वाऱ्यावर सोडून, त्याला तिलांजली देऊन. हि गोष्ट त्याच्या घरच्यांना खूप लागली आणि त्यांनी नंतर त्याला कधी जवळ केलं नाही. पुढचा आमचा प्रवास अत्यंत संघर्षमय होता. माझ्या ऑडीशन्स देणं

चालू होतं. आमच्याकडे पैसे नव्हते. पण तरीही तो माझ्या ऑडिशन्ससाठी प्रयत्न करत होता. आणि पुन्हा एकदा इस्रो मध्ये जाण्यासाठी अभ्यासही करत होता. आणि एके दिवशी मला रिहानाच्या या सिरियलची एडव्हरटाईज दिसली. पण त्याच्यासाठी आधी राजकुमारीच्या गेटअपमधले प्रोफेशनल फोटोग्राफस पाठवायचे होते. म्हणजे थोडक्यात पोर्टफोलिओ म्हणा हवं तर. आणि ते माझ्याकडे नव्हते. त्यासाठी आता पुन्हा पैसे लागणार होते. आमच्याकडे प्रचंड चणचण होती. काय करावं कळेना. मी श्लोकशी बोलले. मी काहीतरी करतो असं तो म्हणाला. पण तू हि ऑडिशन द्यायला हवी असं बोलला. कारण काय माहित कधी संधी मिळेल. त्यानं काहीतरी मॅनेजमेंट केली पैशांची. आणि आम्ही फोटोग्राफस पाठवले. मी शॉर्टलिस्टेड झाले. मला ऑडिशनसाठी बोलावलं. आणि त्याच दिवशी माझं सिलेक्शनही झालं. मी खूप खुश झाले. माझी सिरीयलही सुरु झाली. आम्ही एक टप्पा संघर्षातून पुरा केला. आणि काही दिवसानंतर मला ती गोष्ट कळाली. म्हणजे मी खोदून खोदून विचारल्यावर त्यानं मला सांगितली. अलीकडे तो स्टडी करत नव्हता. म्हणून मला शंका आलेली. मी विचारलं त्यावेळी मला कळालं, कि ज्या दिवशी मला फोटोग्राफस पाठवायचे होते, त्याच दिवशी त्याचा इस्रोसाठी फॉर्म भरायचा शेवटचा दिवस होता. त्याने थोडे पैसे साठवलेले पण ते अपुरे होते. बरीच धडपड करून त्याने त्यादिवशी फीचे पैसे कसेतरी जमवले. कारण त्याला त्याचं स्वप्न पूर्ण करायचं होतं. एकदा ते त्यानं हातातून सोडून दिलं होतं. हा लास्ट चान्स होता. त्याला खात्री होती, त्याचं पुन्हा सिलेक्शन होणार. पण तोपर्यंत माझ्या फोटोबद्दल मी त्याला बोलले. त्यांच्यापुढे प्रश्न होता, माझं करिअर कि त्याचं करिअर? तसही ऑडिशन्स सतत होतच असतातच. आतापर्यंत वर्षभरात एकाही ऑडीशनमध्ये माझं सिलेक्शन झालं नव्हतं. खरंतर त्यानं त्याच्या फॉर्मला इंपॉर्टन्स द्यायला हवा होता. पण काय सांगावं, माझं यावेळी सिलेक्शन झालं तर? त्यानं त्याचं स्वप्नं पुन्हा गुंडाळून ठेवलं. गुंडाळून ठेवण्यापेक्षा संपवलं. मला हे कळल्यावर धक्का बसला. कोणी असं कसं करू शकतं? त्या सीरियलमूळे माझं करिअर उभं राहिलं. पण त्याचं इस्रोत जाण्याचं स्वप्न स्वप्नच राहीलं. ते संपलं. पुढं आम्ही लग्न केलं. आज तोही एक यशस्वी बिजनेसमन आहे, मीही एक यशस्वी अभिनेत्री आहे. पण मला माहित आहे, मी जे काही आहे ते त्याच्या स्वप्नांच्या त्यागावर. आणि स्वप्नांचा त्याग करणं काय असतं, किती अवघड असतं याची मला जाणीव आहे.

स्वतःची स्वप्नं सोडून तुमची स्वप्नं पूर्ण करण्यासाठी झटणाऱ्या त्या व्यक्तींचं तुमच्यावर किती प्रेम असेल, तुम्ही विचार तर करून पहा. तुम्ही किती

नशीबवान आहात, तुम्हाला कळेल. आणि तुम्ही जर स्वतः असं काही कुणासाठी करत असाल तर तुम्हीही खरंच महान आहात. प्रेम या शब्दाची व्याख्या फक्त तुम्हालाच कळालीय असं मी म्हणेन.

मी ज्यावेळी हि कहाणी वाचली, त्यावेळी मला अक्षरश: भरून आलं. मला माझं आयुष्य आठवलं. असं अनेक अभिनेत्रींच्या बाबतीत कदाचित झालंही असेल. त्यांच्या पाठीमागेही त्यांची स्वप्न पूर्ण करण्यासाठी कुणीतरी उभं राहिलं असेल, कदाचित त्यांची स्वतःची स्वप्नं सोडून. फक्त हे अभिनेत्रींच्याच बाबतीत नाही, प्रत्येक क्षेत्रातल्या व्यक्तींच्या बाबतीत होत असेल, झालं असेल. आणि फक्त महिलांच्या बाबतीतच नव्हे, तर पुरुषांच्याही बाबतीत झालं असेल. त्यांच्यासाठीही त्यांच्या प्रेयसीनं, पार्टनरनं असं केलं असेल. आज मला खूप आनंद होतोय. या नॉव्हेलचं अप्रूप वाटतय. मला यात माझी स्टोरी सापडतेय. माझ्या लव्हस्टोरीबद्दलच लिहलय, असं वाटतंय. तुम्हीही बघा, वाचा. तुम्हालाही तुमची लव्हस्टोरी यात सापडतेय का पहा?

मी या निमित्तानं या कहाणीची हिरोईन किआरा आणि हिरो समीर यांना स्टेजवर बोलावते. खरंतर माझ्या हस्ते प्रकाशन होताना ते दोघंही आता इथं हवेत. कारण ती त्यांची स्टोरी आहे'. शमा मॅडम.

समीर आणि किआरा स्टेजवर आले. किआराचा आनंद गगनात मावत नाहीये. तिने तिच्या टीव्ही गर्लला कडकडून मिठी मारली. माझ्या नॉव्हेलचं प्रकाशन त्या तिघांच्या हस्ते झालं. मी भरून पावलेय. स्टेजवर फोटोसेशन चालू आहे. मध्ये शमा मॅम, म्हणजेच रिहाना, त्यांच्या दोन्ही बाजूला समीर आणि किआरा, आणि सोबत पल्लवी, देविका, रश्मी आणि मी. आम्ही सगळेच फोटो काढतोय. खूप छान कार्यक्रम झाला. कार्यक्रम आता संपलेला आहे. लोक बाहेर जात आहेत. ज्यांना हवं असेल त्यांच्यासाठी बाहेर माझं हे आता प्रकाशित झालेलं बुक 'द टीव्ही गर्ल' विक्रीसाठी उपलब्ध आहे. बघा वाचून, तुम्हालाही तुमची लव्हस्टोरी त्यात सापडतेय का ते? तुमचीही लव्हस्टोरी थोडीफार का होईना अशीच असेल. आणि मला खात्री आहे, तुमची ती लव्हस्टोरी तुम्हाला यामध्ये नक्की सापडेल. नाव लक्षात ठेवा.. विसरू नका.. 'द टीव्ही गर्ल'.

लेखक परिचय

उमेश देवकर

या पुस्तकाचं लेखन उमेश देवकर यांचं असून ते एक मराठी चित्रपट दिग्दर्शक आणि निर्माता आहेत. चित्रपट साहित्य हा त्यांचा आवडीचा विषय आहे. या आधी त्यांनी लिहिलेलं 'बियॉन्ड सिनेमा, बिहाइन्ड सिनेमा' हे पुस्तक चांगलंच गाजलं. नवोदित फिल्ममेकर्ससाठी लिहलेल्या या पुस्तकानं चित्रपट

नवनिर्मिती करणाऱ्या आणि या क्षेत्रात धडपडणाऱ्या अनेकांना आकर्षित केलं आणि मार्गदर्शनही केलं. अनेक चित्रपटांच्या संहिता त्यांनी लिहिल्या आहेत आणि त्यांचे चित्रपट प्रदर्शनाच्या मार्गावर आहेत.

Beyond Cinema, Behind Cinema

Contact:
Umesh Deokar
Kolhywood Film Industry
kolhywoodfilms@gmail.com

प्रेमाला उपमा नाही...
हे देवाघरचे देणे...!!

ncontent.com/pod-product-compliance
rce LLC

20825
V00033B/833

9 7 8 1 6 3 9 7 4 5 7 5 3 *

प्रेमाला उपमा नाही...
हे देवाघरचे देणे...!!

www.ingramcontent.com/pod-product-compliance
Lightning Source LLC
LaVergne TN
LVHW022356220825
819400LV00033B/833
9781639745753